Tuyển Tập Văn - Muôn Hồng Nghìn Tía - 2009

Muôn Hồng
Nghìn Tía

Tuyển Tập Văn 2009
21 tác giả

CALIFORNIA- USA

MUÔN HỒNG NGHÌN TÍA

PhuNuViet.Org Xuất Bản 2009
Bản Quyền thuộc các tác giả
Mọi trích dịch, ấn loát
phải được sự chấp thuận của tác giả

Tranh: Đêm Nghiêng
Tác giả: Ngọc Thể
Tổng quát: Phượng Các
Trình bày bìa: Vi Khải Đức
Trình bày sách: Ấu Tím - Xuân Vinh
Sửa bản in: Bình Nguyên - Từ Thụy
Phân phối: Ấu Tím
Ấn hành dưới sự hợp tác của 21 tác giả

Liên Lạc Phụ Nữ Việt
Email: phunuviet@gmail.com
Website: http://www.phunuviet.org

ISBN 978-1-61658-250-0

Dẫn Nhập

Quyển sách bạn đang cầm trong tay là quyển thứ bảy của trang nhà Phụ Nữ Việt (phunuviet.org) sau hơn năm năm tham gia vào mạng internet. Trước tình trạng sa sút của ngành sản xuất sách báo giấy trong lãnh vực văn nghệ của người Việt hải ngoại, sự ra đời đều đặn ít nhất một tuyển tập văn mỗi năm của Phụ Nữ Việt đã nhận được nhiều khích lệ từ bạn đọc khắp nơi.

Cũng như các quyển trước đây, Muôn Hồng Nghìn Tía là một tập hợp các cây viết của các bạn phụ nữ Việt từ khắp nơi ở hải ngoại. Họ là những người còn nặng lòng với chữ nghĩa tiếng Việt, coi việc viết lách là một cách diễn tả các trải nghiệm trong đời sống, chia sẻ các cảm xúc, tình cảm, trình bày một quan điểm cho các vấn đề trong đời thường, hay có khi viết đối với họ chỉ là một niềm vui thanh nhã của tâm hồn. Tác phẩm của họ mang dấu ấn của nơi chốn mà họ đang cư ngụ, đa số ở Hoa Kỳ, số khác ở Gia Nã Đại, Âu châu, Úc Đại Lợi. Có người đã từng tham gia sinh hoạt chữ nghĩa từ lâu, cũng có người chỉ mới bước chân vào con đường sáng tác.

Nhiều người đàn ông đã tha thiết muốn biết về tâm hồn người phụ nữ, cũng như nhiều người phụ nữ cũng rất muốn biết các bạn cùng giới tính với mình nghĩ gì về thế giới chung quanh. Còn cách nào hay hơn là đi thẳng vào các tác phẩm trí óc của họ? Trong tâm ý đó, chúng tôi xin mời quý độc giả mở lòng để nhận diện hai mươi tâm hồn phụ nữ Việt Nam hải ngoại trong gần ba trăm trang sách của Tuyển Tập Phụ Nữ Việt 2009 này.

Đặc biệt, khác hẳn với các tuyển tập trước đây, năm nay chúng tôi đã nhận được sự tham gia của một nam tác giả. Mong rằng đây là bước khởi đầu để các tuyển tập sau của khu vườn văn nghệ Phụ Nữ Việt mỗi năm một thêm muôn hồng nghìn tía.

Trân trọng,

Nhóm Thực Hiện

Chân thành cảm ơn sự hợp tác của các tác giả góp mặt trong tuyển tập, sự tận tụy của nhóm thực hiện, để tuyển tập văn năm 2009 được hoàn thành mỹ mãn.

www.phunuviet.org

Ấu Tím

Tên thật: Chu Thị Như Hoa
Bút hiệu khác: Ngô Đồng, Vũ Thần Ưng
Định cư tại California từ năm 1991 cùng chồng và các con
Cộng tác: Văn, Văn Học, V-Times, Đa Hiệu,
Sương Nguyệt Anh, Nguồn

Tác phẩm đã xuất bản:
Một Quãng Xuân Thì (2007)
Tác phẩm in chung:
Tuyển Tập Phụ Nữ Việt 2005, 2006, 2007, 2008
Bản Hợp Tấu, Bến Trăng, Hoa Nắng (2007)

Mắm và Rau

Chị Hai ơi, tết qua rồi, bánh chưng chiên, bánh tét chiên hết ráo, chị nghĩ coi nấu món chi ăn đi chị, ngày mơi bạn tui ghé thăm, hổng lẽ tui mang bạn tui ra hàng bún mắm Kiên-Giang?

Nấu ăn tui hổng rành, nói ra mắc cỡ, mà hông nói ra ai ghé nhà cũng nghĩ tui nấu ăn ngon, chị nhớ hồi tui nấu mâm cơm ra mắt bà già chồng tui hông chị, bả ăn mà mắt bả muốn trợn ngược, rau tui luộc còn dai nhách, màu xanh đâu hông thấy, thấy nó vàng như bẹ cải vồng bông, con cá tui kho cặp mắt tụi nó trợn trừng, mắm muối tiêu hành còn nguyên trân hồng thấm. Nhờ có bà mai dẻo miệng, ca cẩm tui với ổng hạp tuổi, thêm tướng tá tui vượng phu ích tử, tiểu yêu trường túc, mau có con nối dõi tông đường mang phước tới nhà, trăm đàng hoàn hảo mà má chồng tui quên chuyện tui hông biết nấu ăn, cưới tui về làm dâu lấy kiểng.

Làm dâu kiểng là làm dâu đi ra đi vô, sáng sớm nấu nồi nước pha bình trà, lấy chổi lông gà phất bụi tủ thờ, ra hàng ba quét rác đặng chòm xóm biết nhà có con dâu. Mấy tháng đầu làm dâu, tui điệu đà, canh giờ ra đón má chồng tui đầu ngõ, đón cái giỏ bả đi chợ về, te te xách vô nhà miệng hỏi:

- Má mệt hung hông má, tui pha cho má ly chanh đá nghen.

Miệng tui nói hai tay tui làm liền hen chị Hai, má tui uống xong ly nước là vô bếp nấu cho tui ăn. Tui có phước hết cỡ chị thấy hông, má chồng biết tài nấu ăn của tui, nên thà chịu cực lụi hụi chớ để tui vô múa ông lò, có nước má tui để bụng đói hơn là nuốt trọng. Mà ly nước chanh tui pha, làm má chồng tui mê tui y như chồng tui mê tui vậy đó nghen chị, đi đâu má tui cũng kể bả có dâu hiền. Chiều tà chạng vạng, cơm nước xong xuôi, bả ưa kéo tui ra ngoài hàng ba ngồi ngóng gió, cũng là dịp để bả chào người này, cười với người kia, rồi xoay qua tui bả nói:

- Chị biết con dâu tui chưa?

Đến chừng tui mang cái bụng chần dần, sợ gió máy, má tui mới thôi không mang tui ra khoe nữa. Chồng tui ổng hỏi tui có bỏ bùa trong ly nước chanh hông? Bùa gì đâu nà, muốn ngon hen tui gọt bớt vỏ đặng không bị đắng, rồi xẻ dọc từ cuống lấy hết hột ra, sau đó mới nặn chanh vô ly nước đường cát trắng. Đường tui cho hơi nặng tay chút nghen chị Hai, ở đời mà, ngọt thiếu chớ đắng cay đâu có thiếu, bị vậy mà tui suy ra dư chút ngọt đâu có sao, tui còn tính tới cái mặn mà trong ngọt ngào nên búng thêm vô ba hột muối rồi mới khuấy cho tan, tại vậy mà ông nhà tui mê tui tới giờ vì lậm ngọt.

Ai nói mẹ chồng nàng dâu như mặt trời kị mặt trăng, như răng kị nước đá, như cá kị đất liền, như người hiền kị người dữ, như ở cữ kị gió tây thì nói, chớ má chồng tui hợp với tui như hủ tiếu hợp nước lèo, như thịt heo mê hành lá, như môi má khoái phấn son, như con với má. Thì thiệt vậy chớ sao dâu là con, rể là khách phải không chị? Tui yêu chồng tui nhiều, tui yêu má chồng tui đủ nhiều, tại không có má chồng tui ai mang nặng đẻ đau ra ổng, đặng tui có người yêu chiều tui chớ. Hễ khuya ổng hun tui một cái, qua sớm mai tui mua chè đậu mời má tui ăn. Tuần trước ổng mua cho tui cặp bông, tuần sau tui mua cho má tui cặp áo. Thứ sáu ổng mang tui đi ăn cao lầu, thứ bảy tui kêu xích lô đưa má tui ra chợ Cũ ăn cháo cá. Vậy đó mà má tui coi tui y như con gái, có chi bả kể tui nghe ráo, má tui dạy tui cách chiều chồng, má tui nói hen:

- Hễ con giận chồng nhiều, con ráng cưng nó bấy nhiêu đặng nó thua mình. Làm trận làm thượng là mình thua nó.

Tui la trời:

- Má binh ảnh ha, giận làm sao mà cưng nổi má.

- Bay thủng thẳng nghe má nói nè con, đờn ông mà, nó ham ngọt, bay nói ngọt lọt tới xương, hễ giận hen, hễ ghen hen con, ráng dằn xuống, nấu món ngon cho nó ăn, sửa soạn đầu tóc cho chỉnh tề, xức dầu thơm dầu dừa cho láng lẩy, chờ khuya dìa má tựa vai kề bay thả nhỏ vô tai nó, mười thằng cũng té, chục con lủng ngoài hè xum xoe theo nó ngã rạp ráo nạo. Bay không đánh mà phần thắng bay nắm trong tay. Đàn bà hơn nhau cái ngọt, cái chiều chuộng chồng, chớ ba cái sắc bên ngoài, nó dòm hoài cũng ngán ngược như ăn cục mỡ heo chớ chi.

Má tui nói dị đó, mà quên mất tiêu hồi má kể tui nghe chuyện má tui ểm xì bùa cô Năm Hương, người mà ba chồng tui mê dữ thần ôn, trước khi bà nội cưới má cho ba.

Chuyện là vầy nè, cô Năm Hương là con lớn của chú Hưởng mướn ruộng làm thuê, nói mướn cho có chớ ông nội tui coi chú như người trong nhà, giao mấy công đất cho chú canh tác, sau mùa gặt chú chia huê lợi cho ông nội tui, hễ trong nhà có đám là nguyên gia đình chú chạy qua lo ráo, từ dựng sạp bữa đầu cho tới ngày dẹp sạp bữa cuối. Cô Năm Hương gái miệt vườn mà da trắng nõn tại mỗi khi ra ruộng cổ trùm mặt trùm tay kín bưng, ba chồng tui mới lớn gặp cổ tới nhà phụ giúp hụ hợ, mến tính cảm tình ổng kiếm cớ ra ruộng mần hoài hủy.

Bà nội tui biết chuyện mang trầu cau qua hỏi cưới má chồng tui liền, tại bả sợ cái tiếng môn không đăng, hộ không đối, ai đời chủ điền làm sui với tá điền làm sao ăn nói, hễ nhập thiếp còn châm chế đặng, vợ cái con cột bà nội tui không muốn.

Chị coi có ngộ thần ôn không chớ, áo mặc không qua khỏi đầu là dị đó, ông già chồng tui đi lấy vợ mà hình bóng cô Năm Hương coi mòi còn in trong lòng ổng sâu đậm lắm nghen, ổng đăng lính xa nhà dị chớ lâu lâu cũng xẹt qua thăm chú Hưởng, uống ba hớp nước trà, dĩ nhiên giấu má tui.

Hổng biết ghen thầm ra sao, má tui theo lời to nhỏ của cô Út, buổi chiều ra bờ sông lượm miếng sành đặng xóc. Người ta ghét nhau thường dùng lời xóc hông xóc óc, má tui không có cớ gì đặng xóc hông xóc óc cô Năm Hương, nên má tui xóc miếng sành.

Dưới quê người ta tin dị đoan dữ lắm lận, miếng sành trong khe linh lắm vì nó có giữ đặng hồn linh vất vưởng chốn ta bà, chưa đủ duyên đặng đầu thai kiếp khác, hổng có hình của đương sự thì dùng rơm khô bó lợi, bỏ vô cái bịch, dùng dây lạt chuối cột cho chắc, rồi đi dọc bờ sông xóc cho dữ, vừa xóc vừa kêu tên người mình muốn ếm, cho họ bị nhức đầu, bị mắc đằng bố. Má tui làm theo y chang, kêu tên cô Năm Hương chói lói chín lần. Tui nghe tức cười mà đâu dám nói tiếng nào, tâm lý mà chị, đàn bà nào không ghen, hễ ghen có chỗ đặng xì ra như dị cũng đỡ dữ heng, không xì ra đặng chắc uất ức mà yểu mệnh.

Tui không binh ai bỏ ai, hồi nghe má tui kể, tui cũng tỉ tê nói cho má tui nghe, tội nghiệp ba chồng tui biết nhiêu mà nói, ổng học theo Tây mà chịu nghe lời mẹ cha đi lấy vợ, không kình không chống, thêm vô đó còn lưu luyến hình bóng người xưa mà giữ đạo làm chồng, không tò tí te như mấy giả đờn ông khác. Tới nhà thăm mà giấu chắc tại sợ má buồn, chớ muốn cưới thiếp bà nội làm liền cái một. Tui xúi chồng tui hỏi chuyện này coi ba tui trả lời sao, chồng tui kể:

- Ba qua bển kêu cổ lo lấy chồng để có người phụ chuyện ruộng vườn, nói hoài cổ hổng nghe thì thôi chớ sao!

Chèn đét rõ như ban ngày mà má tui ghim hoài trong bụng, nghi ngờ ba chồng tui còn lưu luyến tình xưa.

Sau này gia đình dọn lên thành thị, đặng tương lai chồng tui không bị nhốt trong bốn góc kinh điển, lần nào về quê má tui cũng ghé thăm chú Hưởng cùng ba chồng tui, mang theo quà bánh. Không biết tại má tui muốn giữ chồng hay tại bả hiểu ra nỗi niềm đờn bà con gái, hết duyên hết thì. Hồi đó hễ qua ba chục tuổi coi như ở ên, mong gì có ai rước nữa đặng biết vai tựa má kề, đặng đau cái đau khai hoa, đặng vui cái vui nở nhụy.

Hồi tui sanh con so, má đặt nó tên Mỹ Hương, dìa thăm quê má kiêu cô Năm giả lả:

- Nè cháu gái cưng của bà Năm dìa thăm bà Năm nè, nó ẩn tên của bà Năm đó nghen.

Tui thấy mắt cô Năm Hương long lanh ướt mềm thương hết sức.

Má tui dạy tui chiều chồng tui tin liền, tại rõ ràng ông già chồng tui tướng tá oai phong, khè ra lửa giữa binh hùng tướng trận, mà bước qua ngạch cửa nhà là ổng xụi lơ giao quyền chỉ huy vô tay má tui hết ráo, ai cơm hàng cháo chợ tui không biết chớ ba chồng tui chỉ một dạ cơm nhà. Tui nghe ba chồng tui nói với chồng tui:

- Cơm nhà ngon bổ, hổng lo đau bụng con à.

Có lần ba tui khờ khạo nghe lời thách thức của bạn bè, để tỏ ra ta đây đường đường một đấng nam nhi, đầu đội trời chân đạp đất, vợ nhà đã có nhưng có thêm "đào" đường, lấy bảnh với người ta. Dè đâu má tui hay đặng, bả xài chiêu thức đã dậy tui, ngọt ngào dụ ổng khai tuốt, sau đó bả nấu mâm mắm và rau, biểu ổng mời "đào" của ổng tới cho bả nói chuyện. Không như mấy bà dữ tính mướn đám đánh ghen, nắm tóc lột quần áo chửi bới làm xấu tình địch giữa thanh thiên bạch nhật, rình rập chỗ nào càng đông người chứng kiến càng tốt, giữa chợ, giữa công sở, chưa kể gây thương tật phá sắc đẹp mỹ miều của tình địch cho đã cái tâm ghen, cho thỏa cơn hận, cho "thằng chả" biết tay "con này", cho tan cho nát tình chồng nghĩa vợ, cho thảm cho sầu đám đầu xanh nheo nhóc, không hiểu chuyện gì xẩy ra cho tía má nó.

Người lớn nhiều khi nghĩ tới mình nhiều quá, quên mất đám con nít thật tội nghiệp.

Má chồng tui không đẹp kiêu sa, mà bữa đó bả sắm tuồng thiệt nhuyễn, tóc bả bới cao, bả tô má hồng son môi phấn nụ, chiếc áo lụa lèo vân cúc thọ màu cổ vịt, làm cần cổ ba ngấn của bả thẳng tưng, y như bà tướng dọn đường ra trận. Vũ khí của bả là cặp mắt sáng trưng, nụ cười nửa đóa thiệt cao kỳ, tui dòm còn sợ nói chi tới "đào" của ba chồng tui.

Má tui kêu tui phụ bả, chuẩn bị cho mâm mắm và rau tui nhớ tới bây giờ, cái rổ rau tui rị mọ đâu hết nửa ngày, rau đắng rau thơm, rau lụa, lá chua, hẹ hành, cần nước, đọt xoài, bông điên điển, thân chuối, bắp chuối, cái nào cái nấy má tui bắt tui mần thiệt kỹ, không để lại một chiếc lá dập, một cọng giá gẫy. Có đủ đám rau này đâu phải dễ, bả phải dặn mấy bà bán rau quen mang từ vườn lên mới có, sống trên thành muốn ăn đúng kiểu miệt vườn cũng là chuyện trần thân. Dòm rổ rau không thôi, tui đã nuốt nước miếng nhịn thèm, thèm hơn bầu con so thèm ăn bậy ăn bạ. Nè hen, màu tím tía tô, màu ngọc rau đắng, màu trắng thân chuối, màu diệp hẹ nước, nắm bông điên điển vàng tươi, kế bên đọt xoài non xanh phơn phớt, mười đầu ngón tay của tui móp méo vì rổ rau, chị nhớ câu đố hoa chi vô nước héo queo hông? Hoa tay đó chớ hoa chi, mà tui có hay tay tui héo đâu nè, mùi rau thơm nó quyến tui say theo nó. Chưa kể tui phải gọt dưa leo cho thiệt khéo theo ý của má tui nữa chớ, cắt cái đầu trái dưa chà cho hung đặng lấy hết mủ đắng ra, sau đó mới gọt thiệt mỏng hai ba sọc, còn chừa lại chút vỏ xanh làm duyên, sau đó mới xắt ngang xắt dọc, sao cho miếng dưa lớn hơn cọng giá chút đỉnh là được, ngửi mùi rau thơm suông tình, thêm mùi mắm má tui đang lọc kề bên mà nước miếng tui trào dầm dề sự tiết tâm linh.

Má tui nấu mắm trên cái ông lò lửa than nóng hơ nóng hắc, nấu tới hồi khuấy lên mấy con mắm sặc ú nu thịt chỉ còn lại đám xương sống nhuyễn nhừ, là khi má tui dùng cái rổ khít rịt đặng lọc mắm, chất nước màu nâu nhạt đó được má tui đổ vô cái ơ đất bốc khói thơm lừng mùi tỏi sả phi thơm với thịt ba rọi. Mèn ơi! Tiếng xèo thiệt giòn cùng lúc mùi thơm bốc lên, chục nhà hàng xóm biết ráo nhà tui nấu mắm. Bà Sáu hụi (gọi bà Sáu hụi tại bà Sáu làm chủ ba bốn dây hụi trong xóm tui ở đó chị) gióng giọng khen:

- Nồi mắm thơm hung nha chị, có cho thơm dô nấu dí mắm hônnnn!

Hàng xóm hồi đó chung vách, thông nhau ba cái viên gạch có lỗ hổng nên coi như khỏi có gì giấu giếm nổi nhau. Má tui không trả lời bà Sáu hụi, mà rỉ rả nói chuyện với tui:

- Con thấy không, đờn bà mình mà, thương yêu mới nấu, chớ khơi khơi nấu chi cho mệt xác. Tay ai nói đọt măng, ngâm nước riết nổi u nổi nần, chơn ai nói gót sen, lội sình đi chợ miết nó nứt chẳng nứt chịch. Cái mùi mắm ai thèm ngửi phải hông, mà chồng ham ăn mình cũng học nấu, nấu rồi tóc tai hôi rình, gội chanh gội sả ba bốn bữa cũng không bay. Nói rồi má mới nhớ, ai nói con gái trong nhà như hũ mắm chưa khui, chớ má thấy hễ có chồng là có ôm hũ mắm, khéo giấu khéo che mắm thành món, hỗng khéo che hông khéo giấu nó tuầy huầy giòi bọ tùm lum, làng trên xóm dưới người ta cười thúi bông, vữa hèm có nước bỏ xứ mà đi. Ông chồng nào không ham của lạ, ông chồng nào không thèm mận thèm đào, vợ nhà qua ba bốn lửa mấy giả coi như me chua bần chát, má nói cho con hay đặng mà lo giữ thằng con trai của má, tướng tá nó ngon lành như Đổng Phi, mặt nó đẹp tựa như Tống Ngọc, con phải sắm tuồng khi Điêu Thuyền lúc Phàn Lê Huê mới kìm cương nó đặng nghen con.

Bữa nay má chỉ con nấu mắm và rau, mai mốt mắm chưng mắm hấp, mắm cuốn bánh tráng, mắm táng với dưa, mắm dùa vô hũ, mắm ngũ vị hương, mắm hường mắm lóc, í mà thôi má nói nhiều con đâu có nhớ. Chồng con nó mê mắm lóc chưng suông, món này dễ mần lắm, con rửa khứa mắm lóc cho sạch, bỏ vô tô hen, chan miếng mỡ lên, hai ba muỗng đường cát, rồi rắc tiêu cho dữ nó, sau cùng bỏ vô nồi chưng cách thủy, chừng thấy miếng mắm trong khe nhắc ra, cho nó ăn với cơm nóng gạo tám thơm, thêm miếng dưa leo nó ăn hết nồi cơm rồi cưng con khít rịch cho con coi.

Má chồng tui vậy đó, hễ có gì lo lắng trong lòng là bả nói không nghỉ, làm sao không lo đặng chớ, nấu mắm cho "đào" của chồng tới ăn sao không lo. Tui dám cá với chị một ăn mười là lúc đó trong lòng má tui ghen cuồn cuộn, ghen nổi sóng, ghen hỏa diệm sơn, ghen tới mức quên lấy chỉ máu ở sống lưng con cá bông lau ra luôn đó. Không lo không ghen dễ gì má tui quên cái chuyện này.

Hồi mới về làm dâu, má tui kèm tui đi mua cá. Má tui dạy tui lựa con nào ngon con nào tươi, con nào xuân sắc, con nào già ươn. Má tui chuộng con bông lau để nấu mắm, để kho tộ vì cục mỡ béo tròn quay ngay bụng, má tui dạy tui nhận dạng con bông lau ngoài sông khác với con bông lau nuôi trong cầu cá, người ta gọi nó cái tên dè bỉu là cá tra, loại này chuyên ăn cặn bã của người thải ra, hai đứa nó cùng họ hàng làng nước mà đứa trắng trẻo đứa đen thui, đứa dòm láng lẫy, đứa ngó u dề, nói thiệt nghen chị kiếp cá mà y chang kiếp người hen, hễ ăn uống cái chi nó phực lên bản mặt, nó giàn trải châu thân, con bông lau cục mỡ trắng trong, con cá tra cục mỡ vàng khè, cái mùi tanh bắt nhợn. Nghe má tui nói thôi tui đã thấy ớn, dù trước khi mang ra chợ bán người ta đã dộng nó trong nước sạch cả tuần.

Chưa hết nghe chị, má tui còn bắt tui cắt đầu cắt đuôi mớ tép bạc, đặng màu đỏ hường chen chung màu trắng của miếng cá bông lau. Rồi muốn mắm – cá – tép dính với nhau má tui thả thêm vô nồi ba bốn trái cà tím. Trái cà này nó còn có tên là "cà ông giặc", lần đầu tui nghe má tui gọi tên nó tui đâu có hiểu, tới chừng tui hỏi chồng tui, ổng nói tui nghe làm tui đỏ tía mặt mày, đấm vô lưng ổng như đánh trống đặng đỡ mắc cỡ. Chị hổng hiểu ha, chị dìa nhà hỏi lang quân của chị là ra chớ chi.

Cuối cùng rồi "đào" của ba chồng tui cũng tới, cổ tới bằng xe xích lô. Ba chồng tui trong bụng có đánh lô tô hay không mà mặt ổng tỉnh rơ tỉnh rụi, thằng em chồng tui rút lui đâu từ hồi xế, nó thoái thác mắc đi mần, con em chồng tui cũng xin đi chợ Sài-Gòn mua vải, rồi ghé nhà bạn học, vậy là chung quanh cái bàn cơm có năm người cả thảy. Tui nói trước với chồng tui:

- Tụi mình ngồi yên heng anh, tui ráng học má cách bảo vệ hạnh phúc gia đình.

Chồng tui nhìn tui cười mơn:

- Anh không dám giống ông già đâu, cưng đừng sợ.

Chiếc bàn ăn hồi đó thiệt gọn, khi ăn cơm mới mở hai cánh cùng lúc kéo cái chân ngang ra là cái bàn đang ốm nhom ốm nhách ngang hơn hai viên gạch bông

Thủ-Đức, dài cỡ chục viên bỗng tròn vo tròn ịch, ăn xong xếp lại nó nằm im re sát vách. Mang tiếng ở thành thị hào nhoáng, chớ nhà cửa hẹp san sát nên phải có lầu, ngang bốn thước sâu mười thước, thêm cái hàng ba hai thước để xe là căn nhà lý tưởng lắm rồi. Má tui trồng kiểng đặng bớt nhớ quê, cây ngâu nằm trong chậu gốm con rồng Bình Dương, cây mai chiếu thủy ngự trong chậu gốm con phượng Thủ Dầu Một, hai cái chậu này má tui nhờ người mua giùm. Thủ Dầu Một là thị xã còn Bình Dương là tỉnh, nên coi mòi má tui trọng con rồng mua tại chợ Bình Dương hơn con phượng mua ở chợ xã, má tui ưa chỉ cái bọt không khí ở cái mình con phượng mà nói:

— Sao thì sao gốm thị xã cũng không bằng gốm tỉnh.

Đám bông ngâu thơm thiệt dịu ban ngày, mai chiếu thủy tỏa hương khuya sớm, khách ghé nhà ai cũng trầm trồ:

— Nhà có chi mà thơm mà ngọt dị chị Bảy Hạnh.

Nghe khen dị, hai gò má bả đỏ y như tha phấn Coty. Hiếm ai biết tên tục của má chồng tui lắm.

Thấy chiếc xích lô ngừng ngay cửa, tui biết mình là người phải ra đón khách, người khách má tui mời mà không muốn đón. Tui biết chắc một điều má tui phân ranh giới rành rọt giữa bạn và thù, đội trời chung hay không không đội trời chung nữa chớ. Tại sao tui biết ha chị, tại tui phụ má tui nấu bếp, dọn bàn ăn chớ chi.

Má tui nêm nồi mắm thiệt kỹ, cùng lúc canh lửa thiệt đều, để cà tím tan mà không rữa, miếng thịt ba rọi lên màu, khứa cá bông lau ngậm mắm trở hồng.

Trên bàn ăn má tui bầy bộ chén kiểu ông tiên chạy chỉ vàng thay cho bộ chén đá thường ngày. Cái tủ trà có mặt kính dầy sáu ly má tui chưng đủ thứ trong trỏng, cái chính là chén kiểu mua từ bên Tàu mỏng teng màu xanh lục thiệt đẹp, đũa má tui bày bộ đũa sơn mài đen có đầu đỏ son mát mắt. Hai cái thố trắng múc mắm, cái dĩa hột xoài bày rau, đâu đó tinh tươm. Bộ bàn khách má tui điệu đà cắm bình bông trang vàng đỏ, cùng mấy nhánh ngâu xanh có bông nhuyễn thơm thơm, cái mùi thơm không ngọt mà đỗ qua phía chua tí đỉnh.

"Đào" của ba tui cho tới giờ tui cũng không biết tên họ là chi, dáng dấp cũng kiều kỳ chín mười y như má tui chớ không ít, cổ bán vé cho hãng hàng không Việt Nam, ba tui ưa bị đi đây đó, ghé hãng lấy vé miết mà quen với cổ, rồi mấy ông bạn hì hụi ghép oan gia mà ba tui được tiếng có "Đào", từ cái tiếng không có gì ầm ĩ, chỉ là có cho vui với người ta tới cái tiếng đồn rùm vang vọng như tiếng cồng tiếng chuông trong ngày chùa có lễ, nó dội tới tai má chồng tui, mèn ơi cái tiếng nó dầy nè:

- Giả có phước hết sức trong nhà có nội tướng mặt hoa da phấn, ra đường có ngoại tướng mắt phượng mày cong.

Má tui dằn lòng bao đêm thổn thức tui không biết, mà ai nhắc chi tới hãng hàng không Việt Nam, là má tui hỏi tới con nhỏ bán vé có đôi chơn mày cong, cho tới ngày má tui đường đường ngồi nhà chờ cổ tới đặng má tui coi mắt.

Má tui nói:

- Mình chánh nó tà, mắc chi tốn công tìm coi nó, mình kêu nó tới dinh đường bày trận, vậy mới cao, ông già mắc dịch của bay khó có đường đối chối, ba mặt một lời còn hơn có con triện của ông Thiên Lôi, đánh là đánh, khỏi cần canh qua giờ chính ngọ.

Tui thiệt không hiểu má tui đánh cái gì khi nghe má nói, tại má tui hiền queo hà, tui nghiệm ra khi đàn bà ghen, ai cũng giống như bà Phàn Lê Huê. Chị không nhớ tích bà Phàn Lê Huê hả, trong Tiết Đinh San Chinh Tây á, bả giỏi võ lắm lận, đàn bà giỏi võ nhiều khi cũng khổ nha chị, Phàn Lê Huê bị cha và em trai rượt đánh, bả nhịn chạy dài, tới hồi bị đánh quá bả đỡ, chỉ có đỡ không thôi mà cha và em trai chết ngắt, nên mang tiếng dữ tới giờ.

Ấu Tím - 17

Bởi dị tui mới nói, đàn bà ghen y như bà Phàn Lê Huê, khi nhịn thì ráng gồng cho êm cửa êm nhà, tới hồi nhịn hết nổi ra tay chống đỡ là mấy ổng khó mà kình lại là vậy đó.

Sau khi phân ngôi chủ khách, ba chồng tui nói chỏng:

- Cô ngồi đó tự nhiên.

Quay qua tui ổng nói:

- Pha cho cô đây ly chanh đá nghe con.

Má tui ra chiêu phủ đầu liền:

- Con pha trà gừng cay nó, hôm nay ăn mắm uống đá chanh tụi nó hổng hạp, cô đây đau bụng má mắc tội đầu độc vì ghen à con!

Tui dòm không thấy mặt cô biến sắc chi ráo, cô chỉ cười mỉm chi cọp. Đà này má tui đụng nhằm thứ dữ chớ không phải thứ vừa như má tui tính.

Cái bàn tròn vậy mà hay, ba tui ngồi kế má tui, rồi tới tui, phía bên ba tui là chồng tui, cho nên "đào" của ba tui ngồi đối diện với má tui. Chèn đét ơi, lần đầu tiên tui thành người tiếp khách, tui múc mắm dô chén cho cổ, gắp rau này rau kia cho cổ, tiếp cổ miếng chanh, thêm dô miếng ớt, cổ ngồi ăn nhỏ nhẻ, dạ nhịp miết.

Cổ khen nồi mắm ngon, ăn vừa miệng, má tui thả nhẹ:

- Người xưa nói hễ đàn bà nấu ăn ngon dễ giữ chồng, cô khen tui nấu mắm ngon mà không biết tui có giữ chồng nổi không đó cô.

Nghe vậy cô vội vàng trả lời:

- Chị à, tui bảo đảm với chị anh đây là người chồng tốt, chị khỏi cần giữ, ảnh cũng không đi mất đâu chị, tui thiệt là kính mến ảnh, tại tui biết tình ảnh dành cho chị đằm thắm lắm, ai chọc ghẹo gì cũng một lòng cùng chị, tui cũng cầu cho mình kiếm ra một người chồng giống ảnh .

Má tui nghiến:

- Tui không mời cô tới nhà, dám cô dính với ổng quá ha!

Cổ nói liền:

- Tui cũng có nghe người ta đồn tui là đào của ảnh, thiệt ra có gì đâu chị, ảnh tới lấy vé máy bay, tui làm việc ngay đó không cười nói thì mất việc sao chị, mấy ông bạn của ổng ghép bậy bạ, sai ổng vô lấy vé miết, ảnh hiền đâu hay mấy ông bạn muốn phá, nên nghe ổng đánh tiếng chị mời tới nhà tui tới liền đây nè. Nói nào ngay tui cũng muốn nhìn chị tận mặt, nghe hoài bắt tò mò, chị có mưu chước chi mà được chồng mê dữ dậy chớ.

Má tui ra chiều:

- Dà, cô nói dậy tui biết dậy, "dò sông dò biển dễ dò - chớ ai lấy thước mà đo lòng người" cô, trước mặt tui cô cho tui lên mây, sau lưng tui cô rù quến ông nhà tui làm sao tui biết đặng, cô có ăn học, có đi mần, tui ở trong nhà canh ông lò sáng trưa chiều, làm sao canh đặng chồng ngoài ngõ.

Ba tui hết nhịn đặng:

- Cô đây nói đúng đó em à, anh biết trong bụng em buồn anh dữ, nên anh mới để em gặp cô đây, ba mặt một lời có thằng Hai cùng vợ nó nữa, không lẽ anh có dạ phụ em sao chớ.

Cô tiếp lời: - Chắc chị không biết đàn bà thèm đàn ông ở cái tướng, mê đàn ông ở cái biết điều, mà thương là ở cái đáng tội nghiệp, mấy ông nào biết ba điều này đi cua gái dính ráo đó chị. Tui nói cho chị biết anh đây có tướng, biết điều mà không đáng tội nghiệp, quần áo gọn gàng có nghĩa là nội tướng lo đầy đủ, không than vãn vợ ăn hiếp, không lo lắng làm giàu cho vợ mua hột xoàn, không ham ăn đường ăn chợ. Tui tới nhà đây dòm trong ngoài ngăn nắp, không luộm thuộm, tổ ấm như vầy tài thánh chi tui phá nổi chị ơi.

Má tui dằn:

- Cô đẹp sang chắc đàn ông theo sau hằng hà, tới ông nhà tui đây còn mang tiếng theo cô, tui dễ tính lắm cô, hễ biết chồng muốn phụ mình tui thà phụ ổng trước, đàn bà ghen không biết trước mình sẽ làm gì, nói ra mang tội chớ…

Cô chen ngang:

- Chị à, tui ghé đây cũng mang hộp bánh phu thê cùng cái thiệp hoa này đặng mời anh chị ghé nhà dự đám cưới của tui, chị đừng lo rầu mà hao hại cho hạnh phúc của chị nghen chị.

Quớ trời, nghe câu này xong mặt má tui nhẹ tưng.

- Ừa! Tui nghĩ ra món chi nấu mời bạn tui ăn rồi chị, nấu mắm chớ chi.

- Thiệt tình tui tưởng ghen tuông chi hấp dẫn, tui ngồi nghe im re, ai dè kết thúc lãng nhách.

- Không lãng đâu nghen chị, muốn giữ chồng chị phải yêu chiều chồng, làm sao cho ổng không có điểm nào để đàn bà dòm dô thấy tội nghiệp, thấy đáng thương, nút áo sứt chị lo may nó lại, quần sứt lai chị phải mau lên lai, nấu cho ổng ăn phủ phê, lâu lâu cho ăn lạt đổi món khỏi bị thèm.

Á thôi chị ơi, mơi mốt tui kể tiếp chuyện chiều chồng đặng chồng mê hen, tui nói hoài tới khuya hông hết chuyện.

Ấu Tím
Xuân 2009.

Tên thật: Lý Tuyết Mai
Những bút hiệu khác: Mimosa, Mai Trắng, Lý Tiểu Thơ
Hiện cư ngụ tại Nam California, Hoa Kỳ

Tác phẩm in chung:
Bản Hợp Tấu
Hương Đời Kỳ Diệu (Phụ Nữ Việt, 2007)
Tuyển Tập Phụ Nữ Việt 2008
Viết Về Nước Mỹ 2008,2009

Cánh Thép Xa Đời

Trước Noel một tuần, Ngọc Yến và Phương Lan tới nhà tôi. Theo sau hai đứa là một anh chàng không trắng trẻo nhưng đẹp trai, cao ráo trong bộ áo bay màu xám, thẳng tắp. Vừa ngồi xuống ghế xa-lông trong phòng khách là Phương Lan đã tía lia giới thiệu:

- Đây là anh Kiều, người anh hàng xóm của tao, hoa tiêu F5, một cánh thép cô đơn, mới được nghỉ phép về Sài Gòn.

Quay sang Kiều, Lan nói:

- Còn đây là Bảo Trân, hay là nàng thơ Mai Trắng của 12C1 Gia Long, anh Kiều muốn thưởng thức tài năng của nàng thì cứ vào vườn thơ của nguyệt san Tiếng Sóng là sẽ gặp nàng ngay.

Rồi Lan quay lại phía tôi nói tiếp:

- Này nàng thơ Mai Trắng, anh Kiều cũng là một cây viết tên tuổi của vườn thơ Tiếng Sóng đấy nhé. Hồi xưa thì anh làm thơ học trò nhưng bây giờ anh chỉ viết thơ tình, thơ lính mà thôi.

Kiều nghiêng đầu làm điệu chào tôi:

- Thật hân hạnh, tôi đã được nghe danh của Mai Trắng từ lâu, hôm nay mới được gặp mặt nhà thơ.

Tôi đập nhẹ vào vai Lan:

- Mi chỉ giới thiệu nhảm nhí, anh Kiều đừng nghe nó, lâu lâu Mai mới gửi một vài bài viết đăng báo cho vui thôi, danh với tiếng nỗi gì.

Ánh mắt Kiều tha thiết:

- Mai không tin tôi là một trong những độc giả trung thành của nhà thơ Mai Trắng hay sao? Tôi đã để ý đến nhà thơ này từ ngày những câu thơ nũng nịu như:

Ai bảo anh sang trường người ta học
Chờ làm chi trên lối nhỏ em về…

xuất hiện trên Tiếng Sóng và tôi vẫn thường xuyên theo dõi bài viết của Mai Trắng. Này nhé, bài thơ gần đây nhất Mai gửi đăng trên Tiếng Sóng là bài thơ "Đọc Báo Mùa Chinh Chiến", viết về Mùa Hè Đỏ Lửa phải không? Bài thơ có những câu thơ làm ấm lòng người:

Thầm lo, người ở vùng hỏa tuyến
- Anh, với những người bạn thân quen -
Đời trai, vận nước mùa chinh chiến
Khải hoàn, một giấc mộng bình yên
………
Đêm đêm em vẫn thầm cầu nguyện
Lối gió đường mây tránh đạn thù
Bình yên cánh thép về hậu cứ
An toàn sau những chuyến tuần du…

Tôi có chuyển bài thơ cho cả đám bạn cùng phi

đoàn đọc. Có thằng đã chảy nước mắt, lo cho đời sống đường mây trên lằn đạn của chúng tôi, mạng số do trời, chỉ mong sao tránh được cái cảnh:

Cánh thép thêm hoa giữa nến đèn

Vì biết tôi có viết bài cho Tiếng Sóng, nên bọn chúng đã giao cho tôi cái trách nhiệm đi tìm xem Mai Trắng là ai, có liên hệ gì đến những màu áo xám này không mà thương yêu cánh thép nhiều đến vậy. Ngờ đâu hôm nay tôi có duyên gặp được nhà thơ rồi. Nhất định hôm nào Mai Trắng phải cho cả bọn chúng tôi diện kiến đấy nhé…

Phương Lan chen vào:

- Thôi được rồi mấy nhà thơ ơi, khoan khoan nói chuyện dông dài. Anh Kiều phải để con nhỏ Trân vô trong nhà sửa soạn còn đi chơi với mình nữa chứ.

Tôi nhìn Lan hỏi:

- Tính đi đâu chơi vậy?

Lan đáp:

- Anh Kiều vừa được về phép, nên rủ tao với nhỏ Yến đi ăn kem, dạo phố hay ciné gì đó, đi ba người thì hơi lẻ nên tới rủ mi đi cho tròn.

Tôi lên lầu xin phép ông bà nội rồi xuống nhà sửa soạn. Ngọc Yến và Phương Lan theo tôi vào trong phòng. Phương Lan dành phần lựa quần áo cho tôi, con nhỏ nói:

- Tao phải lựa cho mi một bộ cánh nào mong manh như mây trời để cho anh chàng Kiều chết mê chết mệt vì cái nét ngây thơ vô… số tội của mi mới được.

Vừa lục tủ quần áo của tôi Phương Lan vừa hỏi:

- Sao, mi thấy anh chàng Kiều này hào hoa không? Vậy mà đang làm cánh thép cô đơn đó, hát hoài cái câu *"…đời tôi cô đơn nên yêu ai cũng vô duyên, đời tôi cô đơn nên yêu ai cũng không thành…"* Tao tính giới thiệu anh chàng cho mi đó. Hỏi thiệt nghe, mi thấy anh Kiều có hơn anh chàng Vũ nào đó, bạn của cậu mi không?

Tôi nghe tim nhói đau khi Phương Lan nhắc đến một cánh bằng đã gãy.

Trong những người bạn bay cùng phi đoàn với cậu thì có lẽ tôi thích Vũ hơn tất cả. Có thể vì Vũ hiền nhất trong những người phi công đó, Vũ không biết nhậu đến "trời đất cũng cuồng quay" như cậu và những người bạn khác của cậu. Cũng có thể là Vũ trẻ nhất, anh vừa rời ghế học đường, lại hay thích nói chuyện thơ văn với tôi nên tôi thấy gần gũi với anh hơn. Vũ thích thổi kèn harmonica và hay thổi những bài nhạc thật buồn. Tôi có hỏi tại sao anh không thổi những bản nhạc vui thì anh bảo:

- Em không thấy là những bản nhạc buồn nó... hay hơn những bản nhạc vui sao? Mà quê hương mình chiến tranh hoài, có gì vui đâu.

Trái với những người bạn khác của cậu, (không dám gọi tôi bằng cháu, chỉ lúng túng gọi tôi bằng tên) Vũ gọi tôi bằng em. Anh gọi tôi bằng em và xưng anh từ những ngày đầu gặp gỡ. Bạn của cậu lúng túng là phải vì họ đâu có hơn tôi bao nhiêu tuổi đâu mà "dám" gọi tôi là cháu, phần đông họ nhỏ tuổi hơn cậu hoặc cùng lắm là bằng tuổi cậu. Mà cậu thì chỉ hơn tôi đúng chín tuổi.

Cậu có cả năm, sáu người bạn thân trong cùng phi đoàn và dù cậu biết là con nhỏ cháu mê màu xám của những cánh thép ngang trời, vẫn ước mơ đan khăn ấm cho chàng thắt lại trước khi *"...phi đạo chạy dài anh cất cánh bay lên..."*, nhưng cậu đã nhiều lần cảnh cáo mấy "thằng bạn" là không được "thân mật" với tôi. Không phải cậu sợ bạn xuống vai vế gọi cậu là... cậu, mà cậu chỉ sợ có một ngày con nhỏ cháu rơi vào cái cảnh *"...ngày mai đi nhận xác chồng, say đi để thấy mình không là mình...".*

Nhưng cậu đã không ngăn cản khi thấy tôi thân thiết với Vũ, có lẽ, cậu biết là Vũ không có ý tán tỉnh tôi. Vũ chỉ cần một người bạn để tâm sự vì Vũ cô đơn quá.

Vũ không có anh em gì cả, Vũ là con độc nhất trong gia đình, mà gia đình lại lạnh nhạt với anh. Nguyên do cũng tại Vũ hết thôi, đáng lý ra Vũ không phải vào quân đội, nhưng anh lại tình nguyện vào quân trường khi vừa học xong năm thứ nhất ở Luật Khoa. Việc Vũ gia nhập quân đội làm cha Vũ nổi trận lôi đình, mẹ Vũ buồn khóc đến nỗi phát ốm nhưng cũng không làm sao ngăn bước chân Vũ lại. Vũ giải thích với tôi:

- Sau một mùa hè theo các đoàn sinh viên đi dựng lại nhà cửa, những cây cầu cháy đổ ở một miền quê bị chiến tranh tàn phá về anh học không vô nữa. Anh nghĩ anh cũng nên góp một bàn tay để giữ vững quê hương một cách tích cực hơn theo lời kêu gọi: *"...lúc quốc biến bao người con thân yêu ra đi, tiếc tấm thân mà chi..."*

Và Vũ đã gia nhập vào đại gia đình Tổ Quốc Không Gian. Sau khi hoàn tất khóa tu nghiệp lái trực thăng Vũ đã về bay cùng một phi đoàn Hoàng Ưng với cậu. Là phi công trẻ tuổi, đẹp trai mà Vũ chẳng có số đào hoa chút nào (như cậu và những người bạn cậu), Vũ chẳng có đến lấy một người em gái hậu phương để đưa nàng đi dạo phố. Vũ bảo, trước khi vào quân đội thì Vũ cũng từng có người yêu, người con gái Vũ quen và yêu từ hồi Vũ còn học ở Chu Văn An, nhưng cô nàng bực tức vì Vũ bỏ học đi lính ngang xương nên không thèm liên lạc với Vũ nữa. Vũ nói:

- Anh cũng không buồn, không trách, vì đời lính sống nay chết mai, anh không muốn làm ai kia vướng bận. Rồi thì anh cũng quên thôi.

Vũ nói thì nói vậy chứ tôi biết Vũ còn nhớ người con gái kia lắm, vì lúc nào tôi cũng thấy mắt Vũ vướng buồn. Tôi cũng không sao quên được ánh mắt u buồn của Vũ trong bức ảnh đặt trước những nến đèn ngày hôm đó, ngày mà tôi theo cậu đến tiễn đưa anh. Nhìn cậu và những người bạn nghẹn ngào chào Vũ phút cuối cùng tôi đã xúc động ghi vào bài thơ của tôi những câu:

Bạn bè anh trở về - miên viễn -
Cánh thép thêm hoa giữa nến đèn
Anh lặng người trong ngày đưa tiễn
Nghẹn ngào gọi mãi, cái tên quen

Và tôi cũng đã nghẹn ngào gọi tên Vũ nhiều lần khi thả xuống theo anh những cánh hoa hồng vàng, màu tôi yêu thích. Tôi không phải là người yêu của anh nên không dám gửi cho anh những đóa hoa hồng nhung đỏ thẫm, tràn ngập ý nghĩa yêu thương nhung nhớ. Tôi chỉ có những kỷ niệm rất hiền hòa với Vũ trong những ngày anh về phép, khi anh rủ tôi đi dạo với anh trên những con đường xanh ngắt màu lá me dẫn về ngôi trường của anh học cũ, hay khi anh đến tìm tôi để hai anh em ngồi nói chuyện vu vơ trong một góc vườn nhà.

Kỷ niệm nhỏ nhoi hôm nào lại hiện về trong trí tôi. Buổi chiều hôm đó Vũ và tôi ngồi ở trong vườn nhà tôi, dưới giàn hoa thiên lý đang trổ đầy. Trước khi ra về, anh đứng dậy hái một chùm hoa thiên lý vàng tươi vừa nở, ngát hương thơm, cài lên mái tóc tôi. Ra đến cổng, đã bước đi rồi anh còn quay lại nhìn tôi, anh định nói với tôi điều gì đó nhưng lại thôi. Lần đó là lần cuối cùng tôi gặp Vũ...

Chuyện qua đã lâu rồi, nhưng nước mắt tôi vẫn rơi mỗi lần tôi nghĩ về Vũ. Tôi cúi xuống kéo tay áo chùi nước mắt.

Ngọc Yến nãy giờ đứng dựa lưng ở một góc tủ khoanh tay nhìn nhỏ Lan lăng xăng chạy tới chạy lui lựa quần áo cho tôi, thấy tôi khóc, nó bèn mắng Phương Lan:

- Con nhỏ Lan này vô duyên tận cùng bằng số luôn, mi hết chuyện nói rồi sao mà đương không nhắc tới anh Vũ làm chi cho nhỏ Trân nó buồn, nó khóc rồi kìa.

Phương Lan xuýt xoa:
- Xin lỗi nghe Trân, tao không cố ý đâu.

Tình cờ sao Phương Lan lại chọn ra cái áo lụa màu hoa thiên lý mà có lần tôi đã mặc để đi chơi với Vũ. Tôi lặng im thay áo rồi ngồi xuống bàn trang điểm. Da tôi đã trắng mịn sẵn rồi nên tôi không cần tô son trét phấn cho nhiều. Tôi chỉ cần đánh một lớp phấn kem lót thật nhẹ, thoa một chút phấn hồng trên má, tô một chút son màu nhạt trên môi và vẽ thêm hai đường mi đen cho vùng mắt thêm sâu. Tôi tháo mái tóc nãy giờ vẫn quấn gọn ra sau thành đuôi gà xuống, uốn quăn sơ vài ba lọn tóc ở cuối phần đuôi rồi thả dài trước ngực. Tôi trang điểm đơn sơ như thế này có đủ làm cho anh Kiều chết mê mệt vì tôi không?

Anh Kiều chở Phương Lan bằng cái xe Yamaha màu xanh của nó. Còn tôi đi theo Ngọc Yến. Ngọc Yến thường ngày vẫn đi học bằng cái xe PC như tôi, hôm nay lại đến nhà tôi bằng cái xe Honda dame màu đỏ, chắc nó mượn của chị Ánh. Hai chiếc xe nhanh chóng nhắm hướng Sài Gòn trực chỉ.

Ăn kem xong, Phương Lan bỗng đổi ý không muốn đi ciné nữa, con nhỏ đòi đi dạo bến Bạch Đằng. Anh Kiều cũng đồng ý bảo lâu quá rồi anh cũng chưa nhìn lại bến sông Sài Gòn. Gửi xe xong bọn tôi đi bộ dọc theo bờ sông ngắm cảnh. Chiều thứ bảy, mát trời nên người qua lại dập dìu. Vì đã lỡ nói là "giới thiệu" anh Kiều cho tôi nên Phương Lan đành nắm tay Ngọc Yến dung dăng dung dẻ đi trước, để cho tôi và anh Kiều đi đằng sau có cơ hội "làm quen" với nhau.

Đi vòng vòng một hồi mà bọn tôi tới gần nhà hàng nổi Mỹ Cảnh lúc nào không hay. Yến và Lan mang giày cao gót nên mỏi chân, bèn bỏ lại cái ghế đá gần gốc cây cổ thụ ven đường ngồi nghỉ mệt. Kiều rủ tôi tản bộ ra đứng gần cái hàng rào thấp làm bằng những sợi giây xích lớn gần bờ sông nhìn sóng nước. Trời mùa đông nên chiều xuống thật nhanh. Những ánh nắng cuối ngày trải mỏng manh trên sóng nước êm đềm tạo nên một khung cảnh bình yên, thơ mộng. Hai chúng tôi cứ đứng như thế nhìn hoàng hôn xuống lặng lẽ bên sông. Kiều chợt nói:

- Anh là phi công mà vẫn cứ mê sóng nước, chắc có lẽ vì một phần đời của anh đã dính liền với những giòng sông ở quê nhà. Hồi anh còn nhỏ thì gia đình anh làm vườn ở Cần Thơ, sau đó thì ba anh chuyển qua Mỹ Tho buôn bán một thời gian dài, cho tới năm cuối cùng của trung học nhà anh mới về an cư ở tại Sài Gòn.

Tôi hỏi:

- Nếu gia đình anh ở Mỹ Tho thì chắc anh có học một vài năm ở trường Nguyễn Đình Chiểu hở?

Anh nhìn tôi:

- Mai cũng biết trường Nguyễn Đình Chiểu sao? Anh học hết sáu năm trung học ở đó chứ một vài năm gì. Anh chỉ đổi về học ở Petrus Ký đầu năm lớp mười hai thôi.

Tôi nói như reo:

- Xém chút nữa thì Mai được làm "hàng xóm" của anh rồi. Hồi mới thuyên chuyển về Mỹ Tho làm việc bố cũng đã định đem hết mấy chị em Mai về trường Lê Ngọc Hân học. Nhưng coi bộ tình hình chiến sự không yên nên bố đã để mấy đứa ở lại Sài Gòn với ông bà nội. Tuy vậy mỗi mùa hè chị em Mai đều có dịp về Mỹ Tho nghỉ hè, được bố đưa về Gò Công hái trái sêri.

- Mai có về Cần Thơ chưa? Cần Thơ nổi tiếng với bến Ninh Kiều. Không phải là chủ quan nghe, nhưng anh cảm thấy bến Ninh Kiều đẹp hơn là bến Bạch Đằng nhiều.

Tôi cười:

- Cồn Phụng ở Mỹ Tho gần như vậy mà Mai còn chưa qua tới, nói chi đi Cần Thơ cho xa. Bà nội của Mai nói Mai có căn Mẫu Thoải nên Mai không được qua sông, qua nước, qua phà. Cứ hễ mỗi lần bố muốn dẫn Mai qua cồn Phụng chơi là trời mưa to, sóng lớn, mấy lần ra đến bờ sông rồi cũng phải quay về. Vậy mà Mai vẫn thích ra bờ sông ngồi nhìn thuyền bè qua lại, nhìn sóng nước êm đềm trong ánh hoàng hôn.

Kiều gật gù:

- Anh cũng vậy, hễ có dịp về Cần Thơ thăm ông bà nội, bận cách mấy anh cũng ra thăm bến Ninh Kiều một lần, nhìn sóng nước. À này, Mai đã có ngồi ăn tối trên những nhà hàng nổi bên sông chưa? Thú lắm khi cảm nhận được sóng nước dập dềnh ở dưới chân mình.

Rồi Kiều kéo tay tôi:

- Đi em, mình rủ Yến và Lan đi ăn tối ở nhà hàng Mỹ Cảnh.

Kiều quay lại gọi Yến và Lan:

- Anh còn đủ tiền để đãi mấy em một bữa ăn sang đây. Hôm nào về đơn vị rồi thì tính sau.

Tôi và Ngọc Yến, chưa được vào Mỹ Cảnh bao giờ nên không phản đối nhưng tôi thấy con nhỏ Phương Lan có vẻ miễn cưỡng làm sao, chắc tại nó quen thân anh Kiều nên biết rõ túi tiền của ông anh hàng xóm. Tôi đưa mắt nhìn Ngọc Yến, nhưng con nhỏ tỉnh bơ nhìn lại tôi nhún vai ra điều - cho anh chết luôn, ai biểu anh đòi làm sang - rồi Ngọc Yến kéo tay tôi bước lên chiếc cầu gỗ dẫn vào nhà hàng.

Nhỏ Ngọc Yến tuy tinh nghịch nhưng cũng ý tứ, nó lựa cái món ăn nhè nhẹ cho đỡ khổ túi tiền anh. Tôi cũng chọn một món ăn chơi, ngon hơn ăn thiệt. Phương Lan thì khỏi nói, con nhỏ cũng nổi tiếng kén ăn nên cũng chọn một món nhẹ nhàng. Anh Kiều nhìn mấy cái món ba đứa tôi chọn rồi bảo:

- Mấy cô đừng có sợ anh lủng túi nghe. Anh còn dư tiền để đãi một chầu ciné nữa đó.

Ăn xong cơm chiều, vì mấy cô con gái giữ eo không gọi thêm món tráng miệng nên anh Kiều bảo gọi café uống cho ấm bụng. Phương Lan nhõng nhẽo nói:

- Điệu này là tụi em thức trắng đêm luôn.

Anh Kiều vừa quấy đường trong ly café của Phương Lan vừa bảo:

- Chứ không phải là mấy cô vẫn uống café để thức gạo bài thi sao?

Tôi cười:

Bảo Trân - 29

- Đúng rồi. Không biết con nhỏ Phương Lan cằm ràm nỗi gì chứ đêm nào Mai cũng phải cầu viện café đen để thức học bài. Riết rồi Mai không uống café có đường được nữa.

Anh nhìn tôi:

- Thật sao? Vậy là mình có nhiều ý thích giống nhau. Từ lâu rồi anh cũng thích uống café đen đậm không đường.

Tôi vừa múc muỗng café đậm đắng đưa lên môi, chưa uống vào mà thấy lòng đã nghẹn. Tôi nghe lời nói sao quen. Có phải Vũ cũng đã từng nói với tôi là anh cũng thích uống café không đường từ sau những ngày thi cuối khóa? Tôi cúi xuống nhìn ly café với ý nghĩ trong đầu:

- Không phải chỉ có anh thích uống café đen không đường. Còn có một người khác nữa. Một cánh thép xa vời…

Ngọc Yến vẫn ngồi ử hử bên cạnh tôi từ hồi vào tiệm ăn, đưa tay sang vỗ nhè nhẹ vào đùi tôi, có lẽ con bé cũng biết tôi đang nghĩ đến Vũ nên nhắc chừng tôi đừng để rơi nước mắt.

Kiều đưa ly café lên nhấp một ngụm rồi hỏi rất nhỏ, như chừng chỉ để tôi nghe:

- Anh nghe Phương Lan nói Mai có người cậu cũng là phi công hở?

Lòng tôi như chùng lại. Từ lâu rồi, tôi đã cố quên cánh thép đã thật xa vời đó. Tôi có thể nói gì với anh về cậu đây? Vì từ sau mùa hè đỏ lửa đó thì cậu đã thật sự trở thành… một bóng mây. Tôi chớp mắt:

- Cánh thép đó đã xa rồi. Thôi đừng nhắc đến anh Kiều nhé. Nào bây giờ nói chuyện về anh cho Mai nghe đi. Tại sao tên anh là Kiều, sao không giống tên con trai chút nào vậy hở?

Anh cười:

- Tên thật của anh không phải là Kiều. Ninh Kiều là bút hiệu anh đã chọn từ ngày xưa khi anh còn đi học. Dần dà rồi bạn bè gọi anh là Kiều luôn, thành quen. Đôi khi anh cũng quên luôn cái tên thật của mình. Thế Mai có muốn biết tên thật của anh không? Để nhớ... Hôm nào trời lành lạnh như ngày hôm nay rủ anh đi uống café nhìn sóng nước êm đềm.

Tôi giật mình. Coi bộ anh chàng Kiều này đã muốn đốt giai đoạn thật nhanh rồi đó. Tôi liếc mắt về phía Phương Lan, con nhỏ uống café có đường mà sao mặt mũi nhăn nhó trông thảm hại đến thế kia? Tôi nhìn qua Ngọc Yến, con nhỏ vẫn thản nhiên ngồi nhâm nhi café nghe tôi và Kiều đối đáp. Tôi nói:

- Thôi, để Mai gọi anh là Kiều đi để nhớ Ninh Kiều, một bến nước dễ thương. Và anh cũng đừng nhớ tên thật của Mai, cứ gọi Mai Trắng cho tròn tình văn nghệ...

Tôi cảm thấy như mũi giầy của Ngọc Yến đang khều nhẹ lên mũi giầy tôi ở dưới gầm bàn, rồi con nhỏ đứng dậy bảo:

- Yến xin phép vào trong kia một chút.

Hiểu ý Yến, vài giây sau tôi cũng nói xin lỗi với anh Kiều và Lan rồi đi vào theo Yến. Ngọc Yến đón tôi ngay ở phía trong phòng vệ sinh, nó rít lên nho nhỏ:

- Trời ơi, tại sao mi chậm tiêu dữ vậy? Mi có thấy con Lan nhấp nhỏm như đang ở trên lửa đỏ, than hồng không chứ mà còn ngồi đó hẹn hò!?

Tôi lắc đầu:

- Tao có hẹn hò gì đâu, nhưng tao thật tình không hiểu, tại sao con Lan bảo giới thiệu anh Kiều cho tao mà bây giờ nó lại nhăn nhó, khổ đau.

Yến thì thầm:

- Mi có biết anh Kiều là ai không? Người yêu trong mộng của con Lan đó. Thật ra thì anh Kiều là người anh hàng xóm và anh chàng để ý đến chị Phương Tú, chị kế của Phương Lan, chứ không phải để ý đến nó. Hồi đầu thì chị Tú cũng có cảm tình với anh Kiều nhưng cả hai người đều chưa ai nói tiếng hẹn hò yêu thương gì hết ráo. Trong khi anh Kiều đi tu nghiệp ở Mỹ thì chị Tú được một anh chàng sinh viên học năm thứ tư Y Khoa theo đuổi ráo riết. Và chị Tú đã mềm lòng trước cái tương lai rực rỡ của một ông bác sĩ đẹp trai, con nhà giàu mà lại là con một. Khi anh Kiều về nước thì nàng đã quay lưng. Anh chàng thất tình nhưng vẫn chăm chỉ sang thăm người xưa để nuôi một hy vọng hão huyền là một ngày đẹp trời nào đó thuyền sẽ quay về bến cũ. Nhưng chỉ buồn cho anh là lúc nào anh sang nhà nàng thì Phương Tú cũng tránh mặt, để một mình Phương Lan ra tiếp đón. Phương Lan thích anh nhưng nghĩ tới cái chuyện ngày xưa anh theo đuổi chị Phương Tú của nó nên cũng thấy kỳ kỳ. Con nhỏ mượn cớ dẫn anh đi tìm bạn gái giới thiệu cho anh để được đi chơi với anh. Khổ thân nó, muốn ăn mà cứ làm bộ gắp bỏ chén người.

Tôi ngỡ ngàng:

- Con nhỏ thiệt là khùng, may là gặp tao chứ lỡ gặp người... "gắp ăn" thiệt thì nó tính làm sao?

Yến tắc lưỡi:

- Thì vậy mới nói. Tao đã cản nó từ đầu rồi mà nó không nghe. Nó biểu để thử lòng anh Kiều. Tao cũng không ngờ là anh chàng Kiều này bị "sét đánh" mau như vậy. Khi thấy mi với anh chàng nói chuyện rộn rã như bắp rang tao đâm ngại, nên tao mới nói trước cho mi hay để mi tha cho người trong mộng của nó đi.

Tôi thở dài:

- Tao đã có tình ý gì với anh Kiều đâu mà tha với thả, chẳng qua là...

Tôi chưa nói xong hết câu thì Phương Lan đẩy cửa bước vào, mắt con nhỏ xịu buồn thấy rõ, nó đứng bên cạnh tôi vừa rửa tay vừa hỏi:

- Sao, mi có vẻ hợp rơ với anh Kiều rồi đó hả? Anh Kiều nói đêm Noel anh với nhóm bạn cùng khóa họp lại mở một cái *bal*. Anh muốn mời mi và con Yến đó, tụi mi có đi được không?

Tôi đưa mắt ra dấu cho Yến rồi trả lời:

- Chắc là không được rồi. Tao với con Yến có hẹn đi xem lễ nửa đêm với thằng Phương Điền Vỹ, em tao. Còn anh Kiều của mi hả, "nhóc" quá, đâu có chững chạc như anh Vũ của tao mà mi bảo là tao hợp.

Mặt Phương Lan tươi tỉnh hẳn lên nhưng nó cũng làm bộ xít xoa:

- Trời đất, mi nói nhỏ chút, anh Kiều của tao điển trai như vầy mà mi dám chê, ảnh mà nghe được thì ảnh buồn ghê lắm đó.

Ba đứa tôi trở ra ngoài. Kiều đã tính tiền xong, đang ngồi chờ đợi. Anh hỏi tôi và Yến có còn muốn đi ciné không nhưng tôi bảo là không xin phép nhà đi lâu như vậy nên thôi để tôi với Yến về trước. Tôi và Yến cũng ngỏ lời cám ơn anh đã cho chúng tôi một buổi chiều rong chơi vui vẻ và một bữa cơm tối ngon miệng. Chúng tôi lại đi bộ về chỗ gửi xe nhưng lần này tôi và Yến nhanh chân đi trước, để anh Kiều và Phương Lan thong thả bước theo sau.

Tôi gặp lại Kiều một lần nữa trước mùa thi khi anh đến đón Phương Lan ở vườn hoa cư xá vàng, cái cư xá đối diện với góc trường tôi, ở trên con đường Phan Thời Nhiệm. Khi ba đứa tôi đến nơi thì anh đã có mặt ở chỗ hẹn, đang ngồi trên yên xe đọc báo. Mấy hôm trước, Phương Lan đã vui vẻ báo tin với tôi và Yến là chuyện của anh với nó đang tiến triển tốt đẹp. Hồi này anh không còn cay cú chị Phương Tú của nó nữa, mấy lần anh qua nhà nó mà lỡ có gặp anh chàng sinh viên Y Khoa thì anh cũng thản nhiên bắt tay thăm hỏi. Lần nào về phép anh cũng đến trường đón nó, dẫn nó đi ăn kem, đi dạo bến Bạch Đằng. Hôm nay anh cũng đang nghỉ phép nên buổi sáng anh đưa nó đến trường, rồi buổi trưa sau giờ tan học anh lại đến trường đón nó đi chơi.

Phương Lan và Ngọc Yến giao cho tôi với Kiều ngồi canh mấy cái xe để hai đứa nó đi mua đậu đỏ bánh lọt và bò bía cho cả bọn chúng tôi ăn. Chắc anh Kiều và Phương Lan đã "thân mật" với nhau lắm rồi nên con nhỏ không sợ là tôi sẽ "cướp" mất anh trong tay nó nữa.

Kiều đã bỏ tờ báo vào giỏ xe đằng trước nhưng vẫn ngồi một chỗ trên yên xe nhìn tôi. Còn tôi thì ngồi đối diện với anh ở một góc ghế đá. Tôi và anh cứ thế ngồi im lặng nhìn nhau. Thật im lặng! Hình như anh có vẻ giận tôi. Sau cùng tôi cố làm vẻ tự nhiên để phá bầu không khí nặng nề này nên bắt chuyện hỏi thăm:

- Anh Kiều vẫn khỏe chứ? Anh đã bay được bao nhiêu chuyến từ khi về đơn vị mới? Có chuyến bay nào nguy hiểm lắm không?

Nhưng Kiều không trả lời những câu hỏi của tôi. Anh rời xe, đến gần chỗ tôi ngồi, nhìn thật sâu vào mắt tôi anh hỏi:

- Mai chê anh "nhóc" hở? Có thật là anh "nhóc" lắm không?

Tôi lúng túng không biết trả lời sao. Tôi không ngờ là con nhỏ Phương Lan mách lại với anh lời dối gian mà tôi bắt buộc phải nói với nó. Làm sao tôi giải thích cho anh nghe là tôi cũng… mến anh ghê lắm, mến từ lúc đầu khi nhìn thấy màu áo xám của anh, vì từ lâu màu xám mây trời đã là sợi dây vô hình trói buộc tôi và những cánh thép xa vời. Tôi đã mến anh hơn từ những giây phút đứng yên lặng bên cạnh anh nhìn hoàng hôn trên sóng nước. Nhưng mà, sở dĩ tôi không dám "thân mật" với anh bởi vì con nhỏ bạn Phương Lan của tôi đã trót… thương anh rồi. Tôi ấp úng:

- Ý Mai muốn nói là… anh tuổi trẻ, tài cao, anh là hoa tiêu F5 mà, Mai có dám chê anh "nhóc" đâu.

Kiều thở dài:

- Chắc tại mình không có duyên với nhau. Nhưng dù sao thì anh cũng cám ơn Mai đã cho anh một buổi chiều nồng ấm…

Rồi Kiều nhìn về hướng Phương Lan và Ngọc Yến đang bưng đồ ăn đi tới, anh nói thật nhỏ trước khi bước đến tiếp tay cầm mấy ly nước cho Lan với Yến:

- Anh muốn cho Mai biết một điều, cho tới giờ phút này thì Phương Lan cũng chỉ đơn thuần là người em hàng xóm của anh thôi.

Tôi đã không gặp lại Kiều một lần nào nữa vì trước ngày bãi trường năm đó, Phương Lan buồn rầu nói cho tôi và Yến biết là anh Kiều đã thuyên chuyển ra phục vụ ở một phi đoàn gần vùng hỏa tuyến, nên anh không có dịp về Sài Gòn thường xuyên để cùng nó đi dạo phố như trước.

Tôi có làm một bài thơ cho Kiều, xem như là một lời tạ lỗi nhưng vì bận rộn ôn bài vở cho ngày thi sắp đến nên tôi đã không có dịp gửi bài thơ đăng báo. Rồi tôi cũng quên lửng bài thơ đó đi.

Sau khi rời Gia Long, tôi và Ngọc Yến cùng vào Văn Khoa nhưng hai đứa có hai thời khóa biểu khác biệt nhau vì tôi theo ban Anh Văn, còn Yến theo ban Việt Văn. Thỉnh thoảng hai đứa chỉ gặp nhau ở sân trường hay những lúc vào thư viện tra cứu thêm tài liệu. Còn Phương Lan thì theo học Kinh Thương Minh Đức cho gần nhà nên sự liên lạc của tôi và nó thưa dần.

Một buổi sáng mùa đông, Ngọc Yến lên lầu tìm tôi ở giảng đường Bốn, con nhỏ đưa cho tôi một trang báo nhỏ xé nham nhở, xếp làm tư. Ngọc Yến hẳn học nói:

- Mi đọc đi, đúng là không tin tưởng được mấy cái anh chàng không quân đa tình, bay bướm này, có người yêu mà vẫn mơ tưởng tới người khác, tao sẽ đưa bài thơ này cho con Lan đọc để nó xé xác anh chàng ra trăm mảnh.

Tôi mở trang báo, một bài thơ mới đăng ở trong vườn thơ tờ nguyệt san Tiếng Sóng. Bài thơ có tựa đề "Mơ Ước" và tác giả là - Ninh Kiều, cánh thép cô đơn - Kiều đã viết:

Anh chỉ có một ước mơ duy nhất
Đưa em về quê cũ, một ngày vui
Tay đan tay mình dạo bến sông dài
Và lặng ngắm hoàng hôn trên sóng nước

Nhưng mơ ước, chỉ hoài là mơ ước

Bảo Trân - 35

Khi chúng mình đã chẳng hiểu lòng nhau
Hẹn làm chi? Cho lỡ một nhịp cầu!
Cho vương vấn, quất quay hồn lính trẻ

Em yêu hỡi, phương này anh vẫn thế
Phố thị buồn, thờ thẫn bước đơn côi
Thành phố xa, cũng với bến nước dài
Anh lại ước, có em, người em nhỏ

Đã có lần anh trở về lối cũ
Nhìn hoàng hôn trên sóng nước. Buồn thôi!
Anh đã mơ, một lần nữa trong đời
Bên em, ngắm hoàng hôn trên sóng nước...

Tôi xếp lại bài thơ đưa trả cho Yến rồi nhẹ nhàng bảo nó:

- Khi anh Kiều gửi bài thơ này đăng báo, thì anh đã không ngại là con Lan sẽ đọc được, nên mi đừng đưa cho nó đọc làm chi cho nó thêm buồn. Tao không biết sau này chuyện của nó với anh Kiều ra sao nhưng theo tao hiểu thì bây giờ Lan vẫn chưa có thể... xé xác anh Kiều ra trăm mảnh.

Rồi tôi kể lại cho Yến nghe những lời nói của Kiều trong lần gặp lại ở cư xá vàng trước mùa thi. Yến dậm chân, tức tối:

- Mi khùng, con Lan khùng và anh chàng Kiều kia cũng khùng luôn. Mi thì được yêu mà không dám yêu lại. Con Lan thì người ta không yêu mình mà cứ mơ tưởng là yêu. Còn anh chàng Kiều thì yêu mà không dám tiến tới, chỉ dám ngồi than thở cho mối tình đơn phương. Để tao nói, nói ra hết cho hai người hết khổ, thà là, chỉ có một người buồn.

Tôi kéo tay nó ngồi xuống bên cạnh tôi:

- Mi làm gì mà gấp rút thế kia. Thì cứ để xem ông tơ bà nguyệt có se đúng mối chỉ hồng. Nếu tao và anh Kiều có duyên thì còn ngày gặp gỡ, phải không?

Nhưng rồi sau đó, tôi bỏ dang dở mùa học ở Văn Khoa, rời bỏ quê hương tuần lễ cuối cùng của tháng Tư đen. Tôi đã không có dịp gặp được Yến, Lan, Kiều một lần sau cuối.

Một buổi chiều cuối tháng năm trong trại tị nạn Pendleton, trên đường đi thăm gia đình cô Hà từ dãy lều trại Tám về, tôi nghe được một mẩu nhắn tin mới từ loa phóng thanh: "Ninh Kiều, một cánh thép cô đơn, ra đi từ những ngày cuối cùng vội vã, lạc lõng trên xứ lạ, đang mong tin của người thân và bạn bè. Mai Trắng, em ở đâu? Nếu em vẫn độc hành trên bước đường tị nạn thì hãy liên lạc với cánh thép ở lều điều hành để chúng ta còn có những buổi chiều êm đềm nhìn hoàng hôn trên sóng nước."

Tôi bàng hoàng. Đúng là Ninh Kiều thật rồi, bởi vì đâu còn ai ngoài anh để muốn cùng Mai Trắng nhìn ngắm sóng nước êm đềm trong ánh hoàng hôn. Anh cũng có mặt trong trại tị nạn miền Nam Cali này như tôi sao? Lều điều hành không xa lều của gia đình tôi là mấy và tôi cũng hay đi lên lều tôn giáo cũng ở gần lều điều hành để dự lễ mỗi cuối tuần mà sao tôi chưa lần nào gặp anh? Chắc là anh vừa mới đến? Anh dám gửi lời nhắn tin tìm Mai Trắng trên máy phóng thanh như thế này thì có nghĩa là con nhỏ bạn Phương Lan của tôi đã không có dịp đi cùng với anh sang bến bờ tự do.

Từ ngày rời bỏ quê hương ra đi, tôi vẫn mang những bước độc hành trên bước đường tị nạn vì cho đến giờ này tôi vẫn chưa có ai để tiếc nuối là đã bỏ quên một nửa phần hồn ở bên kia bờ đại dương. Tôi nghĩ, nếu tôi đáp lời tìm gặp lại Kiều trong lúc này thì chắc là anh sẽ... mừng ghê lắm. Núi rừng Pendleton này không có bến sông dài cho chúng tôi ngồi bên nhau nhìn sóng nước nhưng chúng tôi sẽ có những ngày sánh đôi với nhau trên những con đường mòn dẫn vòng quanh trại ngợp đầy hoa dã thảo vàng tươi. Và chúng tôi sẽ có những ngày tản bộ lên đỉnh đồi trại Một ngắm cảnh hoàng hôn mà nhớ đến quê nhà.

Nhưng tôi lại nghĩ... lỡ rồi tôi có những phút yếu lòng thì sau này làm sao tôi dám gặp lại nhỏ bạn Phương Lan của tôi đây? Giờ này nếu còn kẹt lại ở Việt Nam thì chắc Phương Lan đang khóc nhớ Ninh Kiều nhiều ghê lắm.

Tôi còn ở lại trại tị nạn thêm một tuần lễ. Suốt một tuần lễ, tôi tránh không đi ngang qua lều điều hành vì sợ sẽ gặp Kiều. Suốt một tuần lễ, ngày nào tôi cũng được nghe lời nhắn tin của cánh thép cô đơn. Nhưng những lời nhắn tin này đã được rút lại ngắn gọn: "Ninh Kiều, cánh thép cô đơn, rất mong tin của người thân, bạn bè và... Mai Trắng."

Nhưng tôi đã không đến lều điều hành để liên lạc với "cánh thép cô đơn" như lời anh kêu gọi. Thôi thì, nếu tôi và Ninh Kiều đã không có chút duyên tự thuở ban đầu thì bây giờ cũng không nên kết nợ cùng nhau.

Buổi sáng một ngày đầu tháng sáu, gia đình tôi rời trại tị nạn lên đường đi sang Louisiana định cư. Trước lúc lên xe bus ra phi trường, tôi có gửi lại cô thư ký ở nơi làm giấy tờ xuất trại một lá thư nhỏ, nhờ trao về cho cánh thép Ninh Kiều ở lều điều hành. Lá thư chỉ vỏn vẹn mấy hàng, bốn câu cuối cùng trong bài thơ ngày xưa tôi đã viết:

Sóng nước hoàng hôn đã nhạt rồi
Phút đầu gặp gỡ, lỡ làng thôi
Đã không duyên nợ, thôi đừng tiếc
Nhớ chuyện ngày xưa, chỉ ngậm ngùi...

Bảo Trân
(10/28/08)

Tên thật: Nguyễn Thị Bình
Sinh tại Sài Gòn
Hiện cư ngụ ở miền đông Canada

Tham gia vào các Tuyển tập của Phụ Nữ Việt
từ năm 2006

Cổng Xe Lửa Số 7

(Viết cho B...)

    - "Bảo" nổi lên rồi...
    Thằng Thanh ngồi trước cửa nhà chú Tư Cảnh Sát hát đi hát lại câu hát ấy, con Bình cằn nhằn với thằng Bảo:
    - Cái thằng buồn cười! Làm gì mà mới sáng sớm nó cứ hát đi hát lại câu đó vậy?
    Thằng Bảo vừa cười vừa nói với em:
    - Nó gọi anh đi chơi đó. Mày không nghe nó hát "Bão" thành "Bảo" sao?
    Con Bình lầm bầm:
    - Cái thằng! "Bão" mà hát thành "bảo". Muốn kêu anh thì cứ vào kêu, mắc gì ngồi đó hát?

Anh em thằng Bảo, con chú Tư Cảnh Sát, người Bắc nên phân biệt hỏi ngã rõ ràng, còn thằng Thanh là cháu ông Tư bán cà phê, người Nam, nên phát âm "bão", "bảo" giống nhau, muốn kêu thằng Bảo ra ngoài chơi, nó hát "Bảo nổi lên rồi, từ miền Nam quê hương thân yêu..."

Mấy đứa trẻ hàng xóm Cổng xe lửa số 7 hay rủ nhau đi chơi, những trò chơi thường thấy của bọn con trai như đá banh, bóng chuyền, tán cây, tạt lon... và của bọn con gái như banh đũa, nhảy dây, ô quan, cò cò... Thỉnh thoảng trai gái cũng chơi chung. Mấy đứa nhỏ hơn, khoảng bốn, năm tuổi thì hay chạy theo con Bình chơi "nhà chòi", nó làm chị Hai, rồi đặt theo tuổi, em Ba, em Tư, em Năm… Chúng chạy đi kiếm giấy vụn, gỗ vụn, cây vụn, về một góc rồi đem đốt lên, giả bộ nấu cơm. Chúng đổ nước vào một cái lon sữa bò, bỏ lên nấu, rồi hái rau sam, rau dại ở bên đường bỏ vào, thế là có được nồi rau luộc hấp dẫn, ngon lành! Chúng lượm nắp phén giả làm những cái chén và que cà rem giả làm đũa, làm bộ sì sụp ăn nhưng thực tế chẳng bỏ vào miệng miếng nào. Có một lần chú Tư Cảnh Sát thấy được, chú la con:

- Sao lại có cái trò chơi cháy nhà thế nhỉ?

Con Bình thắc mắc thì chú bảo:

- Chỉ có cháy nhà mới phải ra xó chợ, đầu đường nấu nướng như vậy, con ạ.

Thế là từ đó, con Bình không rủ mấy đứa con nít chơi trò đó nữa, nó ngồi trên cái võng ny-lông treo trước cửa nhà chia thời khóa biểu giờ ngủ, giờ ăn, giờ đi học. Nó giả tiếng gà gáy "ò ó o" cho canh một, canh hai, canh ba... rồi chị Hai kêu các em thức dậy đánh răng, rửa mặt, thay quần áo đi học, tất cả các động tác đều được mấy đứa nhỏ làm theo như người ta diễn kịch câm trên sân khấu, rất điêu luyện. Rồi có một lần, mấy đứa nhỏ kháo nhau con Dung, thằng Tùng mới bốn tuổi đầu đã rủ nhau chơi trò người lớn, con Bình thấy ghê, nên không rủ tụi nó chơi "nhà chòi" nữa.

Con Bình hay qua nhà con Liên chơi. Nó nhớ mãi buổi đầu tiên tới học mẫu giáo ở trường Tân Khoa, con Thanh và con Liên vui mừng chạy ra đón nó, con Liên còn dắt tay nó vào lớp. Con Thanh ở kế nhà con Ngọc, từ Cổng xe lửa số 7 vào sâu hơn, con Bình ít vào chơi nên không quen lắm, còn nhà con Liên cách nhà con Bình có hai, ba căn, nó chạy qua hằng ngày, đủ bốn buổi sáng, trưa, chiều, tối, nên con Bình thân với con Liên hơn. Nó rành nhà con Liên lắm. Con Ngà, cháu gọi con Liên bằng dì hay chạy theo con Bình chơi nhà chòi. Con Ngà còn thích nghe con Bình kể chuyện, vì con Bình hay kể chuyện đời xưa cho mấy đứa nhỏ hơn nghe. Tụi nhỏ chưa được đi học, chưa biết chữ, nên được chị Bình kể cho nghe thì khoái lắm! Thằng Ngọc là anh con Ngà, nó viết chữ bằng tay trái, cứ bị má nó đánh hoài mà nó cũng không sửa được. Nó còn cái bệnh đái láu, cứ hở một tí là lại chạy đi tiểu, con Bình thấy tội nghiệp nó lắm, có nói chị con Liên đừng đánh nó nữa nhưng má thằng Ngọc không nghe.

Con Bình ra giúp mẹ ra bán thuốc lá trên đường Lý Chính Thắng, tức Yên Đổ cũ, gần cái bót cảnh sát ngày xưa chú Tư làm, sau năm 75 đã trở thành đồn công an. Công an sau năm 75 không giống như cảnh sát thời chế độ cũ. Cảnh sát không đuổi bắt những người bày bán lòng lề đường như công an. Chuyện đuổi bắt xảy ra hằng ngày, đến nỗi con Bình bất bình làm thơ chửi xéo:

"Ngày ngày chưa rõ mặt người
Ào ào một lũ như ruồi xông ra,
Xông vào hàng quán người ta..."

Những tên công an thời đó mặc áo vàng. Hễ dân bán buôn thoáng thấy màu áo vàng là hè nhau bỏ chạy. Chẳng thế mà có một lần, thằng Cúc bên xóm Dầu Hắc, bày bán xăng trước trường Lê Lợi, tức La-San Hiền Vương cũ, thấy công an, nó liền cầm lít xăng bỏ chạy, tên công an đuổi theo kêu:

- Đứng lại! Đứng lại, không tao bắn!

Bình Nguyên - 41

Thằng Cúc vẫn chạy, nó sợ mất lít xăng, ngày mai cụt vốn không có tiền buôn bán nữa và nó nghĩ là nó sẽ chạy thoát, nhưng rồi cuối cùng nó đã không chạy thoát. Tên công an đã nổ súng, bắn thật! Thằng Cúc bị bắn ngay bụng, một đống ruột đổ ra ngoài, thằng cháu nó đứng bên kia đường Yên Đổ cũng bị viên đạn oan nghiệt trúng ngay tay. Mấy anh xích-lô, mấy chị bán hàng rong, xúm lại chở thằng Cúc lên bệnh viện Bình Dân trên đường Phan Thanh Giản cũ, nhưng nó bị mất máu quá nhiều, nên không sống nổi. Mọi người rùng mình sợ hãi, bóng công an như bóng hung thần, họ nghỉ bán mấy ngày nhưng rồi cái bụng cồn cào lại đẩy họ ra đường chạy đua với công an. Thằng Cúc chết cái lúc còn quá nhỏ, chết mà không hiểu vì sao, chưa hiểu rõ những khúc mắc của cuộc đời, chưa hiểu cả những luật lệ, luật pháp của xã hội, của con người. Cái tuổi mười ba, mười bốn, cái tuổi người ta bảo "ăn chưa no, lo chưa tới", nhưng nó đã phải ra lăn lộn với cuộc đời, để kiếm sống... Người công an bắn thằng Cúc, không biết lúc bắn nó, ông nghĩ gì, một phần tử xấu xa của xã hội cần phải tiêu diệt để giúp đỡ xã hội hay để chứng tỏ công an là những người có súng, muốn dùng lúc nào thì dùng, để chứng tỏ quyền uy của mình? Cổng xe lửa số 7 vẫn chứng kiến cảnh rượt đuổi mỗi ngày giữa công an và những người bán hàng rong cho dù thằng Cúc đã chết, người ta vẫn không sợ.

Người đến, người đi, người sống, người chết, cái Cổng xe lửa số 7 vẫn trơ trơ, chứng kiến bao nhiêu chuyện xảy ra ở đó. Ông bà Bắc có căn nhà khá lớn trong xóm, bề ngang của căn nhà gần gấp rưỡi những căn nhà khác. Gọi "Ông bà Bắc" là gọi theo ông, vì ông là người Bắc, chứ bà là người Huế. Ông thì hiền, bà thì dữ, không ai dám dây dưa vào. Một đêm kia, hàng xóm giật mình thức giấc vì nghe tiếng la hét phát ra từ phía nhà ông bà:

- Bớ người ta, ăn cướp! Bớ người ta cứu tôi với.

Tiếng kêu tắt nghẹn khi có nhiều người chạy tới, rồi một ngọn lửa bùng lên, ông Bắc chết cháy trong đám lửa, còn bà Bắc ngồi ngật ngừ ngay cửa, nên không ai vào được, đến lúc đem bà ra được tới ngoài, thì bà đã tắt thở, không nói được lời nào. Người ta đồn ầm lên, kẻ bảo ông giết bà, rồi đốt nhà tự tử. Người nói, ông bà giàu có, nên bị ăn cướp, cướp của rồi giết người bịt miệng, và đốt nhà để phi tang dấu vết. Còn những tin đồn khác, người ta chỉ thầm thì, không dám nói ra. Mấy tháng sau căn nhà bị tịch thu, trở thành trụ sở của phường đội. Mấy anh thanh niên trong phường tới đó gác, thường kháo nhau, vẫn thấy bóng ông bà Bắc ngồi ở trước cửa khóc đòi nhà. Tụi con nít mỗi lần đi ngang đó, lại sợ hãi! Từ đó, mỗi lần bóng đêm buông xuống là con Bình lại sợ, đêm huyền bí, đêm đe dọa chuyện gì cũng có thể xảy ra.

Có một buổi tối, khi xe lửa chạy ngang nhà ông bà Bắc, một người đàn bà trên xe lửa bị té xuống khỏi xe lửa và bị kéo lê đi cả hàng chục thước. Xe lửa chạy khỏi, người ta xúm nhau lại coi, một người đàn ông cũng chạy tới, chen vào, rờ rẫm người đàn bà khắp nơi, miệng lẩm bẩm: "May quá, mình mẩy, tay chân còn nguyên!" Ông nhờ người xung quanh gọi xe chở vợ ông đi nhà thương, mọi người trù trừ đưa mắt nhìn nhau, không biết người đàn bà này có phải vợ ông không, hay ông ta là một tên gian đang toan tính rờ rẫm kiếm xem bà ta có của quý gì không để ăn cướp? Những ánh mắt nghi kỵ, nhưng rồi người ta vẫn gọi xe để chở người đàn bà đi. Thế là lại có tin đồn, nào là bà ta bị ăn cướp đẩy bà ta khỏi xe lửa, nào là bà ta cãi nhau với ông chồng, nên nhảy ra khỏi xe lửa để đe dọa. Cũng có lời đồn rằng bà Bắc trở về kéo chân người đàn bà đó, nên bà ta mới bị rớt ra khỏi xe lửa. Cổng xe lửa số 7 chứng kiến bao nhiêu chuyện như vậy xảy ra hằng ngày, những bí mật vẫn không tìm ra giải đáp.

Thằng Bảo bị kêu đi nghĩa vụ quân sự. Nghĩa vụ của những thanh niên đến 18 tuổi là phải đi lính. Chiến trường Việt - Trung những năm đó khá sôi bỏng. Thanh niên nào đến tuổi cũng phải đi nghĩa vụ, ngoại trừ một số người có tiền chạy chọt thì không phải đi. Thằng Bảo rất hăng say hoạt động trong các công tác ở phường. Nó có nụ cười thật rộng, lúc nào cũng nở trên môi, nên không những chỉ có con gái, con trai, con nít thích nó, mà cả ông già bà cả trong xóm cũng thích nó nữa. Thằng Bảo thấy việc đi nghĩa vụ cũng chẳng có gì là ghê gớm, nên nó hăng say đi. Nó vào quân trường Quang Trung, xóm Cổng xe lửa vắng hẳn đi. Thằng Thanh, cháu ông Tư Cà Phê không còn ra trước nhà chú Tư Cảnh Sát hát nữa. Thằng Dũng nhà ở cách nhà ông bà Bắc mấy căn, vào thăm thằng Bảo ở quân trường Quang Trung và rủ thằng Bảo trốn đi vượt biên với nó, nhưng không biết vì thằng Bảo sợ, hay vì chú thím Tư Cảnh Sát không có tiền mà cuối cùng nó không đi với thằng Dũng. Mấy tuần sau, người ta không nhìn thấy thằng Dũng ở xóm đường rầy xe lửa nữa, mọi người kháo nhau nó đã đi thoát. Thằng Bảo buồn, nhớ bạn, cầu mong cho nó được bình yên.

Con Liên chạy ào vào nhà, nói với ông Ba, cha nuôi của nó:

- Ba ơi, anh Bảo chết rồi.

- Hả? Tao mới thấy nó hôm tuần trước đây mà.

- Ảnh chết rồi, hội phụ nữ đang ở nhà ảnh báo tử kia kìa.

Ông Ba vội vàng chạy qua nhà thằng Bảo. Là tổ trưởng tổ dân phố, chuyện gì xảy ra trong tổ ông cũng biết, nhưng chuyện thằng Bảo chết quá bất ngờ vì ông vừa thấy nó về thăm gia đình cách đây mấy ngày. Nó còn cười tươi chào ông, trông khỏe mạnh lắm kia mà, sao tự nhiên chết lẹ vậy? Chú thím Tư Cảnh Sát đang khóc lóc thảm thiết. Khóc to nhất là con em kế thằng Bảo, tiếng khóc của nó làm ông không ngăn được nước mắt. Con Bình và thằng anh kế của nó, ngồi thu lu một góc nhà, ngước nhìn mọi người, không hiểu chuyện gì, không biết vì chúng còn quá nhỏ, hay vì chúng nó còn đang chưa tin được là anh chúng nó đã chết? Bọn thằng Thanh cũng xúm vào coi. Thôi thế là từ nay, thằng Thanh không còn có dịp để ngồi trước nhà thằng Bảo hát "Bảo nổi lên rồi..." nữa. Con Bình ngẩn ngơ, nhìn mọi người bu quanh nhà mình, mà vẫn còn chưa hiểu rõ chuyện gì xảy ra với anh nó.

Xác thằng Bảo được quàn ở chùa trong nghĩa trang Đô Thành. Bà nội nó có căn nhà lớn trên đường Lê Văn Duyệt cũ, vừa khóc, vừa chửi, bà chửi chế độ đã giết chết cháu bà. Bà khóc và chửi dữ quá, mọi người phải kéo bà vào, vì sợ người ta sẽ bắt bỏ tù bà, nhưng bà nói bà không sợ, hãy cứ để cho bà chửi. Con Bình khóc theo bà, nó cũng cảm thấy bất mãn. Chỉ mới vài ngày, nó thấy bố mẹ nó như già đi cả chục tuổi. Mẹ nó xuống tóc, nó tiếc cho mái tóc dài thiệt dài của mẹ nó, nhưng làm gì thì làm, anh Bảo nó cũng không về nữa.

Bạn thằng Bảo ở quân trường đợi đến ngày cuối tuần mới tới thăm bạn lần cuối cùng được. Chia buồn với gia đình chú Tư Cảnh Sát xong, mấy người bạn kể cho mọi người nghe những phút cuối cùng của cuộc đời thằng Bảo. Các anh thi nhau kể, thằng Bảo bị sốt cao, xin nghỉ, cấp trên chỉ những tấm bạt treo trên tường với những câu "Bệnh nhẹ là không bệnh", "Bệnh nặng là bệnh nhẹ", và bảo thằng Bảo bệnh nhẹ, không có việc gì, cứ việc ra tập quân sự tiếp. Bạn bè thấy tội nghiệp, nói vào giùm, nhưng lệnh là lệnh, thằng Bảo vẫn phải ra tập với bạn bè. Rồi nó chịu không nổi, gục xuống, người ta chở nó vào trong bệnh viện, không biết vì không có thầy thuốc hay vì nó bệnh quá nặng, nên nó qua không nổi, nó tắt thở, lìa đời. Bệnh viện bỏ xác nó vào trong hòm, rồi mới báo cho quân trường biết, lúc đó quân trường mới báo về cho phường biết, rồi phường mới đi báo tử với gia đình. Các anh còn nói rằng, các anh xin cấp trên cho phép về trước để báo cho gia đình thằng Bảo biết, để gia đình tùy cơ định liệu nhưng cấp trên không cho. Họ sợ bị kỷ luật nên không dám cãi lệnh.

Chính phủ cắt hết các cổng xe lửa, từ ga Sài Gòn ra Bình Triệu, vì thế gia đình bà Ba, bà Tư Gác cổng xe lửa thất nghiệp, không còn việc làm nữa. Bà Ba có làm chè trôi nước bán, nhưng cái đó chỉ phụ vô thêm, chứ không đủ cho hai vợ chồng bà sinh sống. May mà, hai ông bà không có con cái, chỉ có mấy đứa con nuôi, là con của bà Năm Mỹ. Bà Năm Mỹ được gọi như vậy vì ngày xưa bà làm cho sở Mỹ, bà chỉ có mấy đứa con, mà không có chồng. Con Liên, bạn con Bình là con út của bà, nó nhìn không giống người Việt Nam. Bà Năm Mỹ cũng bán thuốc lá giống thím Tư, vợ chú Tư Cảnh Sát, vẫn hằng ngày chạy đuổi với công an. Bà hiền lành, chậm chạp, mỗi lần nhìn thấy mẹ và bà Năm chạy, con Bình cảm thấy bất mãn, đã có lần nó nổi xung thiên, chửi cả công an, bị tên công an dọa bắn, nên nó ghét công an lắm và ghét cả màu vàng! Bà Năm Mỹ quá nghèo, không kiếm đủ tiền để nuôi con, phải nhờ ông bà Ba Gác cổng xe lửa nuôi giùm. Hai người con lớn, đã có thể tự lo lấy thân, chỉ còn mỗi con Liên... Cổng xe lửa số 7 không giữ nổi chân bà Ba. Mất việc, bà muốn về quê xoay nghề khác, hy vọng sẽ khá hơn chăng?

Một buổi chiều, trời âm u, con Bình nghe bà Ba nói với con Liên:

- Thôi, má "dìa" quê. Ở đây đâu còn "diệc" gì nữa đâu mà làm? Rồi lấy tiền đâu ra mà sống? Má lo cho má còn hông xong, làm sao lo nổi cho mày? Má "dìa" một mình, còn con ở lại "dới" má con nghen?

Bà Ba Gác cổng xe lửa khóc, con Liên khóc, con Bình cũng khóc theo. Thế là mọi người sẽ rời xa. Cổng xe lửa số 7 không còn nữa, con người cũng không còn ở đó. Bà Ba già lắm rồi, chẳng biết còn sống được bao lâu, xã hội chung quanh điêu đứng, kinh tế miền Nam suy sụp, chế độ thay đổi, con người phải sống chụp giựt mỗi ngày, người trẻ còn không sống nổi, nói gì tới người già? Mọi người rủ nhau đi, người chết, người vượt biên, người về quê, tứ tán... Ba người không có liên hệ gì với nhau đứng ngay khúc đường rầy Cổng xe lửa số 7 khóc ngon lành!

Người phụ nữ đi ngang qua Cổng xe lửa số 7. Tất cả đã thay đổi, không còn lại vết tích gì như xưa? Căn nhà của chú Tư Cảnh Sát đã thành căn nhà mặt tiền, với hai mặt đưa ra hai góc phố. Những linh hồn như ông bà Bắc, thằng Bảo, thằng Cúc có còn ở đâu không, hay tất cả đã biến mất vào hư vô? Cái quá khứ dường như chẳng bao giờ có. Ông bà Ba bây giờ còn không? Bà Năm Mỹ có còn không? Con Liên bây giờ ở nơi nào?

Hai vợ chồng chở nhau đi ngang Cổng xe lửa số 7, người chồng hỏi người vợ, em có rành đường phố Sài Gòn không? Người vợ cười, Sài Gòn thì em không rành lắm, nhưng đây là Cổng xe lửa số 7, ngày xưa, em đã từng sống ở đây, nên cũng biết chút chút. Quá khứ hiện về, không rõ nét lắm, vì hai người chỉ đi ngang qua, chứ không ghé vào. Cảnh cũ không còn, con người cũng không còn ở đó nữa, ghé lại làm gì?

Bà Tám nhận được cú điện thoại, người đầu dây bên kia xin phép được nói chuyện với vợ chồng Quốc, kế bên nhà bà Tám, mới ở nước ngoài về, mà nhà chưa có điện thoại, phải dùng số điện thoại nhà bà. Bà Tám đấm dẳng trả lời:

- Ở đây, không có ai tên Quốc hết. Xí, bây giờ, nhà có điện thoại rồi, ra đường hổng thèm nhìn ai, thấy mà ghét!

Rồi bà bỏ điện thoại xuống, cũng không thèm qua hàng xóm gọi người. Điện thoại ở Việt Nam trong những năm 90, còn là những món hàng xa xỉ. Nhà nào có điện thoại trong xóm là oai ghê lắm, thường thường là người có người nhà ở nước ngoài. Vì thế, dịch vụ cho thuê điện thoại nảy ra, cứ mỗi một cú gọi, người nghe phải trả cho người chủ của cái điện thoại vài ngàn đồng hiện hành. Vợ chồng Quốc từ Canada về, thấy bất tiện, nên xin mắc điện thoại trong nhà, nhưng để mắc được một cái điện thoại trong nhà, cũng phải đợi khá lâu, nên tạm thời vẫn phải dùng số điện thoại của bà Tám. Vài hôm sau, người em gái gọi cho người chị hỏi thăm, sao không gọi cho em, người chị kể lại câu chuyện trên, còn giả cả giọng Quảng, giọng của người chủ cái điện thoại và la cô em sao hách dịch, để người ta ghét? Người em đính chính, em có dám hách dịch với ai đâu?

Người chị tới thăm vợ chồng cô em. Vợ chồng cô em mời vợ chồng người chị qua bên nhà hàng xóm uống cà phê. Cũng trong những năm 90, những căn nhà ở Việt Nam đua nhau mở thành quán cà phê, quán hủ tiếu, quán phở dã chiến, hay cả những tiệm tạp hóa. Những căn nhà vẫn được dùng để ở, nhưng chủ nhân bày thêm hàng ra trước cửa để bán cho những người trong xóm làm biếng nấu, hay cho những kẻ đi qua, người đi lại. Những quán dã chiến này, không có bảng hiệu, không cần môn bài, cứ mạnh ai nấy bán, để kiếm thêm chút tiền sinh sống cho gia đình. Giá cả của họ lại rất bình dân, nên không ai cảm thấy lạ lùng. Bà Tám vừa bước ra chào khách thì người chị kêu lên:

- Ủa, bà Tám nè! Có phải bà Tám, má con Thu đây không?

- Ủa, có phải cô Hồng, con chú Tư Cảnh Sát đây không?

Mọi người nhận ra nhau là dân trong xóm Cổng xe lửa số 7 cũ. Người chị nhắc lại với cô em, người em ngờ ngợ, hình như cái quá khứ ở Cổng xe lửa số 7 đã trôi qua lâu lắm, người em chẳng còn một chút ấn tượng nào về người đàn bà trước mặt.

- Mày không nhớ bà Tám sao? Bà Tám, má con Thu đó. Hồi xưa ở kế bên nhà ông bà Bắc đó, mày quên rồi sao?

Quá khứ như dòng nước lũ trôi về, những năm tháng kinh hoàng ở Cổng xe lửa số 7 trong những ngày đổi đời cùng cực! Giọng Quảng của bà Tám vẫn xôn xao bên tai người em:

- Trời, bà bác đây có cô con dâu, ở nước ngoài "dề", giỏi lắm nghen. Tay liền miệng, miệng liền tay, giỏi và ngoan biết bao nhiêu mà nói! Bà bác thiệt là có phước "dậy" đó, có con trai, con dâu ở nước ngoài "dề", ai cũng giỏi hết. Trong xóm, ai cũng mến nhà bà bác nghen...

Người chị đợi bà Tám quay đi, ghé miệng hỏi nhỏ vào tai cô em:

- Có phải cái bà giọng "nẫu", không cho mày nghe điện thoại không?

Người em gật đầu nhè nhẹ, như sợ mọi người chung quanh nghe được những gì chị mình nói. Rồi ra hiệu cho chị mình đừng nói chuyện đó, vì sợ bà Tám nghe được sẽ giận. Bà Tám đem cà phê ra, giọng vẫn đều đều:

- Cô "dề" lại Canada, nhớ cho tui gởi lời hỏi thăm chú Tư nghen! Chú Tư dạo này có khỏe không? Tui nhớ có một lần trước "giải phóng", con Thu bị bệnh đường ruột, nửa đêm, không có xe đi nhà thương, tui phải chạy qua nhờ chú Tư. May mà chú Tư lái xe ở bót cảnh sát, mới có xe chở con Thu đi được. Tui nhớ ơn chú Tư lắm. Cô "dề", nhớ cho tui gởi lời hỏi thăm chú "dà" cám ơn chú nghen!

- Dạ, cám ơn bác, cháu sẽ nói. Ủa, vậy chứ chị Thu có ở với bác không? Chỉ có chồng con gì chưa?

- Nó có ba đứa rồi đó cô. Nó không có ở "dới" tui. Dạo này, bệnh đường ruột của nó lại trở lại, nó đang ở trong nhà thương đó cô ơi. Khổ ghê!

Câu chuyện lại xoay quanh những bệnh tình, cho đến khi mọi người trở về bên nhà cha mẹ chồng của người em. Lúc đó, người em mới hỏi thăm người chị về những người ở xóm cũ. Người chị kể, thằng Ngọc, cháu con Liên đã tự tử, nó thương con nào đó, không được, nên tự tử. Nó qua được hết những khó khăn của thời kỳ khó khăn nhất, nhưng đến lúc đỡ khó khăn hơn,

Bình Nguyên - 49

thì nó lại không vượt qua được hai chữ "tình yêu", nó chối bỏ cuộc đời, tìm đến cái chết. Người em hỏi thăm về con Liên, chắc là nó được đi theo diện con lai, người chị nói không ai lo giấy tờ cho nó, không có gì chứng minh được nó là con lai, cho nên nó vẫn còn ở đây. Người em chép miệng, trời đất, số phận nó hẩm hiu đến thế sao?

Vợ chồng người chị ra về. Người em đi với người em bạn dâu ra chợ mua đồ ăn về nấu cơm ăn. Người em chở người chị bạn dâu tới chợ, xong đưa xe cho người giữ xe đem vào chỗ đậu xe. Bỗng có tiếng còi thổi "rét rét", rồi có mấy đứa nhỏ cầm những cái mâm, những cái khay, bỏ chạy tán loạn. Người chị bạn dâu đứng lặng ra, ngơ ngác nhìn. Người em bạn dâu kéo tay người chị đi và giải thích:

- Không có gì đâu chị, công an đuổi bắt mấy người bán hàng rong thôi.

- Nhưng tui tưởng hai mươi năm rồi, chuyện này không còn nữa chứ?

Người em bạn dâu nhìn người chị bạn dâu ngạc nhiên, còn người chị bạn dâu nhìn người em bạn dâu thật lâu, chắc chắn người em này chưa bao giờ sống ở Cổng xe lửa số 7!

Bình Nguyên
Tháng 7, 2009

Chieu Hoang

Tên thật: Trần Thị Thanh Mai
Các bút hiệu khác: Nghi Lâm, Thiên Thần, Linh Lan
Sinh năm 1955 tại Nha Trang, lớn lên ở Sài Gòn
Hiện đang sống tại California với gia đình

Tham gia những tạp chí: Khung Trời Cao Rộng,
Nội San Hoằng Pháp, tuần báo Chánh Pháp,
Kỷ Nguyên Mới, Văn Hữu
Tác phẩm đã in:
Đôi Bạn Hành Hương (truyện dài)
Tác phẩm in chung:
Góp Nhặt Hương Sen (Phụ Nữ Việt), Bến Trăng,
Tuyển Tập Truyện Ngắn-Bốn Nhà Văn Nữ

Chiếc Dù Của Mẹ

Từ khi cụ ông mất đã chín năm nay, cụ bà nhất định vẫn cứ ở một mình mà không chịu đến ở chung với bất kỳ đứa con nào. Phần vì không muốn làm phiền con cái, phần vì muốn được tự do. Nhưng cụ đã ngoài tám mươi, già quá rồi, ở một mình rất nguy hiểm, lỡ đêm khuya, có chuyện gì thì chẳng ai biết được. Nói thế nào cụ cũng không nghe, cụ gàn quá, làm cho các con thêm lo âu.

Hôm nay chị đi chùa. Thày dạy. Để có thể phát sinh được Tâm Bồ Đề trong giòng tâm thức, thì nên quán tưởng "coi - tất - cả - chúng - sinh - như - mẹ - mình." Việc làm này đối với chị thật khó. Coi người thân như anh, chị, em .v.v... là mẹ mình đã khó (vì thỉnh thoảng tức quá còn có thể cãi nhau và đánh nhau là chuyện thường, nhưng đối với mẹ thì dứt khoát không được làm như thế!), ấy vậy mà còn phải coi người ngoài, nhẫn đến kẻ thù như là mẹ mình lại càng khó hơn...

Trong giờ thiền quán buổi tối. Chị nghĩ đến mẹ, đến những sự chăm sóc và thương yêu vô bờ của mẹ dành cho anh chị em mình mà rơi nước mắt. Sự chăm lo của mẹ thật bao la, không bao giờ ngừng nghỉ, như bóng mát của một tàng cây toả rộng, làm thành một chiếc dù che chở cho mười đứa con không thiếu một đứa nào. Từ những lúc chúng còn bé dại cho đến khi khôn lớn, dưới mắt cụ, các con vẫn chỉ là những đứa con rất khờ khạo, vẫn cần đến bóng mát bảo bọc của cụ dành cho chúng.

Hình như con nhỏ có một trí nhớ rất sớm. Ngày đi học đầu tiên, nó cùng đi học với người chị kế. Mẹ nó chuẩn bị cho hai chị em rất chu đáo. Lòng nó sợ hãi lắm nhưng không dám nói ra, còn người chị lớn thì cứ khóc lóc thảm thiết, nhất định không chịu đến trường. Mẹ nó dỗ dành chị lớn mãi, sau lại dọa nạt, nhưng chị lớn nhất định một mực không chịu nghe. Mẹ nó khổ sở vừa đánh vật với chị lớn bằng cách cố mặc bộ quần áo mới sắm, trong lúc chị lớn vừa vùng vẫy, vừa khóc dữ dội. Bà cáu tiết quá, tát cho chị lớn một tát thật đau. Thấy chị bị đánh, con nhỏ sợ hãi, líu ríu tự thay quần áo một mình rồi chạy ra ngoài cửa đã có sẵn hai anh em thằng hàng xóm Tâm, Tánh ngồi chực để cõng hai chị em đến trường (dường như chúng chẳng phải đi học, nên có rất nhiều thì giờ để chơi và cõng chị em nó đi và về mỗi ngày. Việc làm này hình như hoàn toàn tự nguyện, Dì Tám, mẹ chúng, mắc buôn thúng bán bưng cả ngày nên chắc cũng chẳng biết). Nó ngoan ngoãn leo lên lưng thằng Tánh, thằng em, nhỏ con hơn, còn thằng Tâm, đô con hơn, thì vẫn đưa lưng ngồi đợi trong khi chị lớn cứ khóc gào thét trong nhà.

Thằng Tâm quay qua hỏi con nhỏ một cách sốt ruột và mất hết kiên nhẫn khi biết chị lớn đang bị đòn:

- Ê! Chị mày có chịu đi học không để tao còn cõng?

Con nhỏ nói bằng giọng khe khẽ, như sợ mẹ nó nghe được nó sẽ bị đòn lây:

- Làm sao tao biết được!

Thằng Tánh xốc con nhỏ trên lưng. Nó đe:

- Không chịu đi chung là tao cõng mày đi một mình đó nghe. Hông đợi đâu à. Mệt quá đi!

Con nhỏ nói bằng giọng năn nỉ:

- Thì mày ráng đợi thêm chút nữa có được không?

Thằng Tâm sốt ruột chen vô:

- Tao đợi cũng mệt quá rồi. Chị mày mà không chịu đi học tao cũng nghỉ cõng luôn à nha.

Đang ì xèo ở ngoài, thì trong nhà, tiếng bà mẹ quát:

- Không chịu đi học thì chỉ có nước làm ăn mày thôi con ạ! Muốn đi học hay muốn làm ăn mày hử?

Chị lớn chẳng biết "ăn mày" là gì, nên mếu máo trả lời ngay:

- Con muốn làm ăn mày...

Lời nói trẻ con thật ngây thơ, nó không hiểu được sự chăm lo vô bờ của mẹ mình, dù có nghèo cách mấy cũng cố gắng kiếm tiền lo cho con ăn học hầu có một tương lai khá, ngược lại, nó còn ngờ rằng, mẹ nó đang tâm muốn bỏ nó bơ vơ với đám người lạ.

Chẳng bao giờ trẻ con biết được tình thương bao la của người mẹ...

Rồi con nhỏ lớn dần theo thời gian. Nó ham chơi với bạn bè, bị mẹ đánh đòn, phạt quỳ. Nó lại oán ghét mẹ, cho rằng mẹ nó khó tính, "chỉ - đi - chơi - một - chút - thôi" mà cũng bị đòn. Nó nhớ mẹ nó bắt nằm trên divan, con nhỏ đã tỉ tê nằm khóc trong lúc chờ mẹ nó đi kiếm cái roi mây (mà trước đó nó đã dấu rất kỹ trong kẹt tủ). Cuối cùng vì dấu quá kỹ, mẹ nó không thể kiếm ra nên đành phải lấy cái cán chổi vừa to, vừa dài để đánh đòn. Con nhỏ đau quá, khóc rõ to, nhưng mẹ nó lại cấm không cho khóc. Con nhỏ ấm ức, cảm thấy mẹ nó thật "độc tài". Đánh "người ta" đau thế mà không cho khóc! Nó giận mẹ, nhất định làm nư không chịu ăn cơm chiều. Mẹ nó bảo chị Lan lên phòng gọi xuống ăn cơm. Nhưng nó cứ dấu mặt trong chăn, khóc thút thít cho đến khi mệt nhoài. Lúc đó, với đầu óc trẻ thơ, nó hồ đồ nghĩ rằng, chắc hồi nhỏ, ba đã tình cờ nhặt nó về làm con nuôi nên mẹ nó mới ghét nó đến thế. Một lần nữa, con nhỏ lại khởi tâm oán ghét mẹ nó. Người đã âm thầm chăm lo từng miếng ăn, giấc ngủ cho nó mỗi ngày mà nó chẳng hề biết…

Lên đến trung học, lần đầu tiên được mặc áo dài và bắt đầu bước vào tuổi mới lớn. Nó thấy mình lớn hẳn ra, đôi tà áo dài tha thướt làm nó thích thú. Mẹ may cho nó hai cái áo dài bằng một loại vải thô để mặc cho bền. Lúc đó gia đình rất nghèo, nó chẳng biết được rằng cha mẹ đã làm việc rất cực khổ, đầu tắt mặt tối để nuôi mười người con. Ngược lại, chỉ biết đến những thiếu thốn của một đứa trẻ đã bắt đầu biết mộng mơ, có những nỗi buồn vô cớ và những ước mộng không thực, nhưng lại đầy mầu sắc như chiếc cầu vồng lửng lơ hiện trên nền trời sau cơn mưa. Lúc đó nó ao ước có được một chiếc xe đạp, những cái kẹp tóc, những chiếc áo dài bằng vải phin trắng nõn như một số bạn nhà giầu trong trường. Xin mẹ mãi, mẹ hứa rồi chẳng thấy mẹ cho. Nó lại oán mẹ, ghét mẹ, cho rằng mẹ chỉ hứa cuội, chẳng bao giờ để ý đến mình, chẳng bao giờ thương nó. Càng nghĩ (bằng những lối nhìn rất thiển cận và lệch lạc) nó càng buồn và tủi thân. Một lần nữa - với trí óc tưởng tượng rất phong phú không cần nguyên nhân và thực tế - con nhỏ lại quả quyết mình chính là đứa con rơi mà ba đã khởi tâm từ đem về nuôi. Quả quyết rằng, mẹ nó chính là "người mẹ ghẻ" như cái người mẹ ghẻ ác độc trong truyện "Tấm Cám".

Vài năm sau, cô bé lớn như thổi. Đi vào lứa tuổi ô mai, một số con trai trong trường đã bắt đầu để ý và đưa đón. Cô đã biết e thẹn, biết làm điệu và ao ước giá mình có được một vài cây son, hộp phấn, một chiếc áo dài hoa bằng lụa mềm mại. Nhưng vì kinh tế gia đình, rán nuôi mười đứa con được ăn học quả là một điều không phải dễ. Lương công chức của cha không thể đủ cho sự chi tiêu trong gia đình, cộng thêm tiền học cho con cái. Mẹ cô phải bươn chải, kiếm được một ít vốn mở một nhà hàng nhỏ rất thơ mộng bên bờ sông. Trời thương, quán ăn đông khách. Nhưng bù lại, mẹ cô rất cực. Nhất là vào những ngày lễ, nhiều khi cô học bài khuya, đi xuống bếp kiếm nước uống vẫn thấy mẹ ngồi cặm cụi sửa soạn các món ăn cho bữa tiệc hôm sau. Bà không muốn các con phải đụng tay đụng chân bất cứ việc gì, bà chỉ thích các con dành hết thì giờ cho việc học hành. Biết thế, cô chẳng cảm thấy chạnh lòng thì chớ, lại còn lợi dụng lòng tốt ấy mà nhẩn nha, vừa chơi, vừa học mà không hề cảm thấy áy náy. Thời gian đó, bà mua cho cô một chiếc xe PC, một loại xe gắn máy nhỏ, cô đã không biết ơn và cảm thấy hài lòng, mà ngược lại, còn ganh tỵ với hai chị lớn đã được mẹ mua cho chiếc xe Honda vừa tốt, vừa đẹp hơn cái xe PC của cô nhiều. Một lần nữa, cô lại âm thầm trách mẹ sao đối xử với các con không công bằng, sao lại "con yêu, con ghét" như thế?

Vài năm sau, gia đình được di dân sang Mỹ. Cô theo đám bạn, học ăn, học chơi nhiều hơn học chữ. Cô hội nhập vào cuộc sống Mỹ hóa rất nhanh. Những cái tốt của nước người thì không chịu học, mà chỉ suốt ngày bạn bè đấu láo là giỏi. Rồi cô bắt đầu có bạn trai. Mẹ không bằng lòng. Cho rằng còn quá bé để nghĩ đến chuyện yêu đương. Mẹ đánh đòn và nhốt cô bé trong phòng, ngoài giờ đi học, mẹ không cho cô đi bất cứ đâu ra ngoài nửa bước. Cô ghét mẹ quá! Mẹ quả là rất cổ hủ và độc tài! Cô quan niệm (một thứ quan niệm rất hồ đồ và nông cạn), cô đã lớn, mẹ không có quyền gì xen vào chuyện đời tư của cô hết. Đã có lần cô đã hét lên, cãi mẹ, vất vào mặt mẹ những câu hỗn xược, đầy khổ đau và tức giận. Chưa đã, cô đóng cửa phòng thật mạnh và lao lên giường khóc nức lên. Cô ghét mẹ! Cô ghét ghét mẹ hết sức! Cô đâu biết rằng, sau cánh cửa đóng mạnh, mẹ đã trào nước mắt, mẹ lặng lẽ ngồi ở phòng khách khóc rất lâu…

Nhờ sự thương yêu và dạy dỗ của mẹ, chị đã trở thành một người hữu ích trong xã hội. Lập gia đình với một người có học thức và có một gia đình hạnh phúc. Từ khi bắt đầu làm mẹ, lúc đó chị mới thật sự biết được tình thương yêu bao la như trời biển của các bậc cha mẹ đã dành cho con cái mình. Cho dù chúng có hư đốn, có làm cho mình khổ đau trăm triệu lần, lòng thương của mẹ vẫn không suy giảm, vẫn mãi mãi âm thầm là chiếc dù rộng lớn, làm cái bóng tươi mát, bảo bọc cho chúng. Chị bỗng cảm thấy thương mẹ thật nhiều. Nhìn tóc mẹ bạc dần theo thời gian, lưng mỗi ngày mỗi còng, tay chân bắt đầu run rẩy đi không vững, vậy mà bà vẫn không muốn làm phiền đến bất kỳ đứa con nào cả, ngược lại, vẫn còn muốn chăm lo cho các con, vẫn còn muốn chúng luôn được an vui, hạnh phúc…

Mẹ ơi…

Con quả là một đứa con hư. Không nhìn thấy được sự hy sinh cả đời tận tụy của mẹ, cả đời mẹ đem tình thương bao la của mình để làm một chiếc dù rộng mở che chở cho đàn con yêu dấu.

oo0oo

- Ngồi nghỉ đây thôi. Mỏi chân lắm rồi...
Bà cụ với mái đầu bạc trắng, kéo chị ngồi xuống chiếc ghế đá bên đường. Chỉ mới đi bộ từ nhà ra đến đầu ngõ, cụ đã đòi nghỉ. Quả nhiên, cụ không còn có được sức khoẻ như những năm trước. Cụ đã già đi nhiều, khuôn mặt nghiêng nghiêng đầy nếp nhăn của cụ nhìn xuống vạt áo, kêu khẽ:

- Ô hay. Mới thay cái áo hôm qua sao đã bẩn thế này?

Chị nhìn mẹ. Vạt nắng đầu ngày hiền hoà rơi trên mái tóc cụ. Chị chợt hiểu tại sao thày chị dạy muốn có được bồ đề tâm thì cần phải nghĩ đến tình yêu thương của người mẹ dành cho con cái. Một tình thương vô bờ, cho đi mà không cần nhận lại một điều gì, chỉ biết xả thân hết mình để có thể đem lại an vui cho các con. Chị ngạc nhiên tại sao đến giờ này chị mới cảm nhận tình thương yêu mẹ dành cho mình một cách sâu xa như thế? Nghĩ xa hơn nữa, chị đã từng có nhiều thân, đã từng qua nhiều kiếp, đã từng có rất nhiều người mẹ đã xả thân nuôi dưỡng và dành cả đời tận tụy cho mình. Hiểu được như vậy, chị mới thấy mình có được một cái tâm biết ơn sâu xa đối với mẹ, với tất cả mọi chúng sanh đã từng là mẹ mình, đã từng tận tụy, xả thân hy sinh cho cuộc sống mình một cách đầy đủ. Chị nghe mắt mình cay cay, giọt nước mắt của sự biết ơn vô bờ chảy ra khoé mi. Chị nâng bàn tay nhăn nheo, gầy guộc của cụ khẽ khàng áp vào má mình, bàn tay mà mấy chục năm nay đã từng nuôi nấng, dạy dỗ, đôi khi còn đánh chị đau để mong chị nên một con người hữu dụng. Nay đã không còn khoẻ để làm cho chị phải khóc sau những trận đòn nữa, ấy thế mà chị vẫn khóc, giọt nước mắt tuôn như mưa mà chị không thể che dấu...

- Ô hay! Tại sao chị lại khóc thế?

Chiêu Hoàng - 57

Chị mỉm cười. Mẹ hay dùng cái chữ "Ô hay" một cách rất hồn nhiên như trẻ thơ…

Chị lau nước mắt và reo lên khe khẽ:

- Mẹ coi kìa. Hình như nắng đang lên. Mình phải về cho kịp giờ cơm trưa để mẹ còn uống thuốc.

Hai cái bóng xiêu xiêu đi trong nắng, cụ bà lật cái nón lá của mình để lên đầu chị. Dù không muốn cụ nhường nhưng chị vẫn để yên nhận sự chăm sóc của mẹ, nước mắt chị lại ứa ra…

Trên cao, tiếng một loài chim chích chòe gióng cổ hát bàng bạc trong không gian…

Chiêu Hoàng

Đức Trí Quế Anh

Đức Trí Quế Anh là bút hiệu chung của Tạ Đức Trí
và Đoàn Quế Anh, bắt đầu sử dụng từ năm 1998
Hiện cư ngụ tại Westminster, California

"Tôi" trong bài viết này là Quế Anh

Ly ...

Là con út trong một gia đình năm anh chị em sinh
cách nhau chừng ba năm mỗi người mà trên tôi là hai
người anh rồi trên nữa mới là hai chị, nên khi còn nhỏ
tôi ít theo các anh chị đi chơi và nghiễm nhiên trở thành
"cái đuôi" của mẹ tôi. Nhưng ở đây tôi sẽ không kể về
chuyện "cái đuôi và mẹ", mà là câu chuyện về "bố mẹ và
Ly".

Hãy tạm bắt đầu câu chuyện từ năm 1990 khi gia
đình tôi đến định cư tại Hoa Kỳ ở vùng quận Cam. Lúc
đó nhà tôi có sáu người vì một người anh đã sang trước
và sống ở vùng San Francisco. Ban đầu khi gia đình tôi
ở tạm nhà bà ngoại tôi thì bố và anh tôi ở ké phòng ông
ngoại, còn mẹ, hai chị và tôi ở phòng kế bên. Không
cần diễn tả thì bạn cũng có thể tưởng tượng ra khung
cảnh chật chội, bó buộc. Được vài tháng, anh tôi và một
người chị dọn lên vùng San Francisco. Còn lại bốn
người, chúng tôi bắt đầu thời gian đi thuê nhà, bao giờ
cũng là những căn chung cư hai phòng, bố mẹ tôi một
phòng, chị và tôi một phòng. Sau đó thì chị tôi đi lấy
chồng, tôi được ở riêng một phòng. Bố mẹ tôi vẫn ở
cùng một phòng.

Giữa thập niên 1990, kinh tế thịnh vượng, chị tôi
mua căn nhà thứ hai cho bố mẹ tôi ở, khỏi phải đi thuê
nhà, và "cái đuôi của mẹ" còn độc thân tất nhiên cũng

được ở ké. Căn nhà có những bốn phòng rộng rãi. Mẹ tôi viện cớ nhà dư phòng, lại thêm dạo này mất ngủ (chả là vì bố tôi ngáy kinh niên) nên mẹ tôi bắt đầu xướng câu *"phòng chàng ở cạnh phòng tôi.."* Phòng mẹ tôi có cửa thông ra garage, nên lỡ mà tôi có vô tình trông thấy bố tôi từ phòng mẹ tôi đi ra, thì thế nào mẹ tôi cũng phải nói lớn lên: *"Cái ông này, sao không lo bỏ thuốc đi!"*, ý rằng *"bố cô chỉ xuống garage hút thuốc thôi đấy nhé, chứ chẳng… có gì đâu".* Những lần như thế bố tôi lại nháy mắt với tôi, rồi hai bố con tủm tỉm cười.

Sang thập niên 2000, "cái đuôi của mẹ" dọn ra riêng, lọng cọng với đứa con đầu lòng ba ngày bảy bữa lại bịnh. Mẹ tôi xót... cái đuôi, sang nhà tôi ở tạm. Nhưng rồi quyến luyến cháu ngoại ở mãi không về, căn nhà bên kia đâm ra vắng vẻ. Rồi đến thời kinh tế khó khăn, chị tôi đành phải bán căn nhà thứ hai. Tuy nhiên có một cái kẹt: Nhà tôi lẫn nhà các chị tôi đều không đủ phòng để mời bố mẹ tôi về ở chung. Vì bố mẹ tôi đã lâu cùng hát câu *"anh giường anh, tôi giường tôi..."* mà bây giờ lại phải chuyển qua câu *"hai ta chung gối, hai ta chung giường..."* thì mẹ tôi (mắc cỡ) nhất định không chịu. Thế là hai ông bà phải chịu cảnh "chia loan, rẽ thúy"; mẹ ở với tôi, bố ở với chị tôi. Bố mẹ tôi có lối suy nghĩ thực tế, thấy sự sắp đặt này xem ra lợi hơn vì có thể giúp được đến hai đứa con, ít ra là trong việc trông cháu, nên sẵn sàng ở riêng không suy nghĩ gì thêm cả.

Thật ra thì tuổi số của bố mẹ tôi có phần xung khắc, bên Thìn bên Tuất, bên Hỏa bên Kim. Nhớ ngày xưa ở Việt Nam theo lời thầy tử vi thì hai ông bà có số ly, nên muốn ở gần nhau phải "chữa mẹo" bằng cách nằm riêng giường, cho nên cái "giường" của bố mẹ tôi thời đó là hai chiếc giường đơn ghép lại, thành ra "technically" thì hai ông bà không ngủ chung giường. Khắc cái gì thì tôi không biết, nhưng khắc khẩu thì quả là có. Ở xa thì nhớ nhau, mà hễ ở gần thì chỉ hai câu là... lạc đài; ông nói gà bà hiểu vịt, rồi bà giận bà chẳng buồn nói nữa. Cho nên cái giải pháp ở riêng nhà xem ra cũng rất tốt, ít gặp, bớt nói, thì đỡ phải cảnh khắc khẩu.

Nhà tôi và nhà chị tôi cách nhau khoảng bảy phút lái xe. Mỗi sáng ba tôi thường đi uống cà phê với bạn, xong ghé nhà tôi ngồi đọc báo, nhìn mẹ tôi đi ra đi vào, có khi ông bà chẳng nói với nhau câu nào, lúc về bố tôi cũng chỉ một câu ngắn ngọn *"bố về nhá"*, mẹ tôi khi thì ừ hử, khi thì chẳng nói gì. Ấy thế mà nếu mấy hôm bố tôi không sang, mẹ tôi sẽ nhắc ngay *"có công lên việc xuống gì đâu mà chẳng thấy mặt (để tôi phải trông với ngóng)"*.

Mẹ tôi có một cách biểu lộ cảm xúc rất lạ, không bao giờ nói thẳng. Nếu mẹ tôi dặn bố tôi: *"Mua hộ tôi bó hẹ, trưa nay tôi đổ bánh cuộn với rau ăn chơi thôi"*, thì đó là một lời mời: *"Trưa nay nhớ sang ăn bánh với tôi nhé"*. Bố tôi thì dẫu sao cũng là dân pháo binh, tọa độ không được cho chính xác thì pháo trật mục tiêu là chuyện đương nhiên thôi, nên mười lần thì chắc đã đến tám lần bố tôi không hiểu ra ý mẹ tôi, thế là lại bị mẹ tôi giận. Ban đầu khi mới để tâm đến chuyện bắc "nhịp cầu thông cảm" giữa hai ông bà, tôi hay "vô tư" bênh bố vì thấy mẹ tôi đôi khi có vẻ hơi vô lý. Nhưng sau thì tôi… khôn ra, mỗi khi có chuyện giữa hai ông bà tôi cứ để mặc mẹ tôi trút hết cơn bực vào hai lỗ tai nhưng không thêm lời bình phẩm nào. Tôi chả dại như xưa. Ai chứ "cái đuôi của mẹ" mà lại đi bênh "ông bố nhà cô" thì ôi thôi…

Mẹ tôi cũng rất tiết kiệm lời khen. Nhớ có lần bố tôi tặng mẹ tôi những tấm hình chân dung thời xưa phóng to in trên miếng gỗ theo kiểu cẩn xà cừ rất đẹp, mẹ tôi vừa trông thấy đã chê: *"Giời, cái của khỉ, nặng thế này có treo được đâu mà làm, rõ dư tiền."* Không treo, nhưng mẹ tôi tìm nơi đẹp nhất trong phòng để trưng. Quý thế cơ đấy! Những món nữ trang bố tôi mua tặng mẹ tôi từ cái thời "huy hoàng" thuở xưa, mẹ tôi còn giữ đủ cả; bộ dây chuyền ngọc trai akoya bố tôi mua ở Nhật, mặt đá hồng ngọc Thái Lan, đồng hồ đeo tay mua ở Mỹ... dù gia đình tôi đã trải qua không biết bao nhiêu lần thiếu gạo, thiếu tiền.

Trở lại chuyện bố mẹ tôi ở riêng. Gia đình tôi thì xem đó là một chuyện rất bình thường, tự nhiên và... lành mạnh. Ngặt nỗi, người ngoài chẳng nghĩ đơn giản như thế. Âu cũng là điều dễ hiểu trong một xã hội mà vợ chồng có thể "thôi nhau" ở bất cứ tuổi nào bằng bất cứ lý do nào. Thiên hạ cũng thích thêu dệt và giàu trí tưởng tượng, nên từ một câu nói thản nhiên cũng có thể biến thành "đại sự". Ví dụ như có người bạn của gia đình gọi đến nhà tôi tìm bố tôi vì biết mẹ tôi ở với tôi, thì tôi lại tự nhiên trả lời không đắn đo: *"Bác ơi, bố cháu ở bên nhà chị cháu cơ"*. Ông bác sửng sốt: *"Ấy chết! Làm sao thế?"* Làm tôi giật cả mình nghĩ bụng, có ai... chết hay... làm sao đâu. Ngay cả trong cách nói chuyện hàng ngày, tôi hay nhắc đến mẹ trong các sinh hoạt thường nhật mà ít nói đến bố, nhiều người sẽ hỏi một cách dè dặt: *"Vậy còn... bố thì sao?"* Tôi lại thản nhiên: *"Ờ, bố ở bên nhà bà chị"*. Hầu hết mọi người sẽ phản ứng với câu này bằng cách gật gù... thông cảm rồi... tế nhị không hỏi tiếp nữa, đâm ra tôi cũng không có dịp giải thích dài dòng, thấy dzậy mà hổng phải dzậy. Mà cho dù tôi có tốn lời thêm đi nữa thì chưa chắc đã thuyết phục được ai, lại cho người ta cái cảm giác là tôi đang chống chế, biện minh và biết đâu họ lại đang nghĩ thầm *"ly thân thì nói đại đi, cần gì phải bày vẽ chuyện nọ chuyện kia"*.

Nhưng nhiều khi tôi lại ngồi nghĩ, phải chăng bố mẹ tôi thật đã "ly thân" mà tôi vẫn còn... nhắm mắt nằm mơ? Thân thì quả là đã "ly" rồi đấy, nhưng lòng có ly chăng? Tôi vẫn chủ quan cho rằng không. Với tôi thì "ly thân" đúng nghĩa khi hai vợ chồng đã đi đến quyết định tách rời và trong cuộc sống chẳng còn thiết đến nhau nữa ngay từ trong tâm khảm, trong suy nghĩ; ông đau ốm mặc ông, bà bệnh tật mặc bà, hai người chẳng còn mảy may cảm xúc nào với nhau. Đằng này, với bố mẹ tôi, ông húng hắng ho bà đã lo nhắc bận thêm áo, bỏ hút thuốc (mặc dù là nhắc qua một "trung gian"), bà đi bác sĩ về ông hỏi thăm (lại cũng qua một "trung gian"), thì cái việc hai ông bà ở hai nhà khác nhau, với tôi, chẳng có liên quan gì đến hai chữ "ly thân" cả.

Mà nghĩ cho cùng, đâu phải chỉ đến khi bố mẹ tôi "răng long đầu bạc" mới bị chữ ly nó hành. Thời thanh xuân, mẹ tôi kể rằng bố tôi đi hành quân suốt, những lần hai người bên nhau thật ngắn ngủi, hiếm hoi. Tôi trộm nghĩ, mẹ tôi ở nhà ôm bầy con thơ, những nhớ thương, lo lắng không có người giải bày lâu ngày tích tụ, có lẽ đã biến thành những cơn giận hờn, ghen tương vu vơ. Có phải vì thế mà những lúc ở gần mẹ tôi chỉ toàn là giận bố tôi chăng? Một cách biểu lộ tình yêu trái ngược? Giận thì giận mà thương thì thương?

Bố mẹ tôi lấy nhau được mười bốn năm, có năm mặt con, thì mất nước, thế là hai ông bà lại "ly thân". Nhưng lần này là một chữ ly thật dài, dài đến mười năm, dài như những ngày biệt giam không thấy ánh sáng, dài như những đêm thiếu phụ cô đơn giữa đời nhiễu nhương. Cái chữ ly ấy cũng thật lớn, lớn bằng đứa con gái đầu lòng chưa bước vào thời thiếu nữ ngày bố tôi ra đi, giờ đã bươn chải ngoài đời sau ba lần không đậu vào đại học vì "lý lịch xấu". Khi bố tôi trở về thì cái chữ ly ấy không chỉ hoán chuyển đơn giản thành những dỗi hờn, mà đã thành những khác biệt trong cách sống, cách suy nghĩ, cách hành xử, và nhiều cái khác nữa. Hoặc có thể bố mẹ tôi chưa thật sự "sống" với nhau cho đến thời gian này, hay chưa cùng nhau xây dựng gia đình trong một thời gian đủ dài để đụng phải những khác biệt? Dù sao thì ở giai đoạn đó, chữ ly cũng đã để cho bố mẹ tôi yên trong một thời gian khá dài, gần hai mươi năm, trải qua rất nhiều cuộc hành trình, thay đổi, và thử thách.

Về với câu chuyện ở thập niên 2000. Tuy cuộc sống ở riêng của bố mẹ tôi xem ra tạm ổn, nhưng trong thâm tâm tôi và các chị vẫn mong có đủ khả năng tài chánh để "tái hợp" hai ông bà về cùng dưới một mái nhà, chung một mâm cơm, mặc dù chuyện chung một phòng vẫn sẽ là "mission impossible". Tôi đã dự tính sẵn, học xong, đi làm vài năm, để dành đủ tiền là có thể mua một căn nhà rộng rãi hơn, mời bố tôi về ở chung, để hai ông bà cùng an nhàn tuổi già có đôi có cặp. Mẹ tôi lúc mà giận bố tôi thì hay nói giãn ra, nào là bố tôi hút thuốc, ngáy to, đi vắng cả ngày, vân vân và vân vân. Nhưng những lúc vui vẻ mẹ tôi lại hay nói bâng quơ, à thấy nhà ở khu này đẹp, khu kia yên tịnh, lại "gần". Tôi hỏi gần gì, hóa ra là gần những chỗ bố tôi hay ngồi uống cà phê hay tụ họp với bạn bè. Có khi mẹ tôi lại nói thích nhà có sân rộng, kê bàn uống trà, chẳng phải là vì xưa nay bố mẹ tôi có thói quen "đối ẩm làm thơ" đâu nhé, mà là để nếu bố tôi thích gặp gỡ bạn bè thì tụ họp ở nhà, mẹ tôi trông thấy mặt, đỡ phải trông ngóng lo nghĩ xem bố tôi giờ đang du hí nơi nào.

Có lẽ còn rất nhiều những viễn cảnh êm đềm như thế mẹ tôi ấp ủ trong lòng, nghĩ rằng chỉ vài năm nữa thôi là có thể thành sự thật. Vào cái lúc không ai có thể lường trước được thì chữ ly bất ngờ xuất hiện. Ban đầu "nó" cải trang thành một khối u trong cổ tử cung mẹ tôi phát hiện vào đầu năm 2008 ở thời kỳ 1B, nghĩa là rất sớm. Sau Tết, mẹ tôi giải phẫu, cắt hết những gì có thể cắt, như thể là cách đoạn tuyệt với ly, nhất định không để nó quấy nhiễu nữa. Rồi hóa trị, rồi xạ trị, ròng rã nửa năm, tóc rụng, xuống cân, không thể lái xe, mẹ tôi trải qua đủ cả. Nhưng rồi chữ ly vẫn quay lại, lần này là năm mươi đốm ung thư trong gan. Mẹ tôi tiếp tục hóa trị, luôn hy vọng một ngày kia những mầm mống của chữ ly sẽ tự nhiên biến mất.

Chữ ly năm 1975 tuy có dài, có đột ngột, nhưng cũng không thể so sánh được với chữ ly của năm 2009. Bố tôi bắt đầu thấy nó hiện nguyên hình vào những ngày đầu năm 2009, mẹ tôi không ăn uống được bởi những cơn đau dữ dội, bụng ngày càng chướng lên. Bố tôi nói riêng với tôi: *"Khuyên má vào nhà thương gấp đi, ở nhà thế này chỉ có chết".* Tôi nhớ hôm đó là thứ Bảy, nói mãi cuối cùng mẹ tôi chịu để tôi chở vào nhà thương. Nằm ở phòng cấp cứu vào nước biển và thuốc giảm đau, đến chiều hết đau mẹ tôi lại đòi về nhà, có lẽ vì quang cảnh bệnh viện làm cho mẹ tôi trông thấy chữ ly rõ hơn, một điều mẹ tôi chẳng hề mong muốn.

Chủ Nhật tôi lại phải đưa mẹ tôi trở lại phòng cấp cứu, nhưng lần này tôi đòi bác sĩ phải cho mẹ tôi nhập viện, với lý do tối thiểu là mẹ tôi không thể ăn uống được thì làm sao có thể ở lại nhà. Khi được vào nước biển và có thuốc giảm đau liên tục, mẹ tôi nằm trên giường trông khỏe mạnh như bình thường, giọng nói vẫn sang sảng và tinh thần vẫn lạc quan như thể chẳng có chữ ly nào đứng bên cạnh giường.

Chiều thứ Hai, bố tôi gọi lúc tôi đang đi làm, chỉ một câu ngắn gọn trước khi cúp điện thoại: *"Bác sĩ nói má còn ba ngày"*. Bây giờ thì không chỉ có bố mẹ tôi phải đối diện với ly, mà tất cả mọi người. Các anh chị em tôi đều xin nghỉ. Ông anh ở San Francisco tức tốc lái xe qua đêm mang cả gia đình xuống đến nơi sáng hôm sau. Các cậu, dì tôi ở những tiểu bang xa cũng bắt đầu sắp chuyến bay về gấp. Người vào thăm mẹ tôi xếp hàng dài trước cửa bệnh viện như chờ xem xi-nê, mặc dù mỗi lần lên thăm chỉ được ba người nhưng không ai muốn đi về. Mẹ tôi là một người hiếu khách, bà không từ chối đợt khách nào cả. Mẹ tôi lúc đó trông chẳng có gì là người sắp "được Chúa gọi về" cả. Bà vẫn tươi tỉnh, bình tĩnh, như mọi lần trước đó đối diện với những biến động trong đời. Thấy mẹ tôi thản nhiên như thế nên những người vào thăm cũng đâm ra... ngại rơi nước mắt, dù biết rằng đó là lần cuối cùng còn được nói chuyện với mẹ tôi.

Chẳng phải là mẹ tôi không muốn đối diện với sự thật. Trái lại, bà nhận thức rất rõ chuyện gì đang và sắp xảy ra. Bà dặn rất kỹ càng với các chị tôi những điều cần thiết, giấy tờ nhà (quàn) và đất (chôn) để đâu, tiền mặt để đâu, làm bia mộ thế nào, gọi báo cho những ai, thảo cáo phó sao cho đầy đủ, tiền phúng điếu dùng làm gì, vân vân và vân vân. Mẹ tôi vẫn thường là người lo những công việc này mỗi khi trong gia tộc có người qua đời, và không ai lo chu đáo bằng mẹ tôi nên có lẽ mẹ tôi đã quen, cứ sợ rằng khi không có mẹ tôi thì mọi việc sẽ "nát như tương".

Ba ngày trôi qua chẳng thấy động tịnh gì. *"Ôi giời, ông bác sĩ dở hơi!"* Mẹ tôi an ủi khách đến thăm như thế vì người chuẩn bệnh mẹ tôi đầu tiên chỉ là vị bác sĩ trực tạm hôm đó. Mọi người lại nuôi hy vọng. Mẹ tôi thì luôn tin tưởng rằng mình sẽ được chữa khỏi và về nhà. Mỗi ngày bà mong đến giờ gặp bác sĩ. Bà còn dặn tôi: *"Hôm nào má được về nhà rồi nhớ nhắc má gửi quà tặng bác sĩ và các cô y tá ở đây."* Bố tôi thì khác, mỗi lần bác sĩ đến thăm mẹ tôi là ông trốn mất. Bố tôi không muốn nghe gì đến Hospice, đến việc ngưng chữa trị (mặc dù chữa trị đã ngưng từ lâu, chỉ còn lại là thuốc giảm đau), hay thôi không thử nghiệm. Tuy là trốn, nhưng bố tôi vẫn mong thấy bóng bác sĩ hay chí ít cũng là y tá đi ra đi vào phòng mẹ tôi, để ông thêm một chút hy vọng, ừ người ta vẫn đang chữa trị cho mẹ tôi đấy chứ.

Trong bảy ngày kế tiếp, tất cả mọi người xung quanh mẹ tôi luôn phải cùng một lúc sống trong hai tâm trạng trái ngược: chấp nhận thực tế và mong đợi điều mầu nhiệm. Tinh thần của mẹ tôi rất vững, sắc diện còn tốt, nên hầu như ai đến thăm mẹ tôi cũng đều mong rằng tình trạng của mẹ tôi sẽ có tiến triển. Đáng lẽ người đến thăm sẽ phải là những người an ủi, động viên tinh thần cho mẹ tôi. Đằng này, chính mẹ tôi lại là người an ủi, vỗ về nhiều người bạn của mẹ khi họ đến thăm. Mẹ tôi liên tục cầu nguyện. Mọi người đều cầu nguyện theo cách riêng của mình, hy vọng lời cầu thành khẩn sẽ là cứu cánh cuối cùng. Mẹ tôi có một niềm tin mãnh liệt, bất cứ người nào đến thăm mẹ tôi cũng đều nhận thấy điều này. Nhưng cùng một lúc bà cũng đang bình thản đón nhận sự an bài của số mệnh. Đằng sau nụ cười của mẹ tôi mỗi khi có khách đến thăm là những lúc bà nằm ngó trân lên trần nhà, những tiếng thở dài thật nhẹ, và những câu nói bâng quơ, *"tội nghiệp con heo vàng*, lớn lên chẳng biết bà ngoại"* hay *"chẳng biết cậu út khi nào mới chịu lấy vợ, tội nghiệp chẳng ai lo cho".* Bên dưới lớp mền phủ kín, cơ thể của mẹ tôi ngày một sưng phù lên và đang chết dần. Gan đã to quá cỡ và chứa đầy tế bào ung thư. Thận đã không còn cho ra nước thải. Bộ phận tiêu hóa và phổi đang yếu dần. Mỗi ngày bác sĩ vào thăm là thêm một lần bà ngỏ lời chia buồn với gia đình; bà đã bó tay, và điều duy nhất mà bà có thể làm là để cho mẹ tôi ở lại bệnh viện theo yêu cầu của gia đình, với thuốc giảm đau ở liều mạnh nhất có thể được.

Thuốc giảm đau rồi cũng không còn có thể khống chế nổi cơn đau của một cơ thể đang giẫy chết. Sáng ngày thứ mười một tôi vào thăm mẹ tôi giữa một cơn đau vật vã như thế. Mẹ tôi là một người chịu đau rất chì mà phải rên lên từng chập, mắt lạc thần, không còn nhận ra đứa con nào đang đứng bên cạnh. Bác sĩ gia đình tức tốc vào thăm và chuyển mẹ tôi sang khu săn sóc đặc biệt (ICU). Trong lúc di chuyển, mẹ tôi ngừng thở do phản ứng của quá nhiều thuốc giảm đau và thuốc an thần trong cơ thể. Người ta gắn máy trợ thở cho mẹ tôi nhưng bà đi vào cơn hôn mê kể từ đó.

Tôi đi với bố tôi vào phòng của mẹ tôi trong khu ICU, đi ngang qua một phòng, bố tôi chỉ và rầu rầu nói: *"Hồi trước bố nằm ở phòng này, má vào thăm hay ngồi ở kia, bố vào ICU hai ba bận mà vẫn đi ra, tội nghiệp má, vào đây có một lần mà chẳng có ngày đi ra".* Bố tôi trong những ngày qua gần như "sống" ở bệnh viện, khi thì đứng ở trước cổng bệnh viện, khi ngồi trong xe hút thuốc, rồi lại lững thững vào thăm mẹ tôi, ngồi một lát rồi đi ra, hình như ông sợ ngồi lâu, những suy nghĩ miên man rồi sẽ đưa ông đến trực diện với chữ ly đáng ghét, đến viễn cảnh của những ngày sắp tới gượng gạo sống cùng với chữ ly kia.

Điều gì đến rồi cũng phải đến. Chiều thứ Sáu, tôi vừa từ bệnh viện về nhà thì chị tôi gọi trở lại gấp. Tôi đóng hai đứa nhỏ lên xe phóng đến bệnh viện, đó là ngày thứ ba mẹ tôi nằm trong phòng ICU. Nhịp tim của mẹ tôi lúc đó xuống chỉ còn mười mấy. Chúng tôi đứng vây quanh giường chung lời cầu nguyện theo với nhịp tim của mẹ tôi đang xuống dần, xuống dần, như thể chúng tôi đang bắc những nấc thang giữa hai thế giới, đưa mẹ tôi đến một khởi đầu mới.

Những ngày sau đó, bố tôi cố gắng bận rộn với công việc tang chế, lo chuyện này, chạy chuyện kia. Các chị tôi than, bố "đi làm giấy tờ" ở nhà quàn mà chẳng mang theo giấy tờ gì cả. Tôi nghĩ thật ra là ông đang sợ có những giây phút thảnh thơi, sợ nghĩ đến ngày này của tuần tới mình sẽ làm gì, vì những ngày tới đây trong đời sống của bố tôi, chắc chắn, sẽ chỉ còn là những khoảng trống cần phải lấp đầy bằng những điều vu vơ tạm bợ.

Giờ thì bố mẹ tôi ly nhau thật rồi, lần "ly thân" cuối cùng và vĩnh cữu, nhưng sinh hoạt hàng ngày của bố tôi cũng không mấy khác. Mỗi ngày ông đi thăm bà sau xuất cà phê buổi sáng. Tôi chắc rằng ông cũng sẽ ngồi lặng lẽ nhìn mẹ tôi như những lần đến thăm bà ở nhà tôi. Chắc chắn là ông sẽ đốt một điếu thuốc và ngồi cạnh mẹ tôi, được ngồi cạnh rất gần, gần hơn thời mẹ tôi còn ở nhà tôi rất nhiều. Nhưng giờ sẽ chẳng còn nghe được lời cằn nhằn thảnh thót của mẹ tôi về khói thuốc mờ cả mắt, khởi đầu cho những cơn giận hờn quen thuộc, có khi cũ như trái đất, xưa từ mấy thập kỷ trước. Sẽ chẳng còn dịp để bố tôi hỏi: *Sao má giận gì bố mà lâu thế?* Còn lại bây giờ, có chăng, chỉ là sự im lặng của vuông cỏ xanh, và làn khói nhang mỏng manh, âm thầm trong nắng…

090909
Đức Trí Quế Anh

*heo vàng: Bé Trimy lúc đó khoảng 16 tháng tuổi.

Tên thật: Trần Bạch Vân
Sinh trưởng tại Lái Thiêu, Bình Dương
Nghề nghiệp: Fashion Designer
Hiện ngụ tại Philadelphia, Hoa Kỳ

Trăng Nước Tầm Dương

Dạ thâm giang thủy tâm vu hoang,
Đăng đăng vân thiên quyển điệu đàn.
Lãng phách thiết tha hàm thán tứ,
Nguyệt minh u uất yểm sầu nhan.
Thiên thu hiểu vãn đa tồn thất,
Chích ảnh hôn triêu kỷ hợp phân.
Tịch chử linh đinh hồn viễn xứ,
Bạc chu hàn dạ sầu mang mang.

Sông nước chèo khuya dạ ngổn ngang,
Trời mây lồng lộng quyện cung đàn.
Nỉ non sóng vỗ niềm than thở,
Ray rứt trăng soi mặt héo hon.
Nghìn thu sớm tối bao còn mất,
Một bóng mai chiều mấy hợp tan.

Bến vắng chơi vơi hồn viễn xứ,
Đò neo đêm lạnh sầu mang mang.

Trăng đêm nay đẹp quá.
Trăng vằng vặc mênh mông trời nước.
Trăng nhỏ từng giọt, từng giọt lung linh mặt sóng lao xao, trăng lấp lánh ngân nhũ đong đưa hàng liễu rũ.
Trăng huyễn hoặc mông lung. Trăng ảo mờ sương khói.
Trăng kết ngọc, dát vàng bãi sậy bờ lau.
Chân trời thăm thẳm, ngàn sao nhấp nháy trường không.
Đom đóm lập lòe bóng ma trơi thấp thoáng lùm cây bụi cỏ, côn trùng rỉ rả tiếng vọng âm cung văng vẳng xa xôi.
Gió phất phơ ngọn cỏ hiu hiu mang theo chút hơi hướm rong rêu lãng đãng mạn thuyền, gió vỗ về lượn sóng nhấp nhô xô dạt chân cầu xào xạc.
Chao ôi! Đất trời hạo đãng như thế đó, ánh trăng diễm lệ như thế đó, mà nàng, Cầm Nương, một mình, ngồi cạnh mạn thuyền buông neo bên dòng nước bồng bềnh sóng bạc. Hỡi ơi!

Nhất phiến nguyệt hàn lạc sầu nhan,
Dạ thâm khuê đầu trụy trường giang.
Mặc mặc tinh cầu luân chuyển lão,
Man man cô tịch dữ thùy phân?
Dữ thùy phân! Dữ thùy phân!

Lạnh lẽo viền trăng soi má nhạt,
Đằng đẵng sông dài sao rớt khuya.
Lặng lẽ tinh cầu xoay chuyển mãi
Cô đơn vời vợi biết ai chia?
Biết ai chia! Biết ai chia!

Không có ai cả!

Trước sau chỉ một mình nàng đối nguyệt trầm tư!

Cầm Nương ngắm bóng, ngắm trăng nghĩ ngợi miên man.

Trời trăng mây nước bao la bát ngát diễm lệ vô cùng, nó khiến lòng thế nhân chìm đắm vào một cõi hư hư huyễn huyễn. Ánh trăng kia đã chiếu xuống trần gian từ bao đời bao kiếp, đã chứng kiến biết bao thịnh suy của cõi nhân gian, của một đời người. Ôi! Ánh trăng nào soi mặt chinh phu quạnh hiu gió cát, còn ánh trăng nào ngậm ngùi phòng khuê lạnh lẽo canh khuya? Ánh trăng nào theo dấu Minh phi Hán Hồ lưu lạc, còn ánh trăng nào rơi rụng chuông ngân trên bến Phong Kiều? Từ thuở khai thiên lập địa thăm thẳm hoang sơ, nguyệt cầu kia đã là niềm cảm hứng vô tận cho nhân thế. Con người đã tốn biết bao bút mực, tim óc để ngợi ca cái ánh sáng huyền hoặc này. Thậm chí đã có người nhảy xuống nước ôm trăng mà chết. Thử hỏi nếu trăng không quyến rũ thì sao có thể như vậy. Tưởng tượng rằng một ngày nào đó nguyệt cầu kia tự dưng vắng bóng thì thế gian này sẽ ảm đạm ra sao. Chao ôi, một kiếp người ngắn ngủi biết bao so với ánh trăng chiếu ngời trong vạn đại.

Vạn đại! Vạn đại!

Vạn đại bắt đầu từ bao giờ và bao giờ sẽ chấm dứt, sau ta rồi sẽ là ai cho vầng trăng ấy sáng soi. Chỗ ta ngồi hôm nay, nghìn xưa ai đã từng ngồi? Một câu hỏi không có câu trả lời. Nhất định là như thế, ai có đủ thẩm quyền để trả lời câu hỏi kia. Nàng chẳng biết, chỉ thấy dòng sông cứ miên man trôi chảy, trôi chảy không ngừng. Bất giác mấy câu thơ đời trước hiện về, nàng ngậm ngùi cảm ngộ, người xưa đã chẳng từng than thở thế ư?

Giang bạn hà nhân sơ kiến nguyệt,
Giang nguyệt hà niên sơ chiếu nhân.
Nhân sinh đại đại vô cùng dĩ,
Giang nguyệt niên niên vọng tương tự
Bất tri giang nguyệt chiếu hà nhân,
Đản kiến trường giang tống lưu thủy
(Trương Nhược Hư)

Người bên sông ai nhìn trăng trước,
Trăng soi người buổi trước năm nao
Đời đời kiếp sống nối nhau
Tháng năm sông nước trăng sao vẫn cùng
Chẳng biết trăng soi chung ai đấy
Chỉ thấy dòng nước chảy miên man...

Chao ôi!
Nguyệt thủy nhất phương!
Trăng nước một vùng!
Tịch mịch! Thậm tịch mịch!

Cái không gian tịch mịch này, Cầm Nương đã đối diện với nó không biết từ bao giờ. Tuy vậy, nó vẫn không đáng sợ bằng nỗi tịch mịch trong lòng nàng. Người ta nói đáng sợ nhất là cái tịch mịch trong lòng người đàn bà khi về chiều. Không phải chính là nàng bây giờ hay sao?

Tâm tư Cầm Nương chùng xuống, chùng xuống thật sâu.

Nàng ngồi đó, ngồi bên mạn thuyền, rất lâu, rất lặng lẽ, lòng nàng chìm theo tiếng nước trôi sóng vỗ, tiếng vạc kêu sương. Mắt nàng ngắm những tảng mây bay qua tầng không trong vắt ánh trăng nhưng lòng nàng trôi theo làn nước miên man xuôi tận cuối dòng. Không thấy gì cả, không một bóng con thuyền nào thấp thoáng cho nàng khởi lên niềm hy vọng, hy vọng trông thấy một hình ảnh quen thuộc đang trở về, dù chỉ là hy vọng thoáng qua rồi tan biến.

Sương xuống hơi nhiều, không gian chớm thu chừng như giăng thêm tơ mới, mông lung hơn, huyền ảo hơn. Nàng nghe lành lạnh bờ vai, bất giác, nàng đưa đôi tay gầy guộc ôm choàng bờ vai nhỏ bé của mình. Đã lâu, đã lâu, bờ vai của nàng dường như quên mất cái thói quen tựa vào vai của người khác, nó trống trải, nó lẻ loi quá.

Bất giác, nàng nhìn lại đôi tay của mình. Dưới ánh trăng diễm ảo, đôi tay nàng vẫn nổi bật lên một màu trắng muốt. Ôi! Đôi bàn tay của nàng. Đôi bàn tay một thời khuấy động chốn Ngũ Lăng, đôi bàn tay một thời khiến lòng người điên đảo.

Nàng nhớ quá những trận cười hào sảng, nàng nhớ quá những lụa đỏ khăn hồng. Nàng nhớ chung Lục Nghị sóng sánh màu hổ phách, nhớ chung Bồ Đào phơn phớt sắc ráng pha... Lâng lâng, lâng lâng men rượu ngọt. Nao nao, nao nao sóng hồ thu... Tất cả những hình ảnh ấy đã chìm sâu vào dĩ vãng xa lắc xa lơ. Thu ba đào kiểm, má phấn môi hồng! Chao ôi! Còn nhắc làm chi nữa. Đã là dĩ vãng! Đã là dĩ vãng! Giờ này còn gần gũi với nàng nhất, còn trung thành với nàng nhất, họa chăng là chiếc tỳ bà cũ kỹ thiết thân. Nàng thở dài. Không dừng được cảm hoài, nàng đứng lên khom lưng đi vào khoang thuyền, khêu ngọn bạch lạp, với tay lên vách đỡ nhẹ cây tỳ bà xuống. Ôm đàn vào lòng, nàng nhẹ nhàng vuốt ve những phím tơ như đang vuốt ve một đứa trẻ thơ. Nàng mường tượng đang sờ vào đầu nó, sờ vào má nó, đôi má thơm lừng hơi sữa ngọt ngào. Nàng áp mặt lên bụng đàn thon thả bóng nhẫn, hít vào phế nang mùi hương quen thuộc của chất gỗ thấm đẫm hơi tay nàng. Nàng đã sờ vào đó, chạm vào đó không biết bao nhiêu lần mà nói. Mấy chục năm qua có đêm nào nàng không ít nhất một lần nâng niu nó. Dù có nhã hứng hay không có nhã hứng khảy nên cung bậc, nàng vẫn săm soi nó như săm soi một món cổ ngoạn quý giá. Đã từ bao năm nay, nó là vật bất ly thân của nàng.

Đêm nay trăng đẹp quá, lòng nàng mênh mông quá. Tâm sự trùng trùng của nàng chỉ có thể gửi gắm cùng mây cùng gió, cùng tiếng đàn dặt dìu khoan nhặt. Nước trời lồng lộng bao la, một thuyền một lái bỏ neo đêm vắng lạnh lùng. Nàng biết tỏ bày mối cảm hoài với ai ngoài tiếng đàn của nàng.

Khoác thêm chiếc áo, ôm cây đàn trong tay, nàng lại khom lưng bước ra đầu thuyền. Nàng chậm rãi khơi một đỉnh trầm. Khói hương thoang thoảng quyện vào không gian tịch mặc khiến nàng không dám chuyển động mạnh. Nàng nhẹ nhàng ngồi xuống khoanh chân, thẳng lưng, hít thở mấy hơi dài. Chiếc đàn đã đứng gọn nghiêng nghiêng trong lòng. Nàng bắt đầu nắn phím, so tơ. Đôi tay nàng nhẹ nhàng lướt qua hàng phím, những âm thanh trầm trầm bổng bổng run rẩy vang lên. Nàng khép hai hàng mi lại, thôi không nhìn, không ngắm trời mây nữa. Trong bóng đêm mờ ảo ánh trăng, nàng có mở mắt cũng không thấy được gì nhưng cho dù có nhắm mắt đi nữa thì nàng vẫn thấy rõ mồn một từng phím, từng phím tơ của nàng, từng vị trí cung bậc của thang âm mà nàng đã quá quen thuộc với nó. Đôi tay của nàng có gầy guộc xanh xao hơn nhưng vẫn còn nhanh nhẹn, vẫn còn nhạy bén trong việc thay đổi vị trí cung bậc. Làm sao nàng có thể quên được chứ, làm sao nàng có thể chậm được chứ. Nàng và đàn đã hòa làm một từ lâu. Máu thịt, hơi thở của nàng được tiếp tục sinh tồn là nhờ âm thanh dìu dặt réo rắt của tiếng đàn kia mà. Nàng nhắm nghiền đôi mắt nhưng đôi tai của nàng vẫn tinh nhạy vô cùng. Tiếng đàn réo rắt nhặt khoan hòa lẫn tiếng gió vi vu xào xạc, tiếng sóng vỗ rì rào, tiếng côn trùng rỉ rả. Ôi! Còn có bản hợp tấu nào vượt qua nổi bản hợp tấu đặc biệt này. Nàng đắm chìm trong tiếng đàn của mình. Đôi tay nàng lướt trên phím đàn một cách vô tâm vô thức. Nàng quên hết phiền muộn, quên hết chờ đợi nhớ nhung, quên hết trời rộng đất dày. Kìa là hình ảnh chập chờn thuở trước, xuân thắm má đào, chúc quang rực rỡ, tử y hồng quần thướt tha quấn quít theo cung đàn tiếng nhạc. Kìa là những khuôn mặt thẫn thờ, những đôi mắt đam mê dõi theo dải lụa quay tít của nàng. Leng keng ngọc bội kim hoàn, lách cách cung thương sênh phách. Những âm thanh ma mị ru hồn người văng vẳng bên tai. Đắm chìm! Đắm chìm! Mê man! Mê man! Nàng không nhớ, không biết mình là ai nữa.

Tiếng đàn réo rắt quá như gió lướt rừng thông. Tiếng đàn nỉ non quá như ve sầu khóc hạ. Tiếng đàn miên man như nước cuốn Trường Giang. Tiếng đàn thánh thót như mưa rơi phiến đá. Cung bậc ấy, thanh âm ấy hẳn là phải do một bàn tay ngà ngọc chuốt trau. Chao ôi, ở chỗ đất thô lậu này sao lại có thể sản sinh một diệu thủ như vậy. Tư Mã Giang Châu ghìm cương ngựa lại lắng nghe. Đêm thu quạnh quẽ, lác đác lá phong, hơi may se sắt lướt qua. Chàng chợt nhớ đến tấm áo choàng hãy còn nằm vắt vẻo trên yên ngựa. Tấm áo choàng màu xanh của chàng đã cũ kỹ, bông đã sờn đôi chỗ nhưng Tư Mã chẳng màng thay đổi. Thân phận trích thần như chàng có vui gì, có thích gì mà xênh xang áo mũ. Quanh năm đối mặt với đám dân đen chơn chất nghèo nàn ở chốn sơn lam chướng khí này, chàng có ăn mặc đẹp cũng chẳng lấy làm hãnh diện với ai. Lúc còn bé ở Từ Châu, chàng đã sống qua những tháng năm loạn lạc. Mắt thấy dân tình điêu đứng khổ sở bởi họa binh đao và bị những nhiễu bóc lột bởi đám quan lại tham ô nên chàng thấu hiểu những nỗi thống khổ của người dân quê. Rồi khi trưởng thành, được cơ hội lên kinh đô Trường An, thi cử đỗ đạt, bắt đầu lui tới trong chốn quan trường, căm ghét bọn triều thần hủ bại thối nát, dùng ngòi bút lời thơ của mình mà đả kích khiến chàng trở thành cái gai trong mắt những kẻ nắm trọng quyền. Và cũng vì thế mà chàng hết bị đày biếm chốn này đến trích giáng xứ kia. Toàn là những chốn mà bọn quan lại sâu mọt chán chê vì chẳng có gì để gặm nhấm, thì hỏi sao dân tình không cơ cực điêu linh. Người dân quê chất phác tay lấm chân bùn chưa dám nghĩ đến việc ăn no mặc ấm, huống hồ là ăn ngon mặc đẹp. Chàng đành lòng nào áo mão xun xoe. Tư Mã kéo tấm áo khoác lên mình rồi nhìn sang bạn, cả hai không nói lời nào nhưng cả hai đều hiểu. Tiếng đàn kia đã làm cho buổi đưa tiễn hôm nay bị đình trệ mất rồi. Men rượu vừa nâng toan uống đã không đủ làm ấm lòng hai kẻ sắp chia tay. Sông nước mênh mông bàng bạc một màu trăng. Buồn biết mấy, không đàn không sáo. Vậy mà, vó ngựa chàng vừa dợm bước đi thì bỗng đâu trỗi lên tiếng đàn dìu dặt khoan thai này, bảo sao chàng không ghìm cương ngựa được. Người bằng hữu của chàng dường như cũng đã dừng chèo, cũng đang lắng nghe như chàng. Tiếng đàn tuyệt vời mang theo âm hưởng kinh thành từ đâu mà vang vọng tới đây? Đã hai năm qua kể từ ngày giã biệt để khuyết phụng hành trích giáng, chàng không được nghe những tiết điệu nhã nhạc của chốn phồn hoa đô hội nữa. Dường như tiếng đàn lãng đãng trôi theo dòng nước quanh đây. Vậy là đâu đó trên sông khuya có một con người đang mang mang tâm sự. Tư Mã quầy quả xuống ngựa. Chàng dắt ngựa cột vào gốc cây phong đứng trơ vơ bên cạnh thủy đình rồi ra dấu cho thuyền ghé sát độ kiều để chàng bước xuống. Chàng khoát tay với bạn "Ta hãy đi tìm tông tích tiếng đàn kia".

Cầm Nương chưa rời được nỗi niềm xúc cảm tự tâm tư vừa được nàng khơi dậy qua đôi tay tuyệt vời với tiếng đàn réo rắt của nàng thì lạ chưa, dường như có tiếng người văng vẳng đâu đây. Nàng có nghe lầm chăng? Bến vắng tha phương này đã bao đêm âm thầm lặng lẽ giống như đời sống của nàng, sao hôm nay, khuya khoắt dường này, có điều gì bất ổn chăng? Tiếng chèo khua nước ngày càng gần hơn và hình như… hình như… Họ đang cao giọng hỏi nàng thì phải? Té ra họ đang đi tìm xuất xứ của tiếng đàn nàng. Cầm Nương ngập ngừng, có nên cho họ biết là mình vừa đàn hay không? Là quen hay lạ, là dữ hay lành? Cầm Nương hắng giọng, toan lên tiếng rồi lại thôi. Ích gì đâu, một tiếng đàn lạc lõng cô đơn đã trải bao sông nước đìu hiu. Rồi cũng sẽ lại trải thêm những đìu hiu sông nước cho đến lúc nào đó không còn tinh diệu nữa thì thôi. Chẳng có gì thay đổi nữa đâu, là lạ hay quen, nào có gì trọng đại!

Nhưng kìa, tiếng chèo khua sóng dường như đang ở đâu đó quanh thuyền nàng, và tiếng người hỏi han vẫn cao giọng, chân thành. Cầm Nương tần ngần một đỗi. Chao ôi! Tâm hồn mẫn cảm như nàng sao có thể làm ngơ cho được. Cầm Nương cất giọng hồi đáp:

- Là dân phụ, là tiếng đàn của dân phụ, xin hỏi quý quan nhân có điều chi chỉ dạy?

- Chúng tôi, hai khách nhàn du, nhân lạc bước qua đây, nghe được khúc đàn tuyệt vời của tôn nương, muốn thỉnh tôn nương tương kiến.

Chao ôi! Tương kiến nữa à? Thật khó cho nàng quá, nàng đâu phải là một ca kỹ đàn ca múa hát để mua vui cho khách hào hoa như ngày nào nữa chứ. Nàng bây giờ đã là Nương tử của trượng phu nàng. Tương kiến cùng kẻ xa lạ, e là nàng sẽ lỗi đạo chăng? Huống nữa, ngày xưa dù còn là một ca kỹ nhưng đâu phải ai cũng có thể tương kiến cùng nàng. Cũng đâu phải hễ ai bỏ ra nghìn vàng là có thể nghe được tiếng đàn của nàng (1). Lui tới với nàng thường chẳng phải là hạng tục khách. Nàng cất giọng thưa trình:

- Xin quý quan nhân rộng tình lượng thứ. Thật là thất lễ, dân phụ thiếp không thể đáp ứng thỉnh cầu. Dân phụ vốn là hữu chủ chi hoa nên không thể tùy tiện tương kiến người xa lạ.

Im lặng một lúc, Cầm Nương nghe một giọng nói chân thành trịnh trọng cất lên:

- Xin tôn nương hãy yên tâm, chúng ta đây thật ra cũng không phải người xa lạ. Ta, Hương Sơn Cư Sĩ, tính Bạch, danh gọi Lạc Thiên, cũng chính là quan Tư Mã Giang Châu sở tại. Từ đế kinh bị trích giáng đến đây. Đã hai năm qua, Bạch ta chưa từng nghe được những điệu nhã nhạc thánh thót du dương tựa như ở chốn tiên cung này. Ngưỡng mộ người đồng điệu nên mới tìm đến mong thỉnh kiến tôn nương, quyết không dám làm điều chi mạo phạm tôn giá.

Cầm Nương ngẩn người khi nghe khách lạ xưng hô danh tánh. Phải chăng đó là thi nhân nức tiếng đương thời Bạch Cư Dị (2) ở đế đô? Làm sao mà người lại lưu lạc tha phương mãi tận chốn này? Nếu thực đúng là người ấy thì chắc chắn không phải là kẻ phàm phu tục tử rồi. Tuy rày đây mai đó theo thuyền buôn của trượng phu trên khắp Đại Giang nam bắc (3) nhưng nàng vẫn có dịp được nghe phong thanh lời ca ngợi tài đức của vị danh sĩ họ Bạch này. Nàng từng nghe rằng người đối với chị em giới kỹ nữ tuyệt không có lòng rẻ rúng khinh khi như hầu hết khách mua vui chức trọng quyền cao nhiều tiền lắm bạc khác. Không biết hư thực thế nào, âu là, hôm nay nàng mạo muội diện kiến một phen cho biết giả chân.

Hàn lộ dạ quân quy,
Cầm nguyệt lạc kiều bi.
Thủy miên thâm dạ trạo,
Phù vân quyển thanh y.

Người về sương lạnh canh thâu,
Đàn tôi nhỏ giọt bên cầu rụng trăng.
Chèo khuya sông nước miên man,
Áo xanh một phiến bàng hoàng mây trôi.

Tiếng chèo khua nước xa dần rồi mất hẳn.

Mặt sông trở lại nỗi mênh mang tịch lặng ban đầu, cái mênh mang tịch lặng trước khi có hai con người đến đây khoấy động những ngày đêm âm thầm một bóng của nàng. Cầm Nương thở dài thán tức. Họ đã đi rồi! Và chắc có lẽ không bao giờ trở lại nữa đâu. Đó là tính chất của cuộc đời, nàng vẫn thường biết vậy, có gặp gỡ nào mà không kết thúc bằng chia xa, có hợp nào mà không tan. Cuộc đời nàng đã chứng kiến biết bao tương ngộ phân ly, biết bao hợp tán. Nhưng mà, tương ngộ phân ly lần này chắc chắn sẽ để lại cho nàng những tháng ngày còn lại khó nguôi ngoai. Từ nay, đêm đêm nàng sẽ cưu mang thêm một nỗi đợi chờ khắc khoải khác dù nàng biết là vô vọng. Nàng và họ… bình thủy tương phùng… bèo nước gặp nhau… rồi… nước trôi dòng nước, bèo trôi đời bèo, trong muôn một dễ đâu mà có cơ hội tương ngộ lần thứ hai. Vả lại, hãy còn một khoảng cách lễ nghi, cho dù người ấy có trở lại để nghe tiếng đàn của nàng thì mọi việc cũng sẽ diễn ra trong âm thầm lặng lẽ mà thôi. Chao ôi! Nếu được như vậy thì cũng không uổng phí cho tiếng đàn của nàng, nàng nào mong muốn gì hơn. Hỡi ơi! Lão thương thiên trớ trêu chi bấy! Sao lại khơi dậy trong lòng nàng những hồi ức xa xăm tưởng chừng như đã chìm lắng mất hút dưới tận đáy sông sâu vực thẳm kia. Những đêm dài trở trăn mộng mị cùng ký ức đầy hình ảnh một thời huy hoắc đã xâu xé tâm tư nàng quá đủ rồi, huống hồ, đêm nay, một bậc đương thời danh sĩ đã rơi lệ đầm đìa vì cảm khái tiếng đàn của nàng, một thiên trường thi vì nàng mà tác xuất. Nàng tự biết rằng mình sẽ lại phải trải qua lắm đêm dài mộng mị từ đây. Người lữ khách không mời mà đến, thân thế phi thường kia đã chẳng nề hà đẳng cấp hạ cố đến nàng mà thốt nên câu "Đồng thị thiên nhai luân lạc nhân" há không đáng để cho nàng cảm kích muôn phần sao. Huống nữa, nàng, một đóa hoa phấn nhạt hương phai, chút cầm nghệ riêng tư của nàng so với bọn đương thời danh kỹ ở chốn đế đô cũng đã trở thành lỗi điệu mất rồi. Vậy mà, người ấy, một người đã từng lai vãng biết bao nhiêu là trà đình tửu quán, giao kết biết bao nhiêu là hào môn vọng tộc, xuất nhập để khuyết biết bao nhiêu triều mộ, lại có thể vì thân phận của nàng mà nhỏ lệ rơi châu ướt đầm tấm áo. Lòng nàng ngập tràn nỗi cảm kích. Tri âm trong trời đất thực hiếm hoi, khó gặp khó tìm. Tâm sự trùng trùng của nàng không ai hay biết, vậy mà người chỉ nghe vài tiếng đàn của nàng là đã lập tức thấu suốt. Nàng có nói muôn lời nghìn chữ cũng không nói hết được lòng cảm kích chân thành. Chỉ ân ân cần cần nghiền ngẫm cái câu "Đồng thị thiên nhai luân lạc nhân - Cùng một lứa bên trời lận đận" là đã đủ khiến nỗi tịch mịch trong lòng nàng vơi đi, là đã đủ cho nàng tâm trung mãn nguyện. Mai sau bèo dạt hoa trôi chung cuộc thế nào cũng mặc. Một lần gặp gỡ trong đời như thế là đã quá xứng đáng để bù đắp cho chuyện mất còn nhân thế. Nàng cảm kích, cảm kích muôn vàn...

Thiên địa tri âm dĩ thậm hi,
Tâm sự mang mang nhân bất tri.
Chỉ thính cầm thanh quân triệt ngộ,
Hựu năng vị ngã tác trường thi.
Đa tạ quân ân đối ngã trân,
Thiên ngôn vạn ngữ bất trần chân.
Chỉ nãi ân cần tham nhất cú,
"Đồng thị thiên nhai luân lạc nhân" (TBH)

Dĩ năng thỏa ngã vọng tâm trung,
Lưu thủy phù bình nhiệm sở chung.
Nhất sinh trần thế nhất tương hội,
Khả thích nhân gian bổ tồn vong.

Tạ khách tri âm
Than ôi!

Tri âm trời đất hiếm hoi,
Nao nao tâm sự ai người biết cho.
Người nghe suốt một tiếng tơ,
Lại vì ta phổ thành thơ vắn dài.

Tạ ơn tấc dạ quan hoài,
Ngàn lời vạn chữ khó bày lòng chân.
Một câu nghiền ngẫm ân cần,
"Bên trời lận đận đôi đàng khác đâu"

Đủ ta thỏa nguyện thâm sâu,
Bèo trôi nước chảy mai sau mặc lòng.
Kiếp người một buổi tương phùng,
Thế gian san lấp tồn vong cũng vừa.

Chao ôi!
Có ai biết được rằng buổi hội ngộ trăng nước
Tầm Dương kia đã để lại cho hậu thế cả ngàn năm sau
một áng văn chương tuyệt tác mãi làm rung động lòng
người. Nhưng mà có thực là đã xảy ra buổi tương ngộ
ấy chăng? Hay chỉ vì muốn ký thác tâm sự thầm kín
khó nói trước những thế lực của cung đình và sự hàm
hồ của một đấng quân vương mà tác giả đành phải
mượn lời kỹ nữ để ví với thân phận của mình? Ai mà
biết được!

Hạt Cát
Viết tại Khán Vân Hiên
08/29/03

Chú thích:

*(1) Nghề kỹ nữ: Khái niệm "nghề", theo nhà kinh tế học
Thomas Robert Malthus, người Anh, là một cái gì có lợi cho*

bản thân, vừa có ích cho xã hội. Và nếu hiểu theo cái nghĩa nghiêm túc đó thì kỹ nữ không thể là một nghề. Kỹ nữ, người con gái làm nghề bán phấn buôn hương, còn có nghĩa là ả đào, con hát. Nếu người ta có thể chấp nhận ả đào con hát là một nghề thì người ta khó có thể chấp nhận được chữ nghề trong cái người ta gọi là bán phấn buôn hương. Trong thơ của Đỗ Mục, kỹ nữ còn được gọi là "thương nữ":

Thương nữ bất tri vong quốc hận
Cách giang do xướng hậu hoa đình
(Đỗ Mục - Bạc Tần Hoài)

Nói thì nói thế nhưng trong xã hội Trung Hoa ngày xưa, một xã hội vốn coi người phụ nữ là đồ chơi của đàn ông, có thể dễ dàng mua, bán, bắt cóc, sang nhượng hoặc đem làm quà tặng giữa những người đàn ông với nhau thì sự xuất hiện của nghề kỹ nữ cũng là điều rất bình thường, thậm chí được coi là hợp lý.

Nghề kỹ nữ có từ thời nào? Người ta khó mà xác định được thời điểm xuất hiện của nghề này, tuy nhiên cũng có thể khẳng định được nghề này gắn liền với chén rượu câu khách, mời khách đàn ca làm vui và bán dâm cho khách. Theo tư liệu của ông Nguyễn Tôn Nhan đăng trên tạp chí Kiến thức ngày nay, ông tổ của nghề kỹ nữ là Bạch mi thần. Thần mày trắng có thể là Hồng Nhai tiên sinh, tên gọi Linh Luân, bầy tôi dưới thời vua Hoàng Đế, người làm ra âm luật đã được ghi trong Lã Thị xuân thu của Lã Bất Vi thời Tần. Thần mày trắng cũng có thể là Liễu Đạo Chích, thời Xuân Thu; Quản Trọng (Quản Di Ngô), thời Xuân Thu, người có công lập ra 700 nhà chứa gái để đàn ông đến mua vui, thu tiền lời để lo tiền quân quốc cho Tề Hoàn Công; cũng có thể là Lã Động Tân trong nhóm Bát tiên, nhân vật chuyên dạy hát kiêm trị bệnh hoa liễu cho phụ nữ làng chơi. Trong bất kỳ thời đại vua chúa nào ở Trung Hoa, nghề kỹ nữ cũng vẫn được hoạt động, các "viện" chứa gái vẫn mọc lên ở khắp nơi.
.... Kim Dung cũng cho biết các cấp bậc trong các kỹ viện ở Dương Châu. Má má là chủ viện, người bỏ tiền ra mua

gái về, có toàn quyền sinh sát đối với các cô gái. Mụ đầu là những người đàn bà lớn tuổi, chuyên môi giới giới thiệu, làm môi giới mại dâm. Kỹ nữ là người trực tiếp bán dâm trong các kỹ viện, lại kiêm nhiệm vụ mời khách uống rượu và kêu đồ nhậu. Công việc của họ là khuyến khích bọn khách chơi xài tiền càng nhiều càng tốt. Hoa nô là những chàng trai cô gái có nhiệm vụ phục vụ các công việc vặt trong kỹ viện: nấu nướng thức ăn, pha rượu, dọn bàn ghế, mua đồ ăn cho kỹ nữ và... đánh đập những cô gái nhà lành, dằn mặt họ nếu họ không chịu bán trinh, không chịu tiếp khách.

Nhưng thật ra, kỹ viện không chỉ là nơi mại dâm. Nếu trong tiểu thuyết võ hiệp Kim Dung, bọn hào sĩ giang hồ bị bọn quan binh truy nã; người bị thương lánh vào kỹ viện trị thương, thì trong thực tế, các danh sĩ thường tìm đến kỹ viện để nghe hát làm thơ, rồi dạy các kỹ nữ hát những bài thơ của mình thành nhạc phổ. Kỹ viện trở thành nơi nương náu của những tâm hồn cô độc, của những người bị vua chúa lưu đày. Trong những trường hợp đó thì kỹ nữ trở thành người bạn tri âm.

Chúng ta đã từng biết Bạch Cư Dị bị giáng làm Tư Mã Cửu Giang, đã từng làm bài "Tỳ bà hành" ca ngợi tiếng đàn của một kỹ nữ dài 622 câu. Trong phần đề tựa, Bạch Cư Dị đã viết: "Năm Nguyên Hoà thứ mười (816), ta bị giáng làm Tư mã huyện Cửu Giang... tiễn khách ở bến Bồn, giữa đêm nghe tiếng tỳ bà ở trên thuyền... hỏi ra thì đó là ca nữ ở Trường An". Tác giả ngồi nghe tâm sự của người ca nữ đó. Bản thân người ca nữ đó là một nhân vật có học, có lòng tự trọng, không phải khách nào mời cũng ra.

Di thuyền tương cận yêu tương kiến
Thiên tửu hồi đăng trùng khai yến
Thiên hô vạn hoán thi xuất lai
Do bão tỳ bà bán già diện (TBH)

(Ghé thuyền đến cạnh chào mời
Khêu đèn thêm rượu lại bày tiệc hoa
Nằn nì mời mãi mới ra
Ôm đàn che nửa mặt hoa thẫn thờ)
        (Trần Trọng Kim dịch)
(Theo Vũ Đức Sao Biển trong "Kim Dung giữa đời tôi")

(2) Bạch Cư Dị: (772 – 848) đại thi hào đời Đường, tác giả bài thơ Tỳ Bà Hành, nguyên ủy của câu truyện ngắn này.

(3)Tầm Dương: Khúc sông Trường Giang chảy qua tỉnh Giang Tây, thị trấn Cửu Giang.

Kiệt Tấn

Tên thật: Lê Tấn Kiệt
Sinh năm 1940 tại làng Vĩnh Lợi, Bạc Liêu (Nam Việt)
Hiện cư cụ tại Bagnolet thuộc ngoại ô Paris (Pháp)

Tác phẩm đã xuất bản:
Điệp Khúc Tình Yêu Và Trái Phá (Thơ, Sáng Tạo, 1966)
Nụ Cười Tre Trúc (Tập truyện, Văn Nghệ, 1987)
Lớp Lớp Phù Sa (Truyện dài, Văn Nghệ, 1988)
Thương Nàng Bấy Nhiêu (Tập truyện, Người Việt, 1988)
Nghe Mưa (Tập truyện, Xuân Thu, 1989)
Em Ơi Biết Đâu Tìm (Tập truyện, An Tiêm, 1994)
Việt Nam Thương Khúc (Trường thi, An Tiêm, 1999)
Tuyển Tập Kiệt Tấn (Văn Mới, 2002)
Em Điên Xõa Tóc (Tập truyện, Văn Hóa Sài Gòn, 2009)

Trời Đã Tối Rồi, Vịt Mù Ơi!

chiều chiều chim vịt kêu chiều
bâng khuâng nhớ bạn chín chiều ruột đau
(Ca dao)

Thánh thót!
Giữa âm điệu rì rào của triệu ngàn giọt nước tuôn trong trẻo đều đều, chợt cất lên giọng thánh thót. Một tiếng chim lẻ loi trong sáng, ngân nga kéo dài.

Ngưng chờ. Rồi lại cất lên, líu lo lặp lại điệu cũ. *Thánh thót!*

Giựt mình mở mắt. Tôi ngồi xếp bằng trên bãi cỏ xanh mướt, lưng dựa vào một gốc thông sần sùi có nhánh cành uốn éo khúc khuỷu giống như tùng, lá kim nhỏ chi chít xòe ra thanh tú. *Buttes Chaumont*, một công viên lâu đời của thành phố *Paris*, thuộc quận 19. Nằm trên đồi cao chập chùng dợn uốn, cỏ mọc xanh tốt điệp trùng. Giữa công viên, hồ nước tròn êm ả xinh xắn vây quanh khối đá đen đồ sộ xù xì trông tương tợ như một hòn nào đó ở vịnh Hạ Long. Khiến nhớ. Trên chóp hòn, sừng sững tháp đá trắng kiểu La Mã vươn tay vói trời, đỉnh cao nhứt của địa thế *Paris*. Lên đó ngó xuống thấy người đẹp Ba Lê phơi phới trải áo nhà cửa xúm xít, xòe váy phố xá bốn bề gọn gàng, mút mắt. Thấy thiệt là thương. Thân mật. Gắn bó. Mỗi bận đi xa lâu ngày, thấy nhớ nhớ.

Ngó tìm giọng ca thánh thót đang ngợi ca nắng ấm. Không thấy đâu hết. Đó đây toàn những ngọn thông xanh um. Tiếng ca lại cất lên cao vút. Định hướng ngó kỹ. Trên một ngọn thông gầy nhom đã bị mé nhánh trơ trụi, phát hiện *chàng* đang vươn cao chiếc cổ nhỏ lên mà ríu rít gọi tình trên một cành đen không còn lá. *Ppp... riu... riu... riu riu riu... Ppp... riu... riu... riu riu riu...* "*Em ơi! Em ơi! Xích lại gần đây nào!...*" Tuyệt vời. Nắng chan hòa rực rỡ. Từ xa vẫn tiếp tục vẳng lại điệu suối ru rì rào, đệm âm cho chàng ca sĩ tài hoa đang ngây ngất si tình cuộc đời. *Ppp... riu... riu... riu riu riu...* Chạnh nhớ ngày xưa, cái thuở còn là học trò, chiều chiều ra ngồi ở cửa sổ ngó qua vườn trầu nhà Hương, ôm cứng cây đờn *mandoline* cũ mèm, trổ hết tài mọn ra trê ma lô lẳng tẳng, cố gân cổ trai tơ lên mà rên rỉ "*ngày mai lênh đênh trên sông Hương...*" Hát hoài. Hát hoài. Những mong nàng nghe thấu và hiểu được thông điệp (*Allo! Allo! Nghe rõ trả lời!*). Cho đến lúc nàng giận lẫy và nhận lời cầu hôn của gã trai tơ con nhà giàu học dở ngang nhà. *Thôi thì em chẳng yêu tôi / Leo lên cành bưởi nhớ người rưng rưng...* Này chim ơi, chim ơi! Chim si tình ai đó? Đã mấy mùa qua rồi? Chim có may mắn hơn ta? Hay cũng như ta, *leo thông trụi lá nhớ nàng rưng rưng?*

Tháng bảy, mùa hè rực nóng. Dân *parisiens* đã bỏ thành phố đi nghỉ hè gần hết. Ra biển, lên núi, lội sông, lui về nông trại tìm gặp lại thiên nhiên, heo gà, dê ngỗng, mèo chuột. Sau khi làm băng hoại môi sinh, ô nhiễm sông biển, con người tất tả tìm về thiên nhiên, ruộng đồng, đầm lầy, sông nước như con nít bị lạc giữa chợ đông, hoảng hốt ré khóc gọi má. Chẳng bù với thời gian trước đây, tại vùng quê *Normandie*, một ông già hàng xóm khó tính nọ đã đâm đơn kiện con gà trống ca sĩ ngang nhà. Trời vừa tờ mờ hừng đông là ca sĩ đã gân cổ lên mà "ò ó o... ooo... ò ó o... ooo" khiến cho ông già mất ngủ. Và ông ta đã thắng kiện, thiệt là hi hữu! Ở cái xứ Đại Pháp có truyền thống dân chủ lâu đời này mà hiệp sĩ gà cồ bị cướp quyền tự do ngôn luận! Noi theo gương đó, biết đâu chừng rồi đây sẽ có một bà goá phụ cau có đâm đơn kiện con mụ vợ mất nết sát vách. Đêm đêm mụ ta cứ rên rỉ và văng tục quảng tiều nhặng cả lên, canh khuya phòng không chiếc bóng nghe... sốt cả ruột! Và bấn cả người! *"Hừ hừ hừ... nữa đi anh... hừ hừ hừ... lẹ lên lẹ lên..."* Mõ thảm không khua mà cũng cốc / Chuông sầu chẳng đánh cớ sao om?

Paris được cái may mắn là nhà cửa cất thấp và còn giữ được trong lòng mình nhiều công viên, lớn có nhỏ có. *Paris* cũng bảo vệ được những hàng cây cao lớn trồng dọc theo hai bên đường. Vì vậy mà trong thành phố không có xe buýt hai từng ngoại trừ loại xe lộ thiên chở du khách ngoạn cảnh và chụp hình *xú-vơ-nia*, dĩ nhiên! Cũng do cái lòng yêu thích cây cảnh đó mà khi rút lui khỏi xứ ta sau trận Điện Biên Phủ, thực dân "ác ôn" *Phú-lang-sa* còn để lại cho Sài Gòn cái công viên Bách Thảo bát ngát và vườn cây Tao Đàn rợp bóng để cho bà con ta vô đó mà hứng mát. Và mỗi buổi sáng

Kiệt Tấn - 87

sớm xếp hàng thẳng thớm gân cổ lên hợp tấu phom phom bản quốc thiều một trăm phần trăm của con Lạc cháu Hồng oai hùng, có bốn ngàn năm văn hiến. Không còn đứng nghiêm chào cờ tam sắc và đồng ca vi vút: *"Ảnh lòng zằng phăng đờ la pa trí (ơ) dờ…"* như cái thuở còn xe thổ mộ chạy lóc cóc ở Bến Nghé nữa. Tưởng cũng nên nghiêng mình cám ơn mấy ông Tây bà Đầm một phát cho phải đạo thánh hiền của đức Khổng Tử: *"Hưng ư thi, lập ư lễ, thành ư nhạc"*. Nho chùm! Đã lé con mắt chưa?

Trong các công viên nằm trong vòng đai nội thành *Paris*, tôi thường lui tới ba công viên mà mình yêu thích nhứt: *Jardin du Luxembourg, Buttes Chaumont* và *Parc de Montsouris*. Mỗi công viên một vẻ với cảnh trí và đường nét đặc thù.

Tôi đến với *Buttes Chaumont* từ cái thời 75, lúc vừa chân ướt chân ráo trôi giạt về định cư ở Quận 20, đường *Pyrénées*, con đường dài nhứt của *Paris* dẫn tới công viên này. Chưa được bao lâu thì tiếp đến thời kỳ thất nghiệp. Tha hồ mà vào đây phơi nắng cưỡng bách, hết nằm sấp tới nằm ngửa, hết nằm ngửa tới nằm nghiêng, trở đầu tới trở đầu lui, thay đổi đủ hết mọi tư thế mà vẫn không hết thất nghiệp! Mùa hè cây cối ra lá xanh um, bông hoa hường đỏ nở rộ, cỏ dại hoa dại đua nhau mọc vọt lên chi chít cho kịp với tiết mùa. Những bông vàng bông trắng nhỏ xíu trông giống như hoa cúc nhiều cánh vươn cao khỏi đầu ngọn cỏ, hớn hở, hân hoan, hồn nhiên, phơi phới. Gió thoảng lay lắt, hoa nhỏ gật đầu ưng thuận đính hôn cùng mùa hè, với nắng nóng, với nhựa căng rần rật. Nằm sấp trên cỏ quan sát kỹ, không khỏi ngạc nhiên với cái *mầu nhiệm* của trời đất. Hoa tuy nhỏ nhít mà cũng đủ hết mọi sinh phận kỳ diệu, đủ hết mọi tình tiết lâm ly. Này là cuống hoa, này là cành hoa, này là nhụy hoa, này là tràng hoa. Sẵn sàng hết để gầy dựng tiếp tục cho mùa sau, cho năm tới, cho hè tới. Lần nữa. Lần nữa…

Mỗi vật trong thiên nhiên là một *mầu nhiệm*. Từ con cào cào con trong xanh mới nở mà đã biết nhảy tưng tưng. Từ chiếc lá non vừa mới mọc ra mà đã có đủ hết gân xanh, đủ hết lục diệp tố, đủ hết mọi chương trình để biến chuyển thích nghi theo thời tiết. Từ chiếc lông chim vừa mới rụng còn đang dính phất phơ trên đầu ngọn cỏ. Lông chim mang sẵn trong mình cả một cấu trúc phức tạp không tưởng nổi. Khi rụng đi sẽ có một cọng lông khác sẵn sàng mọc lên thay thế, tuy hình dạng giống nhau mà bao giờ cũng khác nhau. Lạ lùng! *Mầu nhiệm*! Phải! Mầu nhiệm. Không có tiếng nào khác hơn là mầu nhiệm. Cho dù có hiu hiu cách mấy, cái tài chế biến của con người cũng rất là hữu hạn. Nhứt là các sản phẩm hoàn toàn do con người chế tạo ra sẽ không bao giờ sinh sôi nảy nở được. Những mầm giống biến cải vẫn hãy còn mang tính chất thiên nhiên nên có thể tiếp tục sinh sản. Nhưng cái máy giặt, chiếc xe hơi, cái tủ lạnh, chiếc máy bay, người đẹp cao su, con cu giả, cái *sex toy*… thì chịu thua! Đẻ sao nổi mà đẻ?

Hơn nữa, đã là sản phẩm nhân tạo thì không bao giờ bền lâu dài dài được. Cho dù về mặt kỹ thuật có le lói tột bực, như chiếc phản lực siêu âm *Concorde* chẳng hạn, thì giỏi lắm cũng chỉ đảo lộn được vài màn ngoạn mục là rớt xuống đất… bể gáo! Trái lại, chiếc xe đạp tuy coi nó cà tàng như vậy mà trải qua hơn một thế kỷ, có lôi cái kiểu cũ rích đó ra mà đạp, nó vẫn lăn bánh như thường. Tuy nhiên, nếu bỏ phế chiếc xe đạp lâu ngày, nó sẽ bị rỉ sét và rã nát tan tành. Chừng đó mới biết làm cách nào mà di chuyển đây? Thì lại lôi hai cái bàn chưn năm ngón đã được trời đất vẽ kiểu, sáng chế từ hơn mấy trăm triệu năm trước và đã được trang bị cho loài có vú (trên là răng, dưới là cẳng) ra mà… cuốc bộ, hay chạy *jogging* một phát. Nhưng được cái là khỏi phải trả tiền *royalty* hoặc tiền *còm* bằng sáng chế cho Thượng Đế gì hết ráo! Cho dù có muốn kiện, Ngài cũng đâu biết phải đút đơn mà kiện ai đây? Hơn nữa, nếu kiện thì

kiện với ai? Chẳng lẽ kiện với quan tòa áo đỏ...
Thượng Đế? *"Kính thưa Ngài Thượng Đế: Nay con là
Thượng Đế xin có đơn này kính mong Thượng Đế... vân
vân... Ký tên: Thượng Đế"?* Thì thôi, kể như huề. Bỏ đi
Tám! *Statu quo!* Ngôi ai nấy ngồi, chơn ai nấy bước.
Cơm ai nấy ăn, hồn ai nấy giữ. Khỏe re! Khỏi phải tốn
tiền xăng nhớt, tiền bảo trì. Và cũng khỏi bị cái nạn ô
nhiễm khí cạc bô níc làm cho trái đất lên cơn sốt cấp
tính. Xét ra thiệt là tiện lợi trăm bề. Bèn vỗ cái bàn tay
mà hoan hô cái bàn chưn một phát! *"Bravo! Bravo!..."*
*Trăm năm (bánh) xe đạp cũng mòn / Ngàn năm bàn
cẳng vẫn còn trơ trơ.* Mới biết cái lẽ Trời thiệt là huyền
diệu!

Mỗi bận ngồi dưới gốc thông lim dim (giác ngộ
đâu? Hãy mau đến với ta!), tôi đều nghe tiếng *xoành
xoạch* kỳ lạ phát ra từ một lùm cây rậm gần đó. Tỳ kheo
lấy làm ngạc nhiên, bèn phóng thần nhãn đảo quanh mà
thám sát kỹ. Thấp thoáng một màu đỏ tươi sau màn lá
xanh lục: một bà đầm tuổi độ trung niên đang múa cây
quạt đỏ ăn rập theo quyền cước *Lăng Ba vi bộ.* Xếp
quạt, xòe quạt, xếp quạt, xòe quạt... *xoành xoạch...*
xoành xoạch... *Cô Gái Đồ Long* da trắng đang trổ tài
luyện chưởng! Trương Vô Kỵ da vàng bèn vận nội công
để chống lại hàn phong phát ra từ hồng quạt, đỉnh đầu
bốc khói lên nghi ngút.

Thời gian gần đây, dân Tây phương đua nhau
học múa *Tài Chi,* cách luyện khí công do mấy ông Trời
con đã đặt ra từ mấy ngàn năm trước, cái thuở Lão Tử
còn cỡi con nai vàng ngơ ngác (của Bà Lang Trọc) và
uống xá xị hiệu Con Nai bị cắm sừng. Mãi về sau này,
một tên Mẽo láu cá ở Cali đã bắt chước kiểu và bày đặt
ra cái *logo NIKE registered.* Như vậy, gẫm ra ai mới
thiệt sự là chậm tiến hơn ai đây? *Buttes Chaumont* có
xây một sân rộng tráng xi măng cho thiên hạ tới đó tha
hồ mà tập múa *Tài Chi,* có thầy Tàu và đôi khi thầy An
Nam ta hướng dẫn. Ngày ngày chí cốt kéo cày, dân
Tây dân Mẽo bị *xì trét* liên miên. Lai rai cứ bị *xì trốc* ngã

lăn ra mà chết bất đắc kỳ tử. Ngay cả Việt kiều ta tha hương cầu thực ở Mỹ, Pháp, Úc, Canada… thỉnh thoảng cũng bị *xì trốc* và ngã ra mà chết như ruồi hoặc nằm liệt giường hay ngồi xe lăn kiểu *xịn* nhứt *(Mẹcxơđì?)* mà khóc thét! Vì lẽ đó bèn *Tài Chi* vi vút để trị chứng giựt gân, "bức xúc" (bứt nút?). Ngoài ra, có người còn luyện *zen*, ngồi thiền, tắm bùn, đấm bóp (moi bóp?). Về cái mục chót này, tôi vẫn thích mượn một em đẹp đẹp và đấm bóp cho nàng theo kiểu đặc biệt "ly kỳ" trong Bí kíp *Kama Sutra*, như vậy xét ra vẫn còn thú vị hơn bội phần. "Tư rà rà… ra từ từ". Dĩ nhiên, sau đó em sẽ tẩm quất bù lại cho chàng, mấy hồi! *Xiên ngang mặt đất rêu từng đám / Đâm toạc chân mây đá mấy hòn…*

Trong *Buttes Chaumont* bây giờ thiên hạ nói chuyện hết sức lớn tiếng. Nghe kỹ, thấy quen quen như thể là đang ở trong… Chợ Lớn. À! Rõ ra là mấy Á xẩm và mấy xì thẩu đang cùng nhau líu lo đấu hót. Ủa! Sao ở đâu ra mà nhiều đấng trời con quá vậy? Ngẫm nghĩ. Công viên này nằm gần *Belleville*, Phố Tàu Nhỏ của *Paris*. Hèn chi! Công viên xưa nay vốn trầm lặng, nay bỗng dưng… *"Nhưng mà Á xẩm từ đâu lại? / Êm ái trao cho một vết thương!"* Mà dân trời con ăn nói chi mà ồn ào kỳ lạ! Ý là Đảng ta ở Bắc Kinh đã có ra thông cáo căn dặn kỹ là khi đến xứ người, thần dân Xứ Giữa phải khắc ghi bốn điều tâm niệm: Một là không được khạc nhổ. Hai là ở chốn đông người phải biết xếp hàng làm cơ. Ba là tránh nói lớn tiếng. Bốn là khi ăn *buffet "all you can eat"*, không được nhét thức ăn vô túi quần mình đem về nhà ăn tiếp. Tuy nhiên cho dù Đảng ta đã dạy bảo mãi rồi mà con dân vẫn chả chịu nghe. Vẫn cứ ào ào đổ lộc rung cây: *"Hầy lá! Xám cô Dành xực dách cô xường toại!"* (Diễn Nôm: Ba người An nam cùng ăn một trái xoài tượng). Trên nguyên tắc, khi múa *Tài Chi* phải tuyệt đối im lặng để giữ tập trung thần khí. Đàng này không! Nhứt định không! Vừa múa may quay cuồng, vừa nói lớn tiếng, vừa cười rõ to. Vui như Tết! "Xin quý vị vui lòng vặn nghe nhỏ bớt để khỏi làm phiền tỷ kheo đang cần sự yên lặng để *tham thiền*". Nhưng nếu có lỡ lạng quạng *tham tiền* chút đỉnh thì cũng không sao. "*Hẩy lá! Xính xái pò lái pò khự. Cái lầy chút lỉnh cho ngộ dẩm xà há!*"

Ngoài ra, *Buttes Chaumont* còn là công viên đặc biệt dành cho các Á xẩm trẻ và Cắc chú trẻ tới đây đóng *xi nê ma*: những lúc cử hành hôn lễ. Đúng kiểu thời trang: Một chiếc xe *limuzin* láng cón, trắng bóc dài ngoằng, có cắm bó hoa tươi lòe loẹt ở mũi xe. Chú rể bận đồ xịn đen gồ ghề, cổ thắt nơ đen. Cô dâu trang điểm tươi rói, áo cưới trắng tươi, đầu đội khăn the trắng nõn kéo dài lê thê phết đất, mang găng the trắng cao tới khuỷu, tay cầm một chùm bông the trắng (ngó một hồi trắng dờ con mắt!) Chàng và nàng âu yếm dìu nhau ra đứng bên cạnh bờ hồ, vén hết răng ra mà tươi cười rạng rỡ cho mấy ông phó nhòm chuyên nghiệp chụp hình. *Rất quan trọng!* Chụp hình để gởi về làng cũ của ta ở bên Tàu cho ba má và bà con lối xóm quê mùa ngày xưa coi lé con mắt hết! Mặc dù ở bên Tây ngày ngày phải ngồi lỳ ở bàn máy may, chân đạp ga không chịu nhả, miệng nhai đậu phộng trừ cơm, đầu cúi gầm miết tới để mà may ăn công. Hoặc đêm đêm phải xắt hàng trăm ký thịt, rửa không kịp thở hàng đống chén dĩa cao ngất đầu. Thế nhưng, tới ngày cử hành hôn lễ thì... "*Đây! Phút thiêng liêng đã khởi đầu*". "*Xin đừng lấy đó làm chơi!*" Đôi khi để tiết kiệm ngân sách quốc phòng, hai ba cặp cùng mướn chung một chiếc *limuzin* cho đỡ hao dầu. Cũng đâu có sao, *no stars where!* Lúc chụp hình thì chụp riêng ra từng cặp, bà con ta bên Tàu coi hình cũng đâu có biết. Vẫn cứ đinh ninh là con ta ở bên Tây vô cùng le lói: "*Tui đưa em sang ngang, bằng limuzin hay xe đò...*" Niềm vui của những con người giản dị bao giờ cũng giản dị!

Trong hồ nước ở *Buttes Chaumont* có một cặp vịt xiêm trẻ rất khắng khít, lúc nào cũng sánh vai nhau mà đủng đỉnh dạo hồ. Chàng lông màu đen bóng, mồng trang điểm trên đầu đỏ au. Nàng lông màu nâu lợt (rất hiếm), lông đuôi trắng nõn (nhờ thuốc giặt cao cấp?). Khi nào trời nắng gắt, chàng và nàng dìu nhau vô núp bóng dưới tàng lá rậm. Chốc chốc lại đâu mỏ với nhau mà rỉa lách cách, du dương tuyệt vời và tuyệt cùng âu yếm (nút lưỡi theo kiểu Phú lang sa?). Xong, gục gặc hai cái đầu vịt chuyện trò thủ thỉ và ngúc ngoắc hai cái đuôi vịt ra chiều thỏa mãn hả hê. Hạnh phúc của những con vịt giản dị bao giờ cũng giản dị! Đâu cần gì tới *limuzin* dài ngoẳng. Đâu cần gì tới khăn the phết đất.

Những năm về trước, dân bụi đời trong hồ chỉ có vịt, ngỗng và vài ba chú gà nước, đôi khi. Bây giờ vịt vẫn còn đó, có phần đông đảo hơn. Ngỗng vẫn còn đó, như xưa. Nhưng mấy con gà nước thì không còn đó nữa, có lẽ đã di tản đến nơi khác mà làm ăn. Thời buổi khó khăn, khủng hoảng toàn cầu, cạnh tranh gay gắt. Trái lại, có một chàng nhạn biển không biết từ đâu lạc miền tới cắm dùi định cư. *"Trông vời mỏi cánh chim bay / Em ơi con nhạn lạc bầy kêu sương!"* Nhạn biển, *mouette*, nhỏ hơn hải âu nhưng kêu rất lớn tiếng và rất chói tai, không thua gì các ông trời con. May là chỉ có một mống nên đành phải độc thoại nội tâm một mình. Cũng đỡ! Và cũng may mắn hơn nữa là không biết từ đâu hai chú cò xám mướt rượt, mỏ dài trắng tinh, lông cánh đẹp đẽ màu xám – dĩ nhiên! Trên đỉnh đầu trang điểm mấy sợi lông dài thanh thoát, trông chàng cò không thua gì Lữ Bố lúc ra tuồng, với lông trĩ vút cong trên giải mũ, oai phong lẫm lẫm, tướng mạo đường đường. Tôi thường đứng bên bờ hồ hoàn toàn yên lặng để ngắm cò… đứng lặng yên trên mặt nước hồ. Một cò giả tướng soi bóng nước một cò tướng giả. Cảm thấy trong lòng vô cùng êm ả. Không cần trao đổi gì với nhau hết mà hầu như đã cùng chung một tâm sự (kẻ sang Tần). Hiểu nhau từ khuya.

Thỉnh thoảng, cò vươn cổ dài tới trước, dừng lại ở tư thế đó, lặng im, hết sức chăm chú. Rình mồi?

Kiệt Tấn - 93

"*Con cò mày đi ăn đêm / Đậu phải cành mềm lộn cổ xuống ao...*" Rồi chập sau cò lại vươn cổ ra, rồi cũng không làm gì hết... Thời buổi khó khăn, khủng hoảng toàn cầu, kiếm ăn cũng có phần nào vất vả. Này cò ơi! Ta đây muốn "*hỏi con vạc đậu bờ kinh / cớ sao lận đận cái hình không hư?*" Chợt cò quay đầu lại ngó tôi lom lom rồi lên tiếng đáp lễ: "*Vạc rằng thưa bác thiên thư / mặc chi cái áo thiền sư ỡm ờ?*" Hai bên đã tìm được tri kỷ để trao duyên văn nghệ. Mới biết, *hữu duyên thiên lý năng tương ngộ / vô duyên đối diện bất tương tàu!* Lại nho chùm. Phải lé hết hai con mắt... là cái chắc! Bỗng một tiếng kêu rè đục vang lên. Cò vẫy tay chào tôi rồi nhẹ nhàng cất cánh. "*Bái bai!*" Tôi cũng bước vòng ra cổng nhỏ trên dốc cao rời khỏi công viên.

Mùa hè ở lại *Paris*, tôi thường la cà hết công viên này đến công viên khác. Nhưng quanh quẩn cũng vẫn trở lại *Jardin du Luxembourg*, Vườn Lục Xâm Bảo ở Xóm Học. Trở lại như trở lại với mối tình đầu, trở lại với người yêu đầu. Trở lại với *Diane*, Người Em Xóm Học. Một quyến luyến tự nhiên, bởi lẽ Vườn Lục Xâm là công viên đầu tiên ở *Paris* tôi đã lò dò đi lạc vào đây một bửng sáng tình cờ, cô đơn tuyệt vọng, tận cùng mệt mỏi, bỏ lại sau lưng Diane nằm ngủ bên Lộc ở khách sạn *Port Royal*. Âm thầm lẻn đi như chạy trốn. Rồi quỵ ngã, lạc đường. Lạc vào Vườn Lục Xâm, ngồi trên băng gỗ một mình, thiếp ngủ sật sừ... Chờ sáng. Xung quanh đen bít mịt mùng. Chỉ muốn chết. Chắc phải chết mất mà thôi!

Nhưng rồi sau đó, duyên mạng đưa đẩy, dưới hầm đá nghe nhạc *jazz* "*Le Caveau de la Huchette*" trong Xóm Học, Diane đã dạy cho tôi nụ hôn tình kiểu Pháp đầu tiên, lưỡi lưỡi quấn quýt. Ngụ trong Xóm Học nên hai đứa thường ra Vườn Lục Xâm ngồi phơi nắng, nói chuyện trời trăng mây nước. Thời đó ngồi ghế phải trả tiền, mặc dầu (và luôn cả mặt mỡ) ghế xếp gỗ rất thô sơ, ngồi ê ẩm hết cái bàn tọa. Lúc nào hết tiền cũng ra đây ngồi giải muộn. Hai trẻ đầu xanh yêu nhau vô cùng lãng mạn, gặm hai khúc bánh mì không có thịt đặc biệt lãng mạn, trong một công viên lừng danh có ghế ngồi ê đít lãng mạn, trông thiệt là lãng mạn hết cỡ nói! Phen này nhứt định *Tình Ái* phải lên ngôi (Lãng Mạn, dĩ nhiên) là cái chắc! *"Xin mời! Mắc cỡ gì nữa?"*

Hết thời kỳ lãng mạn tới thời kỳ "đi thực tế", chạm trán côm cốp với đời (*ui da!*). U đầu có cục! Và thất nghiệp dài dài trong thời gian đầu xác bấc xang bang, làm lại cuộc đời tại *Paris* từ con số không. Quá rỗi rảnh, bèn trở lại chốn xưa, bước vào công viên xưa, ngồi trên ghế sắt mới (miễn phí) mà suy gẫm cái tương lai mịt mù của mình. Tôi đã viết về "đoạn đường chiến binh" này trong truyện *Em Điên Xõa Tóc*:

"Tôi thèm chạy trên cỏ. Lần nào ngó chim chạy trên bãi cỏ nắng tôi cũng thấy mình ngu. Trời ơi! Sao hạnh phúc dễ ợt như vậy mà tôi không vói tới! Bao nhiêu lần tôi đến ngồi trong Vườn *Luxembourg* suốt mùa xuân, suốt mùa hè để chỉ nghĩ đến chuyện thất nghiệp. Kìa xem con chim bồ câu đang tắm rửa rỉa lông và kêu rù rù bên ống nước lủng có tia nước xịt ra nhỏ rức. Nó đâu phải làm đơn xin việc kèm theo phiếu lý lịch có dán hình thắt cà vạt hẳn hòi như tôi. Nọ xem con chim sẻ con đang chạy theo chim mẹ cánh xòe ra, mép vàng chưa mất dấu, hả miệng chờ mồi, và mẹ nó hết sức là kiên nhẫn tận tụy. Tình thương của trời đất. Đời sống sờ sờ như vậy mà tôi tự ý ngoảnh mặt làm ngơ, giam mình trong ngục tù do chính mình dựng lên và do mình cai quản..."

Giờ đây tôi trở lại Vườn Lục Xâm những ngày nắng tốt, thanh thản hơn, bình yên hơn. Tuổi trẻ bồng bột đã qua. Đam mê cũng đã mỏi mòn theo năm tháng. Biết làm sao bây giờ! Cũng có lúc muốn chết. Tưởng không thể nào sống sót nổi. Vì yêu đương cũng có, mà vì mưa lửa sắt triền miên trút xuống sông núi quê hương cũng có. Liên tiếp 30 năm đằng đẵng, không hề ngưng nghỉ một giây phút nào. Đêm tối mịt mù nằm kích ở bờ ruộng không lãng mạn như đêm ngủ gật trong Vườn Lục Xâm. Hỏa châu rọi trời. Tiếng đạn nổ vẳng lại từ xa. *"Một thời để yêu và một thời để chết"*. Những cuộc tình nghiệt ngã thay thế cho những mối tình sinh viên. Thịt da hừng hực. Cháy xém. Tưởng chết. Nổi điên âm thầm. Toan tính tự hủy mình... Mà thôi! Không muốn nhắc tới làm chi nữa...

Vườn Lục Xâm nhỏ nhắn lại nằm ngay giữa *Paris* nên ồn. Đôi khi nhằm lúc kẹt xe, năm sáu ngã đổ dồn tới, ồn không tưởng nổi. Ấy vậy mà công viên này rất hấp dẫn, luôn luôn tấp nập người. Giới trẻ đông đảo nhứt. Lạ lùng chăng? Xóm Học, *Quartier latin*, khu sinh viên. Những người em xóm học nho nhỏ, mảnh mai, xinh xắn, trang điểm thật nhẹ, nhanh nhẹn ôm cặp sách trên ngực thanh tân, líu lo băng qua công viên. Những con sẻ nhỏ đẹp đã lôi cuốn mắt nhìn. Ngó theo những đôi mông tròn trĩnh gói trọn trong chiếc quần *jeans* bó sát, núng na núng nính, xa dần, mút mắt. Trai trai gái gái dập dìu. "Anh đâu thì em đó!" Vì vậy mà đông. Khi mùa hè tới, những chiếc xe *cars* đầy ắp đổ du khách xuống ngoạn cảnh. Từng đoàn từng đoàn tiếp nối. Giải thích lăng nhăng bằng tiếng Anh, tiếng Tây Ban Nha, tiếng Tàu, tiếng Ý, tiếng Nhựt..., nhưng chưa có tiếng Ta! Cười cợt líu lo. Chụp hình, dĩ nhiên. *Paris* mà, mấy thuở. *Tắc, tắc, tắc! Xú vơ nia.* Cười lên một cái coi! Biết đâu chừng sau này, giở chồng ảnh cũ ra xem lại, không bồi hồi se thắt, "*Souvenir, souvenir! Que me veux-tu?*" Những tấm hình chụp chung với Diane một thời bất thần bỏ lại Sài Gòn, trong ngôi nhà ở Hàng Xanh, bây giờ đã mất hết. Xóa nhòa như những dấu chân trên cát. "*Et la mer efface sur le sable... les pas des amants désunis...*" Còn nhớ chăng Người Em Xóm Học? "*En ce temps là, la vie était plus belle! Et le soleil plus brûlant qu'aujourd'hui...*" Người ta thường nói kỷ niệm bao giờ cũng đẹp. Có thể. Nhưng kỷ niệm về một cuộc tình bao giờ cũng khiến trong ta ngậm ngùi. Một người tình đã thiệt sự mất đi rồi bao giờ cũng làm cho ta bâng khuâng tiếc nuối. Nhưng đó là cái lẽ *vô thường*, biết làm sao được? Biết làm sao giữ được những giọt sương mai trên đầu ngọn cỏ mùa hạ? Thì thôi cũng đành! "*Em tôi ơi! Tình có nghĩa gì đâu / Nếu là không lưu luyến buổi sơ đầu / Thuở ân ái mong manh như nắng lụa…*"

Vườn Lục Xâm không có suối nước nhỏ nhân tạo, nói gì đến thác đổ. Từ ngoài cổng *Saint Michel* đi thẳng vào sẽ gặp một bồn nước có vòi phun nằm giữa công viên. Trẻ con thường tới đây thả những chiếc tàu nhỏ điều khiển từ bên ngoài. Cũng có những thuyền buồm bé con di động nương theo sức gió căng. Và dĩ nhiên là tai nạn lưu thông thường xuyên xảy ra. Tàu đụng thuyền, thuyền đâm tàu. Tàu cán vịt, vịt rỉa thuyền. Tuy nhiên, không có ô nhiễm môi sinh, không có đổ máu, không có người chết. Cũng không có cảnh sát, không có lập vi bằng, không có điều tra bảo hiểm. Chỉ có con nít la ré và mấy chú vịt bị tàu cán ngoái đầu lại cự nự.

Hồ rất đông con nít mùa bãi trường. Nhưng tới mùa "*tung trời xanh, én nô đùa reo mừng*" thì thưa hẳn. Nhưng khi đó lại có niềm vui khác: Niềm vui của ngày tựu trường, gặp lại lớp học, gặp lại cô giáo, gặp lại những *copains, copines*. Ngó những chú nhỏ áo quần tươm tất, cặp sách đeo lưng tung tăng băng qua công viên mà lòng không khỏi rộn ràng cảm động. *Anatole France* đã viết một đoạn văn sống động "*La rentrée des classes*", đậm tình, bất hủ. Gợi ý cho Thanh Tịnh sau này viết "*Ngày tựu trường*" cũng rất nồng nàn thắm thiết. Một thuở nào tôi cũng đã ôm cặp rơm, đội nón rơm, chưn để trần mốc thít mà cuốc bộ tới mái trường tiểu học lợp lá trong Xóm Mới của mình, miệt Hậu Giang mặn mòi tôm cá. Rất sợ, rất kính nhưng cũng rất thương thầy mình. Thầy trò vô cùng khắng khít. Tiếc thay, cái tình thầy trò đó bây giờ không còn nữa. Ở thời buổi *internet* này, học trò "đục" cho thầy phù mỏ sặc máu là sự thường. Không có "*nhứt tự vi sư, bán tự vi* sư" gì hết ráo. Mời Đức Khổng Tử đi chỗ khác chơi! Đôi khi vừa hành hung cô giáo vừa thu hình bằng điện thoại di động. Xong đem lên mạng lưới truyền hình rộng rãi cho hết cả mọi người cùng thưởng thức những cú đấm rất đúng kỹ thuật quyền Anh. Thiệt tình! Thỉnh thoảng bên Mỹ, một cậu học trò bỗng nhiên buồn tình bèn vác súng tới bắn vãi vào bạn bè, vào cô giáo, vào thầy giáo, lao công, bàn ghế, phòng nghiệm, máy móc, giáo sư, giám học… Bắn tuốt tuột. Bể gáo ráng chịu! Ai biểu đứng nhầm chỗ và nhầm giờ làm chi. Cái *acte gratuit*, cái hành động vô cớ mà những đấng triết gia hói đầu bái phục, các bậc trí thức trí ngủ "đỉnh cao" hiu hiu ngợi ca. Ô hô! Ô hô! Chỉ khi nào các đấng này và các bậc này bị "hành động vô cớ" nó phang cho sứt tay què cẳng thì may ra mới hiểu được cái *lẽ thường* của những người hết sức bình thường, ít học. Và cũng nhờ vậy mà ít bị cái trí tuệ đỉnh cao nó làm cho ô nhiễm.

Muốn tận hưởng Vườn Lục Xâm, tôi thường đến thiệt sớm. Lúc đó công viên vắng người, nắng sớm cũng hãy còn mát mẻ. Không ngồi cạnh bồn nước ở cổng trước mà ra đồn quân ở cổng sau, bên bìa sân cỏ lớn còn ướt đọng sương mai mướt xanh. Nơi đây tương đối yên tĩnh, dễ bề cho tỳ kheo tĩnh tọa hầu sớm sủa đạt tới giác ngộ (*thiệt là ngộ! cái lầy ngộ lói thiệt ló!*). Tuy nhiên, giờ sớm có rất nhiều người chạy *jogging*, đếm không hết. Không biết bị ai rượt (mẹ rượt?) mà cứ chạy hoài chạy hoài. Kẹt nhứt là các nàng phây phây, mỗi lần gót ngọc (giầy Nike) lướt ngang tịnh thất là mỗi lần "*vườn xuân lê tuyết lắc lư… lắc lư… hàm tiểu!*" Và cặp bưởi ngọt Biên Hòa cũng nương nhịp mà tưng tưng theo (thấy ghét ghê!) khiến cho cái tâm vốn rất thanh tịnh của tỳ kheo cũng nương đà mà tưng tưng theo nhịp bưởi. *Mệt!* Mệt cầm canh! Mới rõ vì sao khi theo chưn thầy mình là Đường Tăng Tam Tạng để đi thỉnh kinh miền Tây Trúc, Trư Bát Giới cứ bị yêu nữ mê hoặc bắt nhốt và "nài heo ép lợn" hoài. Báo hại Tề Thiên phải trần thân lướt gió tung mây, trổ hết phép thần thông ra mới giải cứu được sư đệ của mình nhiều phen. Mỗi bận Tề Thiên đều lấy thiết bảng của mình mà khõ lên đầu lợn lòi để răn bảo, khiến cho sư Trư kêu la *eng éc* vô cùng bi thảm Đông Dương, *khóc than khôn xiết sự tình.* Nhưng mà rồi cũng chứng nào tật nấy, tham thực tham dâm. Đố làm sao mà chừa cho được?

Mà chẳng riêng gì tỳ kheo hoặc sư heo mới mắc phải cái chứng bịnh gia truyền kỳ lạ này. Rất nhiều phen tôi tự hỏi có lúc nào các con chim bồ câu đực ăn uống để nuôi thân hay không nữa. Vì cứ mỗi bận bước vào công viên là lại thấy các chàng xù lông, đầu cúi gằm gằm, buông tiếng kêu rù rù trong cổ họng, chạy lăng xăng quanh quẩn bên cạnh người ngọc, không một giây phút nào lơi chưn. Các nàng có tránh né cách mấy cũng vẫn bị anh chàng chạy theo chận đầu và ép vô bờ lề. Mới biết tay lái của cha nội rất cừ, chắc là ngoài đời chuyên môn lái xe đua! Hồi thời mới nhổ giò, đọc toa thuốc Tam Tinh Hải Cẩu Bổ Thận Hoàn thấy có viết: "Phàm một con hải cẩu, tới mùa hiệp giống, ngày đêm chỉ nghĩ đến chuyện ân ái, không thiết gì đến ăn uống nghỉ ngơi". Quả thiệt đúng phóc! Hải cẩu, bồ câu hay tỳ kheo gì thì cũng đều rứa cả. Ngay cả đại đồ đệ của Phật Thích Ca là Ngài A Nan cũng đã có lần kính cẩn bạch Thầy về cái chuyện đêm đêm bị ma nữ nó ám của mình. Tại ông Trời ổng xếp đặt như vậy cho nên mới có chúng sinh. Có chúng sinh mới có sa ngã. Có sa ngã mới có tế độ. Có tế độ mới có công đức. Có công đức mới có đắc đạo. Có đắc đạo mới có thành Phật. Bởi lẽ ấy, "không có chúng sinh làm sao có Phật?" Hỏi xong, bèn cám ơn sư heo mê yêu nữ lẫn tỳ kheo "tưng tưng" vô cùng thành khẩn. Và luôn cả bồ câu lái xe đua dê gái nữa chớ.

Nhưng đó loại bồ câu đen xám, vóc dáng cỡ bình thường. Sân sau còn có loại bồ câu lớn hơn gấp rưỡi, cỡ bằng con gà nhỏ, màu xám trộn lẫn hường lợt coi rất tốt mã, *"mày râu nhẵn nhụi, áo quần bảnh bao".* Loại bồ câu này thường rượt đuổi nhau xoành xoạch xuyên qua cành lá trên các ngọn bàng lớn hoặc sồi lớn. Thoạt đầu, tưởng là lũ quạ đen tranh mồi gây huyên náo. Nhưng không. Thỉnh thoảng chợt có hai trự bồ câu từ trên ngọn rớt vèo vèo xuống sân cỏ, tưởng phen này đã dập mật tắt thở. Đằng này hai trự đã lật đật lồm cồm bò ngay dậy, rồi xăn tay áo tay quần lên mà đá nhau xoành xoạch như gà đá độ, bất kể luật lệ ở bên Tây triệt để cấm đá gà. Lý do? Cũng là để giành gái! May mà bồ câu không có cựa. Bằng không, ắt phen này "thiền môn nhuộm máu lai láng" chớ chẳng phải chơi. Nhưng tỳ kheo vốn chủ trương bất bạo động như Thánh *Gandhi* (đi đâu?) nên án binh bất động, không đem quân tới can thiệp vào cuộc nội chiến của loài có cánh và mê gái số một. Xưa nay trong lịch sử, cái chuyện giai nhân làm xiêu thành sập ngôi, nghiêng thùng đổ nước là sự thường. Há người xưa chẳng đã từng cảnh giác: *"Vũ vô kiềm tỏa năng lưu khách / Sắc bất ba đào dị nịch nhân"*? Lại nho chùm, trích từ Kinh Thi của Đức Khổng Tử. Phen này chẳng những chìm anh hùng mà còn chìm cả xuồng ba lá nữa... là cái chắc! Rán mà lội nghe cha nội! Sắp tới *San Francisco* rồi đó.

Một buổi sáng nọ, tỳ kheo đang nhập định thượng thừa, khói trên đỉnh đầu bốc lên nghi ngút, chợt có tiếng kêu "cạp cạp... cạp cạp..." khe khẽ làm kinh động giấc nam kha... kha. Bèn mở con mắt thứ ba nằm ngay giữa trán rộng ra mà quan sát: một chú vịt trắng điểm lông xám đang chắp tay sau đít đi lững thững trong cỏ ướt, chắc là đang tìm tứ thơ mà người xưa còn để rơi rớt lại đâu đó trên thảm cỏ xanh. *"Tích nhân dĩ thừa hoàng hạc khứ / Vịt cồ nhất khứ (hề!) bất phục phản..."* Lại nho chùm! Năm nay ắt rượu chát sẽ trúng mùa lớn, ăn bứt chỉ tiêu Nhà Nước Xã Hội đã đề ra. Tha hồ mà *"dô! dô!"* nghe mấy cha nội! *"Nam vô tửu như kỳ vô phong"* Thôi thôi! Nho chùm nhiều quá coi chừng bị ối đọng thị trường, sẽ bị dìm giá lỗ vốn.

Chú vịt này có lẽ từ hồ nước ở cổng trước tình cờ lạc bước Thiên Thai tới đây. *"Nguyệt lạc ô đề sương mãn thiên / Đêm năm canh nghe tiếng ai hỏi nhỏ bên thuyền / Hỏi người quân tử lạc miền đi đâu?"* Nhưng cũng có thể vịt quân tử rủ áo từ quan rút về hậu cứ để an hưởng thú điền viên không chừng. *Rằng xưa có gã từ quan / Lên non tìm động hoa vàng ngủ say,* như chú tiểu Phạm Thiên Thư vậy. Không rõ. Nhưng xem ra vịt thi sĩ rất thong dong. Vịt đi mấy bước lại dừng, rồi nằm xuống cỏ ướt rỉa mấy hột sương mai còn đọng trên đầu ngọn cỏ, *em cứ hẹn nhưng em đừng đến nhé / để lòng buồn vịt dạo khắp trong sân...* Vịt ngửng cổ lên trời nuốt mấy giọt lệ trời (ông trời cười ra nước mắt?), đoạn đứng dậy đi lững thững, buông tiếng ngâm nga *cạp cạp* gọi tình vu vơ. *Ngó trên tay thuốc lá cháy lụi dần / Vịt nói khẽ "gớm sao mà nhớ thế!"* Vịt lại dừng bước giang hồ, lại nằm xuống cỏ ướt, lại nhấm nháp mấy giọt sương mai ngọt ngào. *Quá đủ!* Quá đủ để hạnh phúc. Cái hạnh phúc của một con vịt giản dị. Hạnh phúc của con vịt giản dị bao giờ cũng giản dị.

Lần này vịt đứng lên rồi dừng ngay tại chỗ, vừa vươn cánh ra mà vỗ phần phật vừa buông tiếng kêu khoái trá. Đoạn vịt xếp cánh lại, lúc lắc cái đầu vịt rồi bất thần *phẹt* một phát hết sức vô tư hồn nhiên xuống nền cỏ ướt, coi như không có chuyện gì xảy ra. Xong ngúc ngoắc cái đuôi vịt ra chiều dư sức thỏa mãn, như vừa mới làm xong một nghĩa cử cao đẹp, đáp tròn bổn phận công dân của mình đối với cuộc đời: "Đố ai làm được như ta!" Kinh nghiệm chiến trường: có lần trên đường về lục tỉnh, tôi đã bỏ ngang giấy xe đò và xuống đại dọc đường... Tức tốc chạy ào xuống ruộng mà thi hành đệ tứ quyền một cách hồ hởi. Sướng không thể tả! Bèn động não tư "zuy" về hạnh phúc ở đời và rút ra một kết "nuận" hết sức "nà" triết "ný": *"Cái hạnh phúc "nớn" nhất trên đời "nà" khi mắc ỉa trong thế kẹt mà "nại"* ia được "niền" tức khắc!" Sẽ không thể nào có được một định nghĩa về *hạnh phúc* "siêu" hơn và thiết thực hơn thế này nữa. Bảo đảm!

Vịt bước đi mấy bước rồi dừng lại nằm xuống bãi cỏ, ngoái cổ ra sau đút mỏ mình vào cánh mà rỉa lông một cách rất ư là "nghề nghiệp" và cũng hết sức thú vị. *Quá đủ!* Quá đủ cho vịt nhà ta hạnh phúc. Và cũng quá đủ để cho tôi cảm lây được cái hạnh phúc của con vịt giản dị. Cám ơn vịt đã cho ta một ngày hạnh phúc. Vịt đưa mắt ngó tôi, tôi đưa mắt ngó vịt, bốn mắt nhìn nhau chẳng nói một câu. Vịt thi sĩ lúc lắc cái đầu, xong đứng dậy bước đi lững thững, buông ra mấy tiếng *cạp cạp* càng lúc càng xa dần, càng lúc càng nhỏ dần... *em cứ hẹn nhưng em đừng đến nhé, em tôi ơi tình có nghĩa gì đâu... em cứ hẹn nhưng em đừng đến nhé...*

Nhưng ở Vườn Lục Xâm có một thú vui mà tôi không thể nào tìm được ở nơi nào khác: đó là các tượng đá. Rất nhiều tượng đá. Tượng văn nhân, tượng nhạc sĩ, tượng triết gia (nhức cái đầu!), tượng sư tử, tượng hươu nai, tượng chim ó... Có cả tượng Nữ Thần Tự Do cỡ nhỏ, chắc là ngày xưa dùng làm mẫu để đúc tượng lớn tặng cho Mỹ quốc. Nhưng đặc biệt nhứt là có rất nhiều tượng vua chúa, hoàng hậu, công chúa, bá tước, hầu tước, hoàng tử... Hầu hết các nhân vật lịch sử lừng danh của Phú Lang Sa đều tề tựu tại nơi đây. Du khách từ phương xa tới thăm Vườn Lục Xâm đều không thể bỏ qua cái màn đến đứng bên cạnh nhân vật lịch sử mà mình mến chuộng, rồi nhoẻn miệng cười và... "tắc! tắc! tắc!" Xú vơ nia! Xú vơ nia! Dĩ nhiên. "Chụp ai cũng vậy, chụp em em cảm ơn". Nhưng thú vui của tôi bên các tượng đá không phải là để chụp hình *xú vơ nia* đâu. Xin đón xem hồi sau sẽ rõ!

Ai đã từng viếng thăm Kinh đô Ánh sáng Ba Lê có lẽ đều đã "nếm thử thương đau" hai cái đặc sản địa phương: Thứ nhứt, đạp cứt chó! Thứ hai, không có chỗ để giải quyết đệ tứ quyền! Vì lẽ đó, chớ nên trách sao chú vịt quân tử nhà ta đã hiên ngang mà *phẹt* xuống bãi cỏ một cách vô tư. ("*Em cứ hẹn nhưng em đừng đến nhé*" xét ra rất là hữu lý. Và cũng xin dặn thêm "*nếu trót đi em hãy gắng quay về*". Không thôi tới đây là sẽ kẹt lắm em ôi!) Ngay tại Vườn Lục Xâm này cũng y chang vậy thôi. Thật ra thì *toa lết* cũng mang tiếng là có đấy, nhưng đặt ở chỗ khó tìm, thêm nữa lại ít khi nào chịu mở cửa, và khi vào phải trả tiền như đi coi xi nê - cứ tưởng như là mình đang tham quan ở quê hương ta có bốn ngàn năm văn hiến! Bởi lẽ đó, "*dết toa lô*" thiệt là vô cùng vất vả và nhiều khi còn hết biết đường mà ra. Một cuộc hành trình vào hư vô không có mùi vị triết học một tí nào cả. Cái dãy *toa lết* tự động trên hè phố *Paris* đã bị dẹp bỏ cũng là vì lẽ ấy. *Gian nan lút cổ cực khổ trăm bề / Bước vô thì dễ, ra về khó ra!* Khóc thét!

Trở lại công viên của chúng ta. Bận nọ tới công viên vào bửng sáng, tôi bấn quá nên lủi đại vào lùm cây để lén giải thủy. Dè đâu có một "bạn dân" theo dõi và lập tức thổi còi ra tay ngăn chặn hành vi ám muội. Sau khi mở lớp giảng *morale* và bổn phận công dân đối với chánh quyền và luật pháp xứ sở hồi lâu, bạn dân dọa phạt tôi về *ba tội* (tôi vẫn hằng đinh ninh là mình chỉ có mỗi *một tội* là tội tè bậy!): Tội thứ nhứt, đi trên bãi cỏ *cấm*. Tội thứ hai, không chịu tè ở chỗ quy định. Tội thứ ba, tè bậy (*enfin!*) Những ba tội! Ôi thôi! Phen này chắc là đóng tiền phạt... mệt nghỉ! Chắc phải đến ngân hàng làm đơn xin vay tiền, nói dóc là để tiêu thụ, mua cái tủ lạnh hay cái chi chi đó. Nhưng may thay! Ngay lúc đó Ánh sáng Phúc âm chợt chiếu rọi vô cái "đỉnh cao" của thủ phạm: Tôi vụt biến thành luật sư và tự nhiên biện hộ cho mình với bạn dân: Tôi chưa có mở nút quần (!), và cũng chưa hề tè một giọt nào xuống bãi cỏ của Mẫu quốc hết! Về phương diện pháp lý, công lý không thể trừng trị một *ý định* chưa được đem ra thực hiện. Bạn dân đưa tay chỉ chỗ đặt *toa lết* công cộng (than ôi! giờ này đóng cửa!) và xuề xòa tha phạt cho tôi (thiệt hả?). Không vì phương diện pháp lý, mà vì thông

Kiệt Tấn - 103

cảm cho du khách. Và cũng để duy trì tình hữu nghị Pháp-Việt *"môi hở răng lạnh"* như mấy nước anh em xã hội chủ nghĩa. Hú vía! Bèn hồ hởi *"mẹt xi bố cu mông xừ"*. Rồi lật đật chém vè, rút lui khỏi chiến trường Điện Biên Phủ đang tới hồi nguy ngập. *"Bẩm thầy nước lớn con lui / Ở lâu coi bộ ít vui nhiều buồn"*.

   "Một lần tui tởn tới già / Đừng đi nước mặn mà hà ăn chưn". Một lần bị trúng tên nên thấy cành cong là phải biết sợ. Kể từ đó, khi nào thấp thoáng qua hàng cây thấy màu áo bạn dân hay vành nón chánh quyền là tôi rất mực đề cao cảnh giác. Sau nhiều đêm trằn trọc tư "zuy", bèn lấy một quyết định sáng suốt - trước khi hành động mù quáng. *Tượng đá!* Phải rồi, *tượng đá!* Phen này đã tới một khúc quanh lịch sử ác liệt: *"Tuổi đá buồn"*! Tôi nai nịt cẩn thận và âm thầm trở lại công viên. Chờ cho khi nào mắc tè tới bến, tôi giả đò đứng ngắm tượng đức vua, tượng hoàng hậu hoặc một đấng nào đó. Đảo thần nhãn quét xung quanh, thấy vắng bóng người là *a lê hấp!* *"Hò dô ta nắm cu kéo ra!"* mà vô nước cho gà nhà đều đều. Mặc cảm phạm tội? Đời nào! Trái lại còn cảm thấy được niềm tự hào của con Rồng cháu Tiên oai hùng (dĩ nhiên!), có truyền thống bất khuất (dĩ nhiên!), đã nhiều phen đánh đuổi ngoại xâm (dĩ nhiên!), đã từng… và đã từng… (dĩ nhiên và dĩ nhiên!) Giờ đây, thêm một lần nữa, con Rồng cháu Tiên ta lại hiên ngang *"trả thù dân tộc"*: đái trên bàn chưn của quân xâm lược đã từng dày xéo lên đất nước thiêng liêng yêu dấu của chúng ta! Cho mầy biết tay! *"Lôi động Nam bang"* à? Thì ông *"Vũ quá Bắc hải"* trả đũa mấy hồi. Bên kia tám đạp thì bên này nửa thoi. *"Làm sao em biết tượng đá không đau?"* Đau bỏ mẹ chớ ở đó mà không đau! Nhược bằng không đau đi nữa thì cuộc đời phụ mẫu chi dân cũng một phen bị dầm mưa lớp ngớp. Lịch sử phải lật trang viết lại: trong cuộc đời trị vì le lói của mình, Hoàng đế Nã Phá Luân và Hoàng hậu Ăng Toa Nết đã từng bị một con dân dòng giống Giao Chỉ oai hùng và bất khuất, một mình vượt thuyền nhỏ qua sông

Seine, giả dạng cái bang, đột nhập kinh đô *Paris*, vào tận Vườn Lục Xâm mà... vân vân... "Đố ai làm được như ta?" *Sang Tần tráng sĩ ta không (chịu) chết! Tráng sĩ (hề!) một đi quyết trở về (hề! hề! hề!)* "Bộ ngu sao đi luôn?"

Hãnh diện? Dĩ nhiên! Hãnh diện không phải vì đã thắng được trận lớn mà bởi đó là một "sự cố lịch sử" độc nhất vô nhị. Thử giở hết các bộ sử sách thế giới ra mà coi, kể cả pho Sử Ký trứ danh của Tư Mã Thiên, chưa hề có một trang sử nước nào ướt át đến như thế. Vẫn biết lịch sử nước ta đầy dẫy chiến thắng: thắng Tàu, thắng Mông Cổ, thắng Xiêm La, thắng Thủy Chân Lạp, thắng Tây, thắng Mỹ... Chẳng những thắng thôi mà còn thắng lớn. Dân ta đã từng đánh lớn thắng lớn, mà đánh nhỏ cũng vẫn thắng lớn như thường. Duy có điều, chưa một ai lập được thành tích vẻ vang và độc đáo như "đại văn (dầu) hào" Kiệt Tấn: *đái lên cẳng quân thù*! Ngày xưa, trong trận Bạch Đằng, Đức Trần Hưng Đạo đã phá tan được giặc Nguyên, chém được đầu Thoát Hoan nhưng chưa hề được hiên ngang mà tè lên bàn chưn Mông Cổ của Thế tử Ô Mã Nhi. Mấy trăm năm sau, vua Quang Trung đã đánh tan được quân nhà Thanh ở trận Đống Đa, nhưng cũng vẫn chưa hưởng được cái thú tè tưới sợi lên bàn chưn xâm lược mang hia Tàu của tặc tướng Sầm Nghi Đống. "Có ai ngon lành mà làm được như ta chăng?"

À, nhắc tới trận Bạch Đằng lại nhớ giai thoại sau: Lúc nghe Đức Trần Hưng Đạo truyền hịch kêu gọi phá giặc, tiểu tướng Trần Quốc Toản vô cùng phấn chấn nên đã bị kích động mà bóp nhẹp trái cam sành lớn chưa chín, còn xanh lè cứng ngắc đang cầm trong tay mình hồi nào không hay. Xin bái phục tiểu tướng! Tuy nhiên, cũng xin được kể tai tiểu tướng mà dặn hờ chút xíu: "Còn bưởi Biên Hòa thì để y nguyên đó cho tui nghe cha nội!" *"Chương Dương cướp giáo giặc"* thì mời nhị vị đại ca thượng tướng Trần Quang Khải và tiểu tướng Trần Quốc Toản, xin người cứ tự nhiên. Còn *"Bưởi lớn hái Biên hòa*" thì xin để mặc cho đàn em phụ trách. Rước đại ca "ngồi chơi xơi nước" cho nó khỏe. Chuyện nhỏ, tiểu tướng chớ khá động thủ làm chi cho nó nhọc công!

Từ lúc mở màn đến giờ, đã dạo xong hai công viên nổi tiếng của *Paris*: *Buttes Chaumont* và *Jardin du Luxembourg*. Còn lại cái thứ ba mà cũng là công viên lớn nhứt: *Parc de Montsouris*, nằm đối diện Cư xá Sinh viên, giáp ranh ngoại ô, thuộc Quận 14. Một bận giữa mùa hè ngát hương tình ái, tôi và Diane đã vào đây nằm chơi trên bãi cỏ cho tới chiều. Lúc ra về, chỉ còn đủ tiền mua một chai *limonade*, hai đứa hút ống nhựa. Quá đã! Xong lững thững cuốc bộ tà tà về Xóm Học. "*Đường trường xa... ta quyết đi giày Bata!*" Lãng mạn? Dĩ nhiên! Ở cái tuổi đó, làm gì cũng đều lãng mạn hết, ngay cả đêm nằm nghe ruột sôi rồn rột vì bụng đói. *Tiếng khoan như gió thoảng ngoài / Tiếng nghe rồn rột như trời đổ mưa...* Còn chờ gì nữa mà không chịu lãng mạn? Vĩ cầm ơi! Xin hãy vì nàng mà lên tiếng. Và cũng xin mời Tình Ái lên ngôi lệ lệ đi cho người ta nhờ!

Parc de Montsouris diễn Nôm là Công viên Núi Chuột (!). Ở bên Tây, cho tới chuột mà cũng có núi riêng! Chẳng bù ở quê hương mình, chuột ta bị đem muối sả ớt chiên giòn. Nếu xổ nho chùm thì là Công viên Thử Sơn - cứ sơn thử thì ắt biết. Tuy nhiên, bước vào đây chẳng thấy chuột, cũng không thấy núi. Chỉ có một mỏm đá cao, từ trên đó suối nước nhỏ tuôn xuống rì rào, từ tốn êm tai, nghe hồi lâu muốn ngủ gục luôn. *Ngáp!* Ngoài những bãi cỏ lớn mướt xanh, nhiều cây cổ thụ cao lớn, vòm lá um tùm, trải bóng mát rượi rượi làm dịu bớt hơi nắng hừng hực buổi trưa hè. Tôi thường lui vào đây núp bóng để nghiên cứu Binh thư Tôn Tử "*Xem binh thơ... thấy Tàu là Tàu ở dơ!*" Từ Xuân Thu cho tới Chiến Quốc. Từ Tam Quốc cho tới Thủy Hử. Xong bước sang Đệ nhứt rồi Đệ nhị Thế chiến, chiến tranh Triều Tiên, chiến tranh Đông Dương, giặc Tây, giặc

Mỹ... Nhức cái đầu! Cái đám nhân loại khốn khổ này thiệt là nhiễu sự! *Trải qua một cuộc bể dâu / Những điều trông thấy mà đau thấy bà!*

Công viên có một hồ nước lớn vừa phải, hình bầu dục, có băng gỗ sơn xanh bóng gắn xung quanh. Giữa hồ nhấp nhô một mỏm đất cao như một cái cù lao nhỏ, bên trên có lùm bụi gie mình cho bóng mát. Vì vậy mà khách thập phương kéo tới đây trụ trì khá đông: gà nước, vịt, ngỗng, thiên nga, se sẻ, quạ, bồ câu... Có cả mấy trự rùa tròn nhỏ, giống như rùa xứ ta, hay đúng hơn là rùa đồng quê miền Nam, chớ không phải loại rùa đá lêu nghêu ở Văn Miếu thành Thăng Long. Tại công viên Núi Chuột này, không biết chim chóc ở đâu ra mà quá nhiều! Đôi khi ba bốn chú nhạn biển lạc đường tấp vô Núi Chuột tranh cãi nhau om sòm làm mất trật tự công cộng. Có lẽ di tản vô Kinh đô Ánh sáng bới các đống rác văn minh ngùn ngụt dễ kiếm ăn hơn là đi bói cá phiêu lưu ở miệt biển. *"Ta là chim bói cá / Trên cọc nhọn trăm năm / Hai bàn chưn lủng hết..."* Cho nên ta đi cà nhắc cho tới bi giờ! Thỉnh thoảng cũng đáp trực thăng xuống hồ nước những chàng vịt giời, loại vịt hoang có lông cổ xanh lục óng ánh vô cùng đẹp mắt. Loại vịt xanh này bay rất tài tình, vượt cả hàng chục ngàn cây số mà không cần đổ xăng hay thay bánh xe gì hết. Vịt sang đến tận Phi châu để tị nạn chính trị khi mùa đông kéo về miền Bắc Âu. Vịt giời cất cánh rất gọn, không cần lấy trớn, không bao giờ xảy ra tai nạn, cũng không có con nào bốc cháy khi chạm phải phi đạo như loài không vú biết bay của phe ta. Bởi lẽ chỉ có hai loài có vú biết bay trong trời đất: loài dơi và nữ tiếp viên hàng không. Chí lý! Còn hai loài nào có vú và có luôn túi? Giống đại thử *kănguru* và môn phái Cái Bang bên Tàu.

Hồ nước của công viên Núi Chuột tạo được phần nào cảm giác đồng quê hoang dã nhờ đám dân cư có lông vũ ở đây. Bồ câu và ngỗng tới lui dập dìu, *ngựa xe như nước, áo quần như nêm.* Tuy nhiên, đường ai nấy đi, hồn ai nấy giữ, không có cảnh chen lấn hỗn loạn. Khi nào lũ quạ đen trên không đùng đùng đổ quân xuống giành dân lấn đất thì đám bồ câu di tản chiến thuật ra vòng ngoài làm ăn. *"Nguyệt lạc ô đề nghe thấy ghê / De ra chỗ khác đối sầu tê!"* Quạ đen bay đi rồi thì bồ câu hòa bình lại xáp vô mà an cư lạc nghiệp như cũ. Và dĩ nhiên, các hiệp sĩ bồ câu đực ở công viên Núi Chuột Tây cũng lạng xe đua để cua gái lả lướt không kém gì các đồng nghiệp ở vườn Lục Xâm (Mình). *Rằng quen mất nết đi rồi / Tẻ vui thôi cũng tánh trời biết sao!* Tuy nhiên, cũng chớ quên rằng "Thuận lẽ Trời thì sống, nghịch lẽ Trời ắt chết". Các nàng tuy ngoài miệng cằn nhằn cái bọn dê xồm chúng tôi, nhưng nếu không có cái bọn này thì ắt phe ta phải đành tuyệt chủng. Không phải vậy sao? Các nàng hãy nằm đêm vắt chưn lên trán mà tư "zuy" Mác Lê thử coi.

Hơn nữa, chưa hề thấy một nàng bồ câu nào đi cớ bót là mình bị sách nhiễu tình dục. Ngược lại, ở *Paris* hoặc *Cali*, nếu anh chàng nào cố mời cho bằng được nữ đồng nghiệp của mình đi ăn tối thì hãy liệu hồn! Ngay cả rủ nàng đi uống cà phê thôi cũng đủ để đổ nợ, đôi khi. Hoan hô nữ quyền! Hoan hô tiến bộ! "Khẩn trương lên! Khẩn trương lên!" Cái tuồng *"Anh đi đường anh tui đường tui / Tình nghĩa đôi ta nó tối thui"* diễn ra càng lúc càng gia tốc cũng là một dấu hiệu khích lệ của nền văn minh "hậu hiện (làm) đại" bây giờ. Cũng bởi e dè khó làm quen nên giờ đây đành phải lên *nết* mà mò. Hoặc gặp gỡ nhau có thời khắc ấn định, *speed dating*: chuông gõ *boong* một cái là đứng dậy... trả tiền *cash!* *"Hẩy lá! Cái lầy thẩy xu há!"* Đâu còn cái cảnh gặm bánh mì không thịt đầy lãng mạn và ngồi ghế gỗ công viên ê đít mà nói chuyện ái tình lẩm cẩm. Thời đó cũng đâu cần gì phải bỏ xu vào máy ấn nút "thỉnh" bao cao su như thời buổi "ếch nhái" hiện nay. Tuy nhiên, *"gặp thời thế thế thời phải thế"*. Nhiều lúc, khi mang mặt nạ và khoác áo mưa vào để hành hiệp mà gặp trở ngại kỹ thuật là kể như thằng bé hết... ý kiến. Chưa lên yên ngựa đã nhào xuống ngay. Đành giậm cẳng kêu trời mà khóc thét: "Ôi thôi! Phen này Trời đã hại Sa Vệ!" *"Di nhân nan! Di nhân nan!"* (Lại nho chùm) "Làm người khó lắm thay! Làm người khó lắm thay!" Nhứt là làm *người đờn ông*, xin các nàng hiểu giùm cho. "Hiểu ai cũng vậy, hiểu tui tui cám ơn".

Bên miệt cù lao, sinh hoạt lúc nào cũng rộn ràng nhộn nhịp. Nhứt là đám se sẻ, cứ xúm xít nhau ở mé nước mà tíu tít. Ngày nào cũng có chuyện để nói, giờ nào cũng có chuyện để nói. Chuyện hàng xóm, chuyện gia đình, chuyện bếp núc, chuyện vật giá leo thang, chuyện *Obama* đắc cử Tổng thống... Ôi thôi! Thiếu gì chuyện để mà đấu hót. Lúc nào ngưng đấu hót thì lại lấy bàn chải ra mà đánh răng súc miệng, làm vệ sinh và tắm rửa ào ào bên bờ cù lao. Xô đẩy, chen lấn. Thỉnh thoảng có con bị xô lọt luôn xuống nước, phải cố hết sức đập hai cánh mà lội vào bờ, ướt mem, suýt nữa bị chết chìm. Tuy nhiên, ở Paris đã từng chứng kiến tai nạn bồ câu đi bộ bị chẹt xe dẹp lép, nhưng chim sẻ chết trôi thì chưa hề thấy. Và cũng không mong thấy. Nội cái nhìn lũ người trấn nước nhau như ở *Guantanamo* thôi cũng đủ mệt cầm canh. Hết trấn nước thì tới mục phun lửa, rồi giựt điện, đặt chất nổ, xì hơi ngạt, liệng bom nguyên tử... Trời hỡi! *"Trời cao có thấu! Cúi xin người ban phước cho đời con!"*

Khi nào lũ sẻ làm ồn quá thì vịt mẹ dắt bầy vịt con rời cù lao bơi xuống đi dạo mát. *"Chiều nay lênh đênh trên sông Hương…"* Vịt con rất xinh xắn, buông tiếng kêu *lép kép* làm nhớ *Em Vịt Vàng Nhỏ* của tôi thời thơ ấu, ở Xóm Mới hiền hòa miệt Hậu Giang. Lông Em tôi vàng mịn, ôi chi xiết êm đềm khi áp má mình lên đó mà cạ cạ! Rạt rào sung sướng! Vậy mà Em tôi đã bị chiếc xe xích sắt rầm rộ và đoàn xe nhà binh mười bánh xóa bỏ tên mình và xóa luôn cả hình hài trên dương thế. Tôi khóc đứt ruột. Mà thôi… Vịt mẹ dẫn đầu, chốc chốc ngoái đầu lại điểm danh, buông tiếng kêu họp bầy. Vịt con đủng đỉnh lội theo sau, rẽ nước hai bên thành đường sóng nhỏ mênh mang tuyệt đẹp. Thỉnh thoảng bắt chước mẹ mình, vịt con vụt chúi đầu xuống nước, hai cẳng chổng lên không trung chòi đạp lung tung, vô cùng ngộ nghĩnh. Thiệt là tức cười. Vui lây. Tuy nhiên, khi nhìn vịt mẹ chổng cái mông "*sexy*" lên trời, tôi không khỏi thầm lo ngại: "Nếu con vịt xiêm Đại Bàng cuồng dâm của Ba tôi mà ngó thấy thì ắt là…"! Phàm một con hải cẩu tới mùa. Can không nổi!

Giữa cái phường vịt chim tạp nhạp và bát nháo này, chỉ có đám rùa mu tròn là bình chân như vại. Mấy trự rùa không đi tìm bóng mát để hưởng nhàn mà chỉ thích phơi nắng chang chang cả ngày. Lúc nào cảm thấy mình mẩy đổ mồ hôi hột thì lại cởi áo gieo mình xuống hồ mà trầm nghịch. Xong lại lên phơi nắng. Chỉ còn thiếu cái màn mặc *bikini*, đeo kiếng mát *Ray Ban*, và thoa dầu ăn nắng lên mu mình nữa là tưởng chừng như các chàng và nàng rùa đang tắm biển ở bãi Ô Quắn miệt Vũng Tàu. "Còn ai hạnh phúc hơn ta chăng?" Phơi nắng, đã đành. Nhưng không phải ai muốn phơi sao thì phơi, nằm sao thì nằm đâu nghe. Có điều lệ "*nằm*" hẳn hòi. Điều thứ nhứt: Không được nằm ngửa. Điều thứ hai: Cấm ngáy. Điều thứ ba: Một khi đã vào hàng rồi thì không được quyền nhúc nhích. Điều thứ tư: Rùa nằm sau gối đầu lên đuôi rùa nằm trước. Và cứ thế mà tiếp tục dài dài. Bởi lẽ đó, khi đã xếp chỗ nằm xong rồi thì hàng rùa đầu gối đuôi nhau kéo dài ra chập chùng, nhấp nhô như dãy núi Trường Sơn… đã hao mòn cùng tuế nguyệt.

Ở công viên Núi Chuột còn có một thú vui khác nữa mà từ con nít lăng xăng cho tới bà già lẩm cẩm đều ham thích: cho chim chóc vịt ngỗng ăn. Thức ăn: bánh mì, đậu phọng, lúa mạch, bắp khô… Ăn chay cưỡng bách. Không có cơm tấm bì, không có mì xào thập cẩm, cũng không có hủ tiếu tôm cua gì hết ráo! Bồ câu đông nhứt, đóng vai chủ lực quân, nhưng lại chậm chạp. Chim sẻ cũng khá đông, diễn trò du kích quân nằm vùng, đánh nhanh rút lẹ, vì vậy cứ giựt mất bánh mì trên miệng bồ câu. Thường khi, thực phẩm vừa tung ra chưa kịp rớt xuống là lũ sẻ du kích đã dùng tuyệt chiêu Càn Khôn Đại Nã Di (xuất xứ từ Ca Bá Đại?) tung người lên không trung, nhào lộn một vòng ngoạn mục rồi xẹt ngang cướp mất. Đám chủ lực quân đành bơ mỏ. Dù vậy, cũng không thèm tập kích lũ sẻ, cũng chẳng đâm đơn khiếu nại. Tuy nhiên, khi mấy chàng quạ thiên thần mũ đen bất thần nhảy dù xuống chiến trường và đủng đỉnh đi tới là bồ câu và chim sẻ đều giạt hết ra ngoài: "Hãy xê ra cho người ta cứu nước!" Thế nhưng, quạ đen lại nhát gan đối với người nên chỉ hành quân vùng ngoại biên xa xa, không làm sôi động chiến trường là bao. Tội nghiệp nhứt là mấy anh vịt cù lần, vừa nhát vừa chậm. Chẳng những đứng tít mãi ngoài xa, mà khi lạch bạch bước tới tính lượm mẩu bánh mì thì mẩu bánh đã bị bồ câu hoặc chim sẻ cuỗm mất. Còn nói chi tới mấy trự ngỗng ngơ ngáo. Có lẽ cũng biết thân phận mình nên hoàn toàn đứng ngoài chiến trường Đông Dương. Vô đó chỉ có nước sa lầy mà chẳng ăn cái giải gì hết... là cái chắc! Rồi mọi việc cứ tuần tự như vậy mà diễn tiến lần lữa theo những ngày hè nắng ấm. Những ngày hè mà mỗi bận đi qua đều mỗi một hao mòn.

Cho tới một buổi chiều nọ...

Buổi chiều đến chậm như chưa đến / Tơ liễu đua nhau chảy xuống hồ... Một buổi chiều đẹp hiền hậu, đẹp nhu mì. Cội liễu ven hồ cúi đầu xõa tóc lê thê hong chút nắng vàng còn dùng dằng chưa muốn giã biệt. Buổi chiều họa lại hình ảnh câu thơ đượm màu lưu luyến, *mình cây nắng nhuộm bóng chiều không đi...* Và lòng mình bỗng nhiên cũng vu vơ quyến luyến, mơ hồ bận bịu, không muốn rời, không nỡ rời. Công viên sắp đóng cửa. Nhưng chưa muốn đứng dậy, không muốn ra về. Nán lại. Nán lại thêm chút nữa. Ngồi lại thêm giây lát.

Ngồi trên băng gỗ xanh bóng, lưng bật ra sau dựa lên lưng ghế, hai chưn duỗi dài, hai tay buông xuôi, miên man ngó ra mặt hồ. Trên mặt nước dợn lăn tăn, hai con nhạn trắng đứng trên thềm đá chăm chỉ rỉa lông. Tiếng chim huyên náo đã tắt bớt. Lũ se sẻ, bồ câu, quạ đen sau khi no nê đã tự động giải tán. Khúc bánh mì nhỏ còn sót lại nằm lăn lóc trên song gỗ băng ghế. Không gian lắng đọng, thiu thỉu, yên bình. Bỗng một hình vóc động đậy ở mép nước ven hồ. Một chú vịt đang lội tới, leo lên bờ, dừng lại vỗ cánh giũ lông cho ráo nước. Đoạn từ từ bước chầm chậm từ tốn về phía tôi đang ngồi, rồi dừng lại cạnh hai chưn song song duỗi dài, im lặng. Vịt đứng đó, như chờ đợi. Không biết chờ đợi gì. Vịt đứng một mình trong nắng chiều vàng vọt, vệt bóng ngã dài trên mặt đất. Tôi bối rối, không biết phải làm gì.

Chợt vịt buông tiếng kêu *kép kép kép* nho nhỏ, vừa đủ nghe, vừa đủ để gây chú ý. Giọng vịt hãy còn non nớt, chắc đang độ vừa mới lớn. Thân vịt phủ lớp lông xám ửng hồng xen lẫn những vệt trắng dài. Cảm thấy quen quen thân thiết. Vịt lại kêu *kép kép kép* nho nhỏ. À, chắc là vịt nhắc nhở tôi cho ăn. Sực nhớ khúc bánh mì ngắn còn sót lại trên băng gỗ, tôi cầm lên xé một miếng nhỏ quăng xuống chỗ vịt đang đứng, ngay khít bên cạnh hai chưn. Vịt vẫn đứng yên… *kép kép kép… kép kép kép…* Quăng xuống mẩu bánh mì thứ hai. Vịt vẫn bất động… *kép kép kép…* Lần này tôi xé một miếng nhỏ đưa tới gần đầu vịt... *kép kép kép…* tới gần hơn… *kép kép kép…* Vẫn không có phản ứng. Đưa thiệt sát… rồi chạm vào mỏ. Bất thần vịt mổ lên mẩu bánh mì, ngoạm luôn cả ngón tay tôi. Phản xạ tự nhiên, tôi rụt tay lại. Mẩu bánh mì rớt xuống mặt đất. Vịt không cúi xuống tìm. Vẫn đứng yên… *kép kép kép…* Bất động.

Lại xé một mẩu bánh mì dài hơn, thử lại lần nữa. Đưa tới gần, chầm chậm, từ từ... Vừa khẽ chạm vào mỏ là vịt phản ứng liền tức khắc: vịt lại mổ lên mẩu bánh mì và gặm luôn cả ngón tay tôi như lần trước. Nhưng lần này, tôi để yên không rụt tay lại. Một phát giác chợt lóe lên trong đầu: *vịt mù!* Phải rồi! Vịt mù. Tuy mở mắt đó mà vịt không nhìn thấy gì hết. Nhưng chẳng lẽ vịt mù thiệt sao? Hai mắt vịt vẫn mở lớn, có vẻ bình thường, duy có điều không thấy vịt nháy mắt. Thử xem lần nữa. Tôi đưa bàn tay khoa khoa gần mắt bên trái: không có phản ứng. Dời sang phải khoa khoa: cũng không có phản ứng. Đưa tới thật gần khoa khoa: vẫn không có phản ứng. *Thôi, vịt mù thiệt rồi!* Vịt mù bẩm sinh, có lẽ. Lần đầu tiên trong đời, tôi gặp gỡ một chú vịt mù. Lòng chợt bừng bừng thương xót. Nhưng đồng thời cũng tự an ủi, chắc vịt không biết khổ tâm như tôi đâu. Loài thú được cái may mắn là hình như *chấp nhận* hết mọi cảnh ngộ của mình. Chưa hề thấy con thú nào phàn nàn một điều gì. Có phải đó là "*Sống thuận theo lẽ Trời*"? Nhưng nói con thú *chấp nhận* cũng không đúng. Vấn đề chấp nhận hoặc phản kháng không đặt ra với nó. *Nó sống.* Thế thôi. Và cũng chỉ đơn giản như vậy thôi. *Nó sống!*

Tôi tiếp tục xé bánh mì đút cho vịt mù, và tiếp tục bị vịt mù rỉa tay mình. Cảm giác kỳ kỳ, nhột nhột, ngồ ngộ, vui vui. Lúc nào ngưng tay hơi lâu, vịt mù lại lên tiếng nhắc nhở *kép kép kép... kép kép kép...* Nghe quen quen. Moi tìm trí nhớ... *kép kép kép...* Cố gắng nhớ coi... *kép kép kép...* À! Thôi đúng rồi! *Lép kép... lép kép...* tiếng kêu nhỏ nhít của Em tôi... *Lép kép... lép kép...* tiếng kêu khờ khạo của Em tôi, của *Em Vịt Vàng Nhỏ*, của Em tôi hồi ở Xóm Mới! Lòng chợt xúc động mãnh liệt, rơm rớm. Ngó kỹ lại vịt mù chăm chú. Bồi hồi. Đó! *Em tôi đó!* Em tôi đang đứng đó, ngay khít bên chưn tôi. Giờ đây Em tôi đã lớn hơn trước nhiều, nhưng vẫn còn ngây ngô như trước, và *Em đã mù.* Em tôi giờ đã mù, nhưng điều đó càng khiến tôi thương xót Em mình nhiều hơn nữa.

Tôi những tưởng mình đã vĩnh viễn mất Em vào một ngày cuối năm ở miền quê, lúc vừa được sáu tuổi. Nhưng không! Em vẫn còn đó. Em vẫn sống, vẫn đi, vẫn đứng, vẫn ăn, vẫn thở. Và vẫn kêu *lép kép... lép kép...* như hồi xưa. Em đã thay lớp lông vàng mịn êm đềm thuở trước bằng chiếc áo hường xám ngộ nghĩnh Em đang mặc trên người, khiến tôi nhìn Em không ra. *Kép kép... kép kép... lép kép... lép kép...* Phải rồi! Em hãy gọi tôi nữa đi! Em hãy cất tiếng kêu *lép kép* để tôi được tin chắc là Em vẫn hãy còn sống sót trên đời. Em nào hay biết tôi đã tìm kiếm Em từ bao lâu nay. Tôi chiêu gọi hồn Em bằng những giòng chữ thiết tha và những dòng nước mắt ngậm ngùi, mặc dù tôi đã rời xa thời thơ ấu từ lâu. Tôi cố vẽ lại chân dung Em bằng thơ văn trên giấy trắng. Tôi luôn luôn đặt Em trên kệ sách của mình. Bữa nào tôi cũng ngó thấy Em. Và có cảm tưởng Em cũng đang nhìn tôi viết hý hoáy. Bạn bè tới chơi đều bồng Em lên tay mình mà trầm trồ, ngắm nghía. Và ai ai cũng đều hết sức thương mến Em. Em biết không, đã có nhiều người nhỏ lệ tiếc thương Em vắn số. Nhưng đâu ai có thể tuôn hết nước mắt mình ra để mà khóc Em nhiều hơn tôi được, phải không? Lúc Em bị đoàn xe nhà binh nối đuôi nhau cán lên người Em nát bấy, tôi đã ngã vật xuống bãi cỏ bật khóc lăn lộn, khóc ồ ạt, khóc quần quại, khóc mất thở, khóc đứt ruột. Rồi kể từ đó, ba mươi năm chiến tranh đẳng đẳng đã mửa tuôn biết bao là lửa sắt, biết bao là hận thù, biết bao là đạn bom lên quê hương mình. Và cũng kể từ đó, biết bao là nước sông đã xuôi chảy qua cầu. Hơn nửa thế kỷ đã trôi qua, tôi bặt bặt vắng tin và vắng hình bóng sinh động của Em bên cạnh mình. Cho tới ngày hôm nay mới được gặp lại. Mừng vui quá đỗi!

Khúc bánh mì nhỏ đã hết. Nhưng em vịt mù vẫn hãy còn đứng đó, bất động. Và tôi cũng còn ngồi đó, im lặng. Cơn gió hâm hấp lùa nắng chiều nhẹ thoảng qua công viên. Tóc lệ liễu lòa xòa đong đưa thướt tha trên mặt hồ im ắng. Vịt mù không lên tiếng kêu nữa. Em tôi đã thôi vòi vĩnh. Bóng vịt mù trên mặt đất trải dài ra hơn trước. Chiều đã muộn màng. Chút nắng gượng còn sót lại chực tắt. Bỗng một tiếng còi chói tai chợt hoét lên. Người đàn ông già gác công viên báo hiệu đã tới giờ đóng cửa. Bứt rứt. Bồn chồn. Ra về đành sao? Bỗng nhiên thèm được vuốt ve vịt mù. Như đã từng vuốt ve lông tơ mịn màng của Em vịt vàng nhỏ nhít của mình ngày trước. Từ từ đưa bàn tay mình tới gần vịt mù, gần hơn nữa, rồi chạm… chỉ mới vừa chạm nhẹ lên đầu, vịt mù đã lập tức ngoái cổ lại rỉa lên bàn tay tò mò. Rụt tay lại. Chần chờ. Rồi lại từ từ đưa ngón tay trỏ của mình xáp lại gần mỏ vịt mù… gần hơn nữa… rồi chạm rất nhẹ lên mỏ… khe khẽ mơ hồ. Tức khắc vịt mù đưa mỏ rỉa lên đầu ngón tay, chút chút, rồi ngưng. Lại khẽ chạm. Lại rỉa chút chút. Rồi ngưng. Lại chọc chọc… Tiếp tục trò chơi đổi trao hiền hòa, ngộ nghĩnh. Đã thiết lập được thân mật với vịt mù. Đã trò chuyện được với Em mình mà không cần lời nói. Chọc chọc. Rỉa rỉa. Nhột nhột. Vui vui. Vui vui mà bồi hồi, xúc động. Hồi hộp như những lần ôm *Em vịt vàng nhỏ* trong lòng mình thời thơ ấu. Một hồi còi lại hoét lên vang chát, nhắc nhở. Đi giáp hết vòng hồ, ông già gác công viên đã quay lại, đứng ngó người khách muộn màng còn ngồi đó: người khách cuối cùng. Hiểu ý, quay đầu ngó lại, lên tiếng thốt mấy lời từ giã "Ô voa! Ô voa!"

Từ từ đứng dậy. Chợt nghe tim mình trĩu nặng, lòng quạnh hiu buồn bã. Vịt mù vẫn còn đứng đó, toàn thân tĩnh lặng, đôi mắt bất động nhìn vắng xa vào khoảng trống trước mặt. Có thấy gì không? Có nhận ra anh mình không? Nói nhỏ: "Thôi, chào Em, anh về!".

Rời băng gỗ, xoay người đưa chân giục bước về hướng cổng ra. Bịn rịn. Quay đầu ngó lại. Vịt mù vẫn còn đứng nguyên chỗ cũ, mỏ vàng khẽ lay động – hình như khẽ lay động. Gọi anh mình? Hay nói đôi lời giã biệt? *"Chiều chiều chim vịt kêu chiều / Bâng khuâng nhớ bạn chín chiều ruột đau".* Vừa bước đi vừa ngoái đầu lại ngó chừng. Vịt mù vẫn không rời chỗ đang đứng, một mình bơ vơ trong bóng hoàng hôn nhá nhem dần dần buông phủ. *Anh đi em một ngó chừng / Ngó trăng trăng lặn, ngó rừng rừng sâu.* Quay đầu ngó lại lần cuối, khe khẽ thì thầm, chỉ vừa đủ cho một mình mình nghe lọt...

> *"Trời đã tối rồi, vịt mù ơi!"*

Kiệt Tấn
Bagnolet, ngoại ô Paris
mùa hè nắng muộn, 2009

Thơ trong bài này mượn của Ca dao, Thôi Hiệu, Kiều, Hồ Xuân Hương, Jacques Prévert, Hàn Mặc Tử, Nguyễn Bính, Thế Lữ, Hồ Dzếnh, TTKH, Phạm Thiên Thư, và Du Tử Lê.

Ngoài truyện:
Tôi đã trở lại công viên Montsouris nhiều lần, nhưng không bao giờ gặp lại vịt mù một lần nào nữa hết. Hoàng hạc nhất khứ bất phục phản...

Lê Thu Hương

Tên thật: Lê Thu Hương
Tham gia tạp chí: Văn Học, Phụ Nữ Gia Đình,
Văn Hóa Việt Nam
Chủ biên tạp chí Văn Hữu

Đồi Tím Sa Pa

- Chào cô! Trời đẹp quá thưa cô. Cô tìm được gì trong vườn hồng sáng nay?

- Ít nhiều kỷ niệm và chút niềm vui, thưa ông.

Sau chuyến xe lửa dài mười tiếng đồng hồ, thiếu ngủ thêm bụng cứ sôi ùng ục vì món cua luộc trưa qua làm Amber khó chịu. Thêm vào là đoạn đường ngoằn ngoèo bốn mươi cây số lơ lửng sương mù từ trạm xe lửa Lào Cai đến Sa Pa làm cô mệt lừ. Sau cùng Amber, cô bạn gái Mộc Lan và nhóm du khách ngoại quốc được thả xuống trước sân một toà nhà cao, rộng, nơi tiếp khách của trung tâm nghỉ mát Hoa Hồng, nằm trên một triền đồi thoai thoải, bên cạnh con lộ có tên Mương Hoa. Giữa vườn hồng, các căn nhà nghỉ mát kiểu mái nhà người thượng (Chalet) với mái nhọn và các cột khói từ lò sưởi đang uốn lượn trong không khí lạnh. Bên kia đồi vài căn nhà nhỏ đơn sơ ẩn sau các khóm tre um tùm. Trên triền đồi nằm ngoan hiền các thửa ruộng còn trơ gốc rạ, uốn éo bên nhau như các bực thang khổng lồ đang ngủ say trong sương mù dầy đặc.

Vừa vào phòng trọ, Amber mở máy sưởi thật cao cho phòng mau ấm, leo lên giường phủ cái chăn dầy nhồi lông thiên nga lên mình, cô co người vì lạnh. Trái với Amber, Mộc Lan thay bộ cánh mới, áo len cashmere màu rượu chát, mũ bê-rê và khăn quàng cùng mầu, quần Guess Jean ôm sát đôi chân dài, tóc tết kiểu Pháp ngang vai. Trông cô duyên dáng lạ. Cô mở va-li lấy mấy gói trà quế bỏ vào bình thủy nước nóng trên bàn, và dúi vào tay Amber lọ dầu con hổ. Amber quá mệt, thèm ngủ, chỉ muốn yên thân vẫy tay cho bạn rời phòng. Mộc Lan đi rồi, Amber trùm chăn qua đầu ngủ bù.

Ngủ chẳng được bao lâu, nắng sớm lẻn vào phòng. Cô thức giấc, vươn tay vươn chân nhìn nắng qua khe hở màn cửa. Như chưa vừa ý, Amber hất chăn sang một bên, nhảy ba bước, kéo tấm màn cửa cho nắng ùa vào phòng. Bên kia triền đồi nắng đến êm đềm trên mái nhà, trên các khóm tre lả lơi, trên thảm cỏ xanh màu mạ mới. Cô choàng áo ấm, bước xuống thang lầu, nắng chan hòa đó đây. Quanh cô các nụ hồng đang từ từ nở, rung rinh trong gió nhẹ, hương thơm thoảng nhẹ trong không.

Cô thơ thẩn từ vườn hồng trắng qua vườn hồng nhung, ngắm nhìn các cánh hồng còn ướt đẫm sương đêm, ngửi đóa này, vin đóa khác, nhăn nhăn mũi vì mùi thơm quá nồng. Cô không yêu hồng nhung và ghét nhất khi cánh hoa nở đầy, màu hoa giống như màu máu. Cô không nhớ đã thơ thẩn bao lâu nhưng cô cảm thấy đói, định quay về phòng uống một tách trà nóng cho ấm bụng, và sẽ gọi nhà bếp mang cho cô một tô cháo gà. Nghĩ đến tô cháo bốc hơi nghi ngút, các đốm xanh của hành hoa thái mỏng, cô cười lên tiếng vì tính háu ăn của mình.

Đột nhiên có tiếng người chào cô, tiếng một người đàn ông; cô thầm nghĩ có lẽ vì các luống hồng quá cao, hay vì cái tội lơ đãng, cô không thấy ai trong vườn. Cô quay về hướng tiếng nói, một anh chàng gầy gầy, mặt rám đen vì nắng, vành nón ka-ki che khuất mắt, đang đứng nhìn cô. Cô thò tay vào túi áo cho ấm, cố lấy bình tĩnh, trả lời. Không hiểu sao má cô nóng ran, ngượng nghịu như ngày còn nhỏ bị bắt quả tang đang ăn vụng. Cô nghĩ, khi cô thơ thẩn trong vườn, có lúc ngắm hồng, có lúc ngước nhìn trời trong xanh lơ, có lúc đọc thầm một câu thơ cổ. Cô nghĩ cô đang có những giây phút nên thơ, chỉ mình cô và đất trời, chỉ mình cô và hoa cỏ, chỉ mình cô và niềm suy tư. Không ngờ có người thứ hai trong vườn mà lại là một người đàn ông, người đang thở không khí như cô đang thở, và bắt được giây phút lãng mạn của cô. Giọng anh chàng ân cần như người thân khi cô lại gần, anh nói chuyện nghe quen quen bên tai cô. Trong tiềm thức cô, có chút gì nao nao, không hiểu được. Mỗi lần gặp người đàn ông gầy gầy, cô vẫn có cảm giác là lạ và hy vọng người đó sẽ là người cô đã một lần yêu, một thời say đắm.

- Chào cô. Cô tìm thấy gì trong vườn sáng nay?

- Cám ơn ông. Tôi tìm được chút hạnh phúc và ít nhiều kỷ niệm.

- Cô về thăm lại quê hương, thưa cô?

- Thưa vâng. Sao ông đoán tôi từ nước ngoài về?

Amber trả lời, giọng cô hơi khó chịu. Cô nghĩ mắc mớ gì người lạ hỏi cô câu đó. Tuy sống xa quê hơn hai mươi năm có bao giờ cô quên tiếng Việt, và quên cô là người Việt đâu.

- Xin lỗi cô. Cô nói tiếng Việt rất thạo. Ý tôi muốn nói những người sống lâu ở hải ngoại có chút gì là lạ, họ có vẻ yêu đời, vô tư, họ có ánh mắt thân quen, và họ hay nói, hay cười. Thoáng nhìn cũng biết họ là những người sống trong hạnh phúc. Còn chúng tôi như cô thấy đó, chúng tôi ít khi cười thành tiếng, ít khi nhìn người lạ với ánh mắt ưu ái. Có lẽ vì chúng tôi có bao nhiêu bất hạnh trong đời, chúng tôi như những người gỗ không có trái tim. Tiếng người đàn ông từ tốn vang đến tai nàng.

- Tôi thật có lỗi đã làm phiền ông, Amber ân hận xin lỗi.

- Cô đừng nghĩ thế, sáng nay nhìn cô thơ thẩn ngắm hoa, hình ảnh đơn sơ này gợi cho tôi một trời dĩ vãng. Cô cho tôi niềm vui thì đúng hơn.

Giọng người lạ nói nhanh như sợ cô không hiểu ý ông.

Amber cảm thấy an tâm hơn, bước lại gần người đàn ông lạ. Ông trông nho nhã trong chiếc quần ka-ki còn mới và áo sơ mi màu đỏ bồ quân, tay đang đeo găng tay làm vườn và một tay cầm kéo cắt hoa, trông ông không phải là một người làm vườn chuyên nghiệp. Người đàn ông vừa đi đến gần Amber vừa trò chuyện. Cô ngước mắt nhìn vào mắt người đối diện, cô nghĩ mắt là cửa sổ tâm hồn con người, mắt cô ngừng trên một vết sẹo nhỏ nằm trên đuôi lông mày bên tay trái người lạ. Tim cô nhói đau, tái mặt. Mặt đất hình như chuyển động, cô lảo đảo, tay đưa ra đằng trước như muốn ôm choàng người đàn ông. Người lạ ngừng nói, đưa tay đỡ vai cô, lo âu: "Cô trúng gió rồi, để tôi đưa cô về phòng nghỉ."

Amber khoát tay như không cần, cô đứng lặng người cố lấy bình tĩnh nhưng sao cô thấy thân mình cô lạnh quá, cô run rẩy, hai chân không đứng vững. Cô rán mở to mắt như tìm lối ra khỏi vườn nhưng chỉ thấy một màu đen thăm thẳm như cô đang trong một giấc mơ nào đó.

Người đàn ông kiên nhẫn đứng bên cô, ưu tư, trán cau lại như đang suy nghĩ một điều gì quan trọng lắm, anh lắc lắc đầu, tay anh giơ ra đằng trước như muốn ôm cô. Anh nói to cho cô hiểu rằng anh đang lo lắng cho sức khỏe của cô: "Tay tôi đây. Cô để tôi giúp cô." Amber nắm chặt cánh tay người lạ, để anh dẫn cô về nhà trọ.

Tiếng người đàn ông khi gần khi xa bên tai Amber. Cô lảo đảo, xiêu vẹo bước theo. Sau cùng người đàn ông dìu Amber lên được thang lầu, đặt cô lên giường, rót cho cô một tách trà và bắt cô uống ngay cho ấm. Amber run rẩy, lấy dầu con hổ xoa lên hai thái dương, đưa lại gần mũi ngửi.

- Thật làm phiền ông quá. Tôi tên Amber. Cảm ơn ông đã có lòng.

- Cô không nên bận tâm. Cô nên giữ mình cho ấm và không nên tiêu hao sức khỏe quá nhiều. Nhiều người về đây không chịu được cái lạnh lẽo, ẩm ướt, bị cảm rồi chạy về Hà Nội, đâu thấy cái đẹp của Sa Pa trong những ngày có nắng. Cô làm tôi lo quá. À quên, tên tôi là Ba. - Anh cười êm đềm nói.

Amber cho Ba biết cô không ăn từ trưa qua tại Hà Nội, bỏ bữa ăn sáng vì đang bị vi trùng đường ruột hành hạ, có lẽ Amber uống hai viên trụ sinh trước khi nàng dạo vườn trong khi đói bụng cho nên bị xây xẩm chóng mặt. Amber nhìn đồng hồ rồi nhìn Ba.

- Gần 12 giờ trưa rồi ông Ba. Có lẽ tới giờ ăn trưa, thưa ông. Cô bạn tôi sáng nay hứa về ăn trưa với tôi. Hơn thế nữa tôi cảm thấy khỏe hơn. Thành thật cám ơn ông.

Amber mỉm cười như mếu, rồi cô nhìn ra cửa như mời Ba ra khỏi phòng.

- Cô đừng ngại. 12 giờ trưa rồi mà bạn cô chưa về. Cô còn yếu. Để tôi gọi nhà bếp mang cháo lên phòng cho cô.

Không đợi cô trả lời, Ba quay điện thoại gọi nhà bếp mang thêm nước nóng vào bình thủy, và hai tô cháo nóng trước khi anh rời phòng. Ba có vẻ nôn nóng lưu luyến như muốn hỏi cô điều gì đó, anh cứ nhìn Amber hoài, rồi lại thôi. Anh cho cô biết chiều nay anh có buổi họp quan trọng nhưng nếu cô không khá hơn thì cứ gọi cho anh, ngay cả khi anh đang trong phòng họp. Anh cho Amber số phôn tay, rồi rảo ra khỏi phòng. Anh đi như chạy xuống thang lầu.

Ba đi rồi, Amber oà khóc. Cô nghĩ có thể nào Sơn, chồng cô, người cùng cô chăn gối mặn nồng gần hai năm, không nhận ra cô. Cô thay đổi đến thế sao? Hay Sơn có vợ rồi, chỉ có Amber còn nhớ tới tình xưa. Đang khóc, đang buồn, Mộc Lan, cô bạn thân, mở cửa bước vào như nắng gắt, cười toe toét, nói to: "Đi chợ vui ơi là vui, tha hồ trả giá, biết mua hớ mà vẫn mua vì tính ra đô la đâu có là bao. Amber khỏe không? Sao vậy? Mắt đỏ hoe thế kia."

Mộc Lan ngạc nhiên vứt gói hàng đang cầm trong tay trên giường, đến ngồi bên Amber, cầm tay cô lo lắng. Amber chùi mắt, nắm chặt tay Mộc Lan, nhìn vào mắt bạn giọng nghẹn ngào.

- Mộc Lan ơi! Anh Sơn quên Amber rồi. Anh mới rời phòng này. Anh bên mình hơn ba mươi phút mà không nhận ra Amber. - mủi lòng cô khóc nức nở.

- Điên rồi! Amber điên rồi! Không khóc nữa. Bình tĩnh kể cho Lan nghe từ đầu chí cuối. Không thiếu một chi tiết. Nào, nói đi. - Mộc Lan hoảng quá khi nghe tên Sơn, cô hét to như để tự trấn tĩnh cô.

Tim cô như muốn nhảy ra khỏi buồng ngực. Trời ơi! Có thể nào Sơn còn sống sót để Amber nhận ra anh. Cô nghĩ nếu là cô trong giây phút đó. Cô sẽ không như Amber. Cô sẽ ôm choàng lấy Sơn, kêu tên Sơn cho Sơn nhận ra cô. Cô chắc mình sẽ khóc trước mặt Sơn, mừng tủi mặc anh nghĩ gì thì nghĩ, cho dù Sơn có vợ có con đùm đề. Ôm bạn vào lòng, tim cô bồi hồi. Lạ chưa nghe tin chồng bạn mà cô mừng như gặp lại tình nhân, mắt cô ứa lệ nghĩ tới người xưa. Nước mắt cô rơi trên tóc bạn lúc nào cô không hay. Hai cô bạn gái ôm nhau tim cùng nghĩ đến một người.

Tin Amber gặp lại Sơn, người chồng cũ hơn hai mươi năm trước, làm Mộc Lan sửng sốt. Cô đã từng yêu thầm Sơn từ năm cô mười lăm tuổi, từ ngày thầy me hai nhà làm hàng xóm ở Đà Lạt. Hai gia đình từ Ngọc Hà, Hà Nội di cư vào Đà Lạt và tiếp tục nghề trồng hoa sinh sống. Mối tình đầu ngây dại của cô. Riêng Sơn chỉ thương Lan như một em gái bé nhỏ để anh nuông chiều. Mộc Lan âm thầm đau khổ khi biết Sơn yêu say mê Amber, bạn thân nhất của cô. Cuộc tình Sơn và Amber đẹp như mơ, cho đến biến cố tháng tư 1975.

Amber và Mộc Lan cùng gia đình thoát nạn đến xứ Mỹ. Họ mất Sơn nhưng có nhau trong giòng đời lưu lạc. Chính Mộc Lan khuyên Amber bước thêm bước nữa sau hơn tám năm đợi chờ. Biết bạn mình xinh đẹp, duyên dáng, đã cô đơn nhiều năm, hai cô bạn gái thường khuyên nhau nên có mái gia đình cho đời yên ổn và tự nguyện sẽ quên dĩ vãng mình. Để quên dĩ vãng và không muốn có người đàn ông khác trong đời thay thế hình ảnh người chồng cũ của mình, Amber chọn một người bạn cùng học một lớp, một anh chàng Mỹ trẻ có màu mắt xanh da trời, mái tóc vàng như tơ. Đâu đó tim cô còn phảng phất chút tình cho người cũ những lúc bất chợt nghe một bản nhạc Việt, bất chợt gặp dáng một người đàn ông Việt băng ngang lộ hay đi bộ trên đường, cô thầm ước giá người đó là Sơn. Cô vẫn hằng cầu nguyện cho Sơn được bình an.

Amber bơi trong những tháng ngày hạnh phúc mới với Davis, người bạn đời không cùng ngôn ngữ, không cùng văn hóa. Tình yêu Davis cho vợ lúc nào cũng nồng ấm, lúc nào cũng tràn đầy. Davis muốn đưa Amber về thăm quê nhưng cô vẫn không muốn về. Anh hiểu sự đau khổ của vợ anh và những nham hiểm, luật rừng của chính quyền Cộng Sản Việt Nam, anh chưa an tâm để Amber thăm quê hương một mình. Năm nay, 1998, Amber và Mộc Lan rủ nhau về thăm quê hương.

Lê Thu Hương - 123

Không hiểu sao, có gì hối thúc, cô muốn về Việt Nam và cô phải về một mình.

Còn Mộc Lan, đời vẫn còn lênh đênh. Những năm đầu sống trên đất người lạ lẫm cô quá nghèo, cô không dám yêu ai. Cô nhủ lòng phải có công ăn việc làm, phải tự lập, phải can đảm, phải có một đời sống ổn định. Thời gian trôi nhanh như giòng đời người di tản, ngoảnh đi ngoảnh lại những người yêu cô đều lập gia đình. Mộc Lan có lẽ chưa yêu ai nhiều như Amber yêu Sơn hay Davis để có thể quẳng đi cái riêng tư của cô vào trong trách nhiệm và bổn phận. Cô thường nghĩ, hạnh phúc nào cũng có cái giá phải trả mà cô là người chưa muốn vứt bỏ tự do của mình để đi vào hạnh phúc lứa đôi. Chung quanh cô, bạn bè, chị em xa gần đều có con bồng con bế. Cô thích có một bờ vai rộng chở che cô trong những lúc cô cần. Cô biết, sẽ có một ngày trong đời, cô yêu một người nào đó, yêu tha thiết với trái tim người nữ đi tìm nửa kia của mình. Người đó và cô sẽ tay trong tay quay tròn một bản luân vũ thật tình giữa vườn hồng một đêm trăng huyền ảo. Lúc đó, người đó sẽ là người cô chung sống đến trọn đời.

- Người giống người là thường. Hơn hai mươi năm, nếu còn sống Sơn cũng thay đổi nhiều lắm, hậu quả những năm trong các trại cải tạo. Sơn có lẽ có vợ con đùm đề rồi.

Mộc Lan ôm Amber vào lòng, tay xoa lưng cô nhè nhẹ, an ủi bạn như an ủi chính mình. Amber đang dựa đầu trên vai Lan sụt sùi. Có tiếng gõ cửa, một cô gái mang hai tô cháo gà nóng, bình thủy nước nóng kèm theo một miếng giấy nhỏ viết ngắn gọn… "Tôi cho người mang cháo gà cho cô và bạn, hy vọng cô khoẻ hơn. Ba…" Mộc Lan ngẩn người nhìn hàng chữ đánh máy, mắt nhìn Amber như dò hỏi, Ba là ai?

Có lẽ nhờ tô cháo gà nóng, Amber khoẻ hơn. Cô và Mộc Lan quyết tâm tìm cho ra tung tích của Ba. Cô quên cả bệnh, rủ bạn lên phòng nhân viên xin gặp quản lý nhưng hắn lại vắng mặt. Amber nói với nhân viên văn phòng rằng cô là em bà con, muốn tìm Ba vì cô và bạn vừa từ Hà Nội lên Sa Pa sáng nay. Anh nhân viên chỉ tay qua đồi và cho biết căn nhà nho nhỏ lẻ loi là nhà Ba. Mươi phút sau, hai cô bạn gái rảo bước vào vườn hồng rồi leo lên đồi.

Nhà Ba, căn nhà tre mong manh trên đỉnh đồi, kế cửa sổ một chiếc bàn cũ kỹ với vài cuốn sách, giường tre kê một góc phòng, giữa nhà, một bếp lửa sưởi than đã tàn. Góc nhà bên trái một lu nước còn đầy và giá vo gạo, rổ treo trên vách nan kế bếp lửa. Ba không khoá cửa cho nên hai cô lẻn vào dễ dàng, họ chẳng tìm được dấu vết gì của Sơn trong nhà, ngoại trừ một tủ đầy sách về hồng.

Thất vọng hai cô trở về phòng. Amber chạy lại trước gương vừa khóc to vừa trách cô đã sửa sắc đẹp, lên ký, cắt tóc ngắn, nhổ mất cái răng khểnh và đổi tên là Amber làm sao Sơn nhận ra cô. Lan đang buồn nhìn bạn ngắm gương than phiền cũng phải phì cười.

Về phần Ba, sau khi từ giã Amber, tim anh bối rối, bàng hoàng. Hình ảnh Amber choáng ngợp trong anh. Người đàn bà trẻ duyên dáng ấy sao làm tim anh điên đảo bồi hồi. Cái chớp chớp mắt điều điệu của Amber làm tim anh mừng vui nhưng trong những dáng nét thân thương ấy, người đàn bà này khác vợ anh nhiều quá. Anh vào phòng họp nhưng tâm trí rối loạn, hình ảnh Amber đong đầy tim anh và kỷ niệm cũ tràn về. Sau mươi mười lăm phút, Ba rời phòng họp, cáo lỗi không khoẻ để về nhà sớm.

Về nhà, Ba nhóm lửa cho nhà ấm và nấu một ấm trà nụ vối cho mình. Không khí trong nhà lạnh ngắt, Ba trùm chăn ngồi đợi nước sôi, anh mường tượng Thủy Tiên, vợ anh hơn hai mươi năm về trước. Anh chép miệng nghĩ thời gian qua nhanh, thấm thoát anh và vợ xa nhau gần một phần tư thế kỷ. Thủy Tiên của Sơn, gầy gầy thanh tao, mắt hay chớp khi nói chuyện với người khác phái, miệng cười răng khểnh rất duyên dáng. Còn người đàn bà có cái tên Mỹ đặc, anh gặp trong vườn hồng sáng nay, người làm tim anh nhói đau khi anh bắt gặp cô ngửi hoa ngắm hoa. Amber khi nói chuyện với anh mắt cô cũng chớp chớp, nếu không vì mái tóc cắt ngắn, hai cái má lúm đồng tiền và người hơi nặng ký, có lẽ Ba sẽ ôm choàng cô ngay trong phút đầu anh nhìn ra cô. Amber có vẻ tự tin và đầy nhựa sống hoàn toàn khác hẳn Thủy Tiên hiền lành nhút nhát của anh. Nghĩ tới nghĩ lui, Ba vẫn có cảm tưởng Amber là Thủy Tiên. Ba bối rối đi qua đi lại trong phòng suy nghĩ. Bất chợt anh lấy cái gương treo trên liếp soi mặt mình trong gương, anh thấy một anh chàng nào đó, mặt đen rám, quầng mắt to như thiếu ăn lâu ngày, tóc sợi trắng sợi đen. Anh thẳng thốt kêu thầm: "Trời ơi! Mình thay đổi đến thế này ư." Anh tự hỏi, có thể nào Thủy Tiên thay đổi thành Amber không? Ba gục đầu lên đầu gối để mặc ấm nước đang réo sôi. Anh nghĩ, nếu không thấy Amber, chỉ nghe cô cười nói và mùi thơm của cô, Ba có thể tưởng cô là Thủy Tiên.

Đang gục đầu suy tư, chợt nghĩ ra điều gì quan trọng, mắt Ba sáng hẳn, anh nhấc ấm nước để bên cạnh bếp, đứng bật dậy, hối hả đeo đôi bao tay làm vườn, tay cầm kéo, tay cầm giỏ, anh quên cả mặc áo ấm, đi như chạy ra vườn sau. Cây hồng tím có khoảng hơn mười nụ hàm tiếu và hai ba đóa mãn khai đang rung rinh trong nắng chiều. Anh cắt tất cả hoa và nụ. Mùi thơm của hoa cho anh thêm can đảm, trực giác bén nhạy như thúc giục anh. Ba vứt kéo và bao tay bên cạnh gốc hồng, chạy bay xuống đồi, thoáng lát anh thấy mình đứng trước phòng Amber.

Anh không thể chần chờ một giây phút nào nữa, anh lấy hết can đảm đến gặp cô. Những đóa hồng tím này chỉ có Ba và Thủy Tiên biết. Những đóa hồng vườn sau nhà chính tay anh trồng trước cửa sổ phòng ngủ hai vợ chồng. Bụi hồng và Ba có bao giờ xa nhau trừ những tháng năm dài trong các trại tù Cộng Sản. Anh mất tất cả chỉ còn chút kỷ niệm trong cây hồng tím và mùi thơm của nó. Những buổi chiều sương rơi nhẹ, anh hay cắt hồng cho bán sáng ngày sau. Anh thường khóc một mình bên những đóa hoa tươi tắn. Cho đến khi anh xin được việc làm trong trung tâm nghỉ mát, anh mang cây hồng tím tới Sa Pa.

Sau hơn mười năm trong trại cải tạo, anh chỉ còn da bọc xương, như một người chết hiện về trước thềm nhà mẹ. Mẹ anh trong tuổi xế chiều lại săn sóc anh như ngày còn nhỏ. Trong cảnh túng thiếu, mẹ anh sức khỏe yếu dần, và vì nghèo anh giúp chị săn sóc mẹ và các con nhỏ của chị. Lúc mới thôn tính Việt Nam, đàn ông vào cải tạo chết mòn, đàn bà con nít đi kinh tế mới chết khá nhiều. May mẹ và chị anh ở tít Đà Lạt có mảnh vườn sinh sống nên không phải đi kinh tế mới. Cả nước đói nghèo thê thảm, nghề duy nhất anh có thể làm nuôi thân thì anh lại không có sức khoẻ, nghề làm xích-lô. Bạn bè anh đứa còn đứa mất hay còn đang bị đầy đọa trong các trại cải tạo chưa về hoặc chạy ra biển tháng tư 1975. Việc đầu tiên, anh lại căn nhà cũ nơi anh và vợ ở trong hai năm, mọi người đều xa lạ ngay cả hàng xóm.

Biết con trai còn yêu người vợ cũ nên trước khi mất, mẹ đưa cho anh bức thư đã ngả vàng của một người bà con ở Mỹ gửi về cho biết Thủy Tiên đã lập gia đình sau tám năm chờ đợi. Mẹ khuyên anh nên lấy vợ cho có đôi và lập cuộc đời mới. Những năm tháng tù đầy anh đã bao lần cầu nguyện cho vợ có một cuộc sống thanh thản. Anh chỉ mong có ngày gặp lại người xưa một lần và biết được vợ hạnh phúc là anh mãn nguyện. Anh không muốn đi Mỹ để được săn sóc mẹ lúc tuổi già bệnh tật và giúp chị săn sóc vườn tược cho tới ngày anh đến Sa Pa ba năm trước. Một người bạn thân ngày còn học ban triết, làm quản lý trung tâm Hoa Hồng biết anh cần việc làm nên viết thơ mời anh làm phụ tá cho ông ta. Ngoài công việc coi sóc nhân viên trồng hoa and làm bất cứ việc gì viên quản lý cần. Tên Sơn thành anh Ba từ ngày Sơn đến Sa Pa.

Còn đang ngồi thừ suy nghĩ bên cạnh tách trà đã nguội, Amber nghe tiếng chân chạy lên cầu thang, có linh cảm Ba đến tìm cô. Amber đưa tách trà lên miệng hớp một ngụm hết tách trà, mắt trợn tròn, tay cấu nhẹ vào má cho tỉnh. Nghe tiếng gõ cửa cấp bách, Amber vội mở cửa, thấy cô, Ba luống cuống đưa những đóa hồng màu tím, có mùi thơm thật nhẹ trước mặt cô. Amber run rẩy ôm hoa đưa lên mũi ngửi, mắt cô nhòa lệ, không thốt lên lời.

- Amber, tôi mang cho cô mấy đóa hồng tôi vừa cắt, những nụ hồng tím... rồi Ba và cô cùng thì thầm... hồng có mùi thơm em thích... Amber dang tay ôm chầm lấy Ba, gục đầu lên ngực anh nức nở.

- Anh, em tưởng anh quên em. Em nhận ra anh ngay vì vết sẹo trên lông mày và giọng nói.

Cô đưa tay xoa nhẹ mặt anh, mắt anh, nắn bóp tay anh, người anh. Mắt cô vẫn nhắm, nước mắt dàn dụa thấm ngực áo anh. Cô ôm anh thật chặt như thể anh giống như mây sẽ thoát ra khỏi phòng cô.

- Sơn ơi, anh đừng bỏ em chứ.

- Em ơi, em ơi. Em đang trong tay anh đây.

Sơn ôm Amber, thổn thức, bàng hoàng, không ngờ những gì anh mơ ước mong mỏi bây giờ là đây. Định mệnh thật quái ác, chia cách anh và vợ những ngày anh còn son trẻ, đầy tương lai.

- Anh gầy và thay đổi nhiều quá.

- Làm sao quên em, Thủy Tiên. Em đẹp và duyên dáng hơn xưa nhiều, hơn hai mươi năm em có thay đổi nhưng miệng cười, mắt em và dáng đi, anh làm sao quên. Nhắm mắt anh cũng nhận ra em, còn anh, anh không giống ai cả. Anh già nua, tiều tụy đâu còn là anh của những năm chúng mình có nhau.

Thời gian như ngừng trôi, không gian tĩnh lặng, nắng chiều không còn gay gắt, dìu dịu nhàn nhạt cũng đang reo vui ngoài khung cửa. Mắt Amber long lanh ngời sáng, cô giơ ngón tay trỏ lên môi Sơn không cho nói.

Cả hai có muôn triệu điều muốn nói nhưng những giây phút gặp lại nhau, ngồi bên nhau, cầm tay nhau như đang trong mơ, cho đến khi Mộc Lan mở cửa vào phòng, nhìn Sơn và Amber đang yên lặng bên nhau, không dấu được niềm vui gặp lại người xưa. Mộc Lan òa khóc, ôm choàng cả hai.

- Tìm được tung tích anh Ba, mừng quá chạy bay về phòng, không ngờ gặp cả hai. Em mừng quá. Mộc Lan vừa nói vừa khóc.

Hàn huyên mươi phút, lấy cớ có chuyện cần phải đi ra chợ mua vài món quà tặng, Mộc Lan có ý muốn để Sơn và Amber có thời giờ tâm sự.

- Hai đứa này muốn gầy lò sưởi, gọi nhà bếp mang cơm chiều với rượu ngon cho chúng mình. Amber muốn chúng ta có thời giờ ngược giòng dĩ vãng nghe Mộc Lan, giọng cô nghèn nghẹn như năn nỉ bạn.

Cô nói tiếp:

- Cuộc đời hai đứa mình từ tháng tư 1975 anh Sơn có lẽ muốn biết, và hai chúng ta cũng muốn nghe, muốn biết những tháng ngày gian nan của anh, Mộc Lan như thế có được không?

Mộc Lan bối rối nhìn Amber như không hiểu, rồi quay sang nhìn Sơn như thầm hỏi, anh cần thời gian nói chuyện với Amber phải không? Sơn thấy Mộc Lan lúng túng, anh phá vỡ không khí nặng nề: "Cô không nên đi chợ nữa, nghe lời Amber đi."

Tối hôm đó trăng tròn và trong chiếu lấp lánh trên mái nhà, trên vườn hồng. Ba người sau bữa cơm chiều ngồi gần nhau to nhỏ truyện trò. Có lúc Amber và Lan ôm mặt nức nở. Lại có khi Sơn gục đầu trên đầu gối giấu mặt, vai rung rung. Họ thì thầm bên tiếng nổ lách tách, bụi đỏ bay cao trong lò sưởi.

Sơn âu yếm nhìn Amber, cơn xúc động òa vỡ. Anh xót xa nhìn vợ như ngày họ đang yêu nhau say đắm.

Amber thường bị anh em trong nhà gọi là mít ướt cho nên cô khóc nhiều những đau đớn thể chất và tinh thần của Sơn. Amber nhìn Sơn với ánh mắt âu yếm, ngay giây phút này cô thấy cô yêu Sơn, yêu nhiều hơn ngày cũ. Cô thầm nghĩ cô sẽ xây một biệt thự thật đẹp trên một đỉnh đồi nào đó, triền đồi sẽ trồng toàn hồng tím. Sơn đọc sách nghe nhạc còn cô viết truyện làm thơ.

Mộc Lan bàng hoàng nhìn mắt hai người tình cũ. Trong lòng cô, một trời bão nổi. Cô có cảm tưởng mối tình ngây dại xưa hình như đang cuồn cuộn trở về.

Không gian, thời gian, những giòng lệ nóng, những tiếng sụt sùi, những bờ vai rung rung, những ánh mắt chân tình và tâm hồn họ, những con người không may sinh và trưởng trong chiến tranh. Được ngồi bên nhau, được khóc bên nhau, được nhìn sâu trong mắt nhau và tình người hiện hữu trong không gian nồng ấm.

Ba năm sau, một ngày thu có nắng hanh vàng, Sơn tay cầm kéo, tay xách giỏ dạo quanh vườn hồng, một thói quen hằng hữu và những phút riêng tư. Đồi hồng đang rực rỡ trong nắng sớm. Sơn nhìn lên biệt thự chàng đang ở, đẹp và hiền hoà làm sao. Biệt thự xây trên đỉnh đồi nhìn xuống thung lũng mù sương, xa xa các mương bản người Dao, người Hmong. Ngay cả những ngày sương mù lẫn vẫn che khuất thành phố, biệt thự vẫn nổi bật trong nắng. Sơn hít thở không khí ban mai vào phổi thêm một lần nữa trước khi tháo giầy ủng bước vào bếp. Vợ Sơn đang ngồi viết lách bên cạnh vài phong thơ đã mở. Anh nghĩ anh là người có diễm phúc, có một người vợ yêu anh và tôn trọng dĩ vãng của anh.

- Em, trời đẹp quá.

- Anh! Anh có lạnh không. Em đang viết thơ cho vài người bạn.

- Anh cắt hồng cho phòng ăn em ạ. Hồng năm nay được mùa vì nắng ấm. Sơn mang hồng vào nhà bếp vừa đi vừa nói.

- Anh nhớ gầy lò sưởi cho em nhé. Anh không đi đâu ngày hôm nay chứ? Em sẽ pha trà ngon rồi ngồi bên đọc sách.

- Để anh cho hồng vào bình đã, rồi gầy lò lửa.

Vợ Sơn chạy lại gần Sơn, hôn lên đôi môi còn lạnh rồi trở lại bàn viết.

Sa Pa những ngày có nắng hanh…
Amber thương,
Sáng nay dạy sớm, nhớ Amber kinh khủng nên viết thơ cho Amber ngay.

Không biết giờ này Amber đang làm gì, nghĩ gì, còn nhớ tới mình không? Mình đang nhớ Amber đến điên người. Muốn có Amber ở bên để thì thầm bên nhau, để hít hà cái hơi lạnh thơm mùi hồng tím, để được nhìn mắt bạn chớp chớp làm dáng và nhìn miệng cười của bạn. Nhớ Amber làm sao trong căn nhà hai đứa mình thường ao ước cùng xây và về Sa Pa nghỉ mát hằng năm. Mình đang đợi Amber đây.

Amber biết không, mấy hôm nay kỷ niệm xưa trở về đong đầy tim mình, những ngày thơ dại, những ngày bỏ nước đớn đau, những ngày nhìn nhau ruột gan tím bầm vì mất tất cả mọi thứ trên đời, và những lần hai đứa ngồi nhìn nhau khóc cho thân phận những người lính miền Nam Việt Nam.

Ai có thể ngờ rằng ba chúng mình gặp nhau ba năm trước ở Sa Pa. Làm sao quên được giây phút huyền nhiệm chúng mình khóc cùng nhau bên bếp lửa hồng. Ngoài hương thơm hồng tím, mùi hương dĩ vãng, mình tìm lại nhau trên mảnh đất hai đứa mình chưa bao giờ đặt chân. Bây giờ mình ở Sa Pa và Amber còn đang đâu đó trên bao đoạn đường mới. Nhớ gửi thơ cho mình, bởi vì những lá thơ từ khắp nơi gửi về đây với tem dấu mỗi nơi Amber đến, mình có cảm tưởng đang gần Amber.

Amber thương, trời Sa Pa mấy ngày nay sương mù lẫn vẩn quanh thành phố, nắng hanh rộn rã trên các đồi cao, và mình đang nhớ Amber. Amber của mình đang ở đâu bây giờ nhỉ? Mình đoán Amber và Davis đang leo một triền đồi lạ ngắm hoàng hôn, đạp xe dọc theo bờ biển miền tây, dừng chân Monterey, Pacific Grove, Camel nhìn biển sóng cuồng. Hay bạn đang đọc sách trên một tảng đá ấm ngoài sa mạc, hoặc dùng cơm chiều trên một nhà hàng nào đó trên triền núi nhìn ra khơi.

Bao giờ Amber về lại Sa Pa, thăm đồi hồng tím của ba đứa mình? Amber ơi! Hoàng hôn, sương mù, nắng hanh ở Sa Pa có đẹp như những nơi Amber sẽ tới.

Nên nhớ nơi đây còn có hai đứa mình, mỗi lần không gian phảng phất mùi hoa quý, mỗi chiều nhìn hoàng hôn, những đêm ngắm trăng uống trà, nhớ rằng trên đồi hồng tím Sa Pa, có hai đứa đang nghĩ tới Amber.

Nhớ Amber rất nhiều! Nhớ Amber rất nhiều!

Bao giờ ngựa nản chân bon, hả Amber? Bao giờ thì bạn về đây? Mình vẫn ao ước một ngày không xa, bốn đứa mình ngồi thâu đêm kể truyện thần tiên bên lò sưởi hồng như những trẻ thơ.

Thương,
Mộc Lan

Lê Thu Hương

Tốt nghiệp Kế toán Thương mãi
tại University of Puget Sound ở Tacoma, Washington
Chuyên viên tài chánh cho tiểu bang Washington

Chủ bút nguyệt san Kỷ Nguyên Mới ở tiểu bang Virginia
Hiện sống ở thành phố University Place, thuộc tiểu bang
Washington, Hoa Kỳ

Em Vẫn Chờ Anh

- Mới ra trường còn phải trả nợ, mai mốt mới giàu được.

Quyên cười nhẹ nói cho qua chuyện với ông dượng rồi tìm cách để không phải đề cập tới Nam nữa thì may sao đúng lúc chị Mẫn đi làm về. Chị làm cho hai hãng điện tử khác nhau, đều tám tiếng cho mỗi *giốp*. Chị có khoảng một tiếng giữa hai công việc để đi từ hãng này qua hãng kia và đủ chợp mắt hai mươi phút cho đỡ mệt. Làm nhiều như vậy chị về nhà là lăn ra ngủ, bạn gái còn không có để nói chuyện gẫu với nhau cho thú, nói chi là có bạn trai. Có tiền cũng chẳng biết làm gì, sửa mũi, sửa mắt vài lần mà cũng chẳng khá gì hơn, tuổi già vẫn cứ xồng xộc đi tới, chị thôi không còn nghĩ tới nhan sắc của mình nữa. Chị lo làm ăn quá nên trông chị cứ khô khan, cái mông ốm tong teo, tướng đi cà nẹo thấy tội. Không có tình yêu, chị sống những năm tháng buồn bã, dễ gắt gỏng với đám em út đang ở tuổi hồn nhiên, ồn ào, lắm bạn bè lui tới.

Bữa nay thấy Quyên đến chơi thay vì phải đi ngủ ngay, chị kéo Quyên lên phòng. Một đám con gái chia nhau một phòng. Kê hai giường hai tầng, bốn chỗ nằm, nhìn chỗ này như một cái trại lính! Chị lôi trong tủ ra một túi áo quần mới mua *on sale*. Hai cái váy ngắn, hai cái áo ngủ mỏng dính da màu hồng, màu vàng nhạt. Rồi nào *pullover*, áo len mỏng cho mùa thu sắp tới. Giá gì chị có phòng riêng để tự do mặc cái áo ngủ mỏng hở hang đó. Hay có chồng mặc cho chồng ngắm. Quyên thầm nghĩ như vậy và tự hỏi không biết có bao giờ những ý tưởng này lóe qua đầu chị. Quyên cảm thấy xót xa cho cảnh lỡ làng của chị, Quyên bàn:

- Lâu nay chị đi làm nhiều quá rồi, sao không bỏ một *giốp* cho khỏe? Chị một mình một thân làm chi cho dữ thế!

- Mới đầu làm hai *giốp* là vì cần tiền, bây giờ quen rồi... bỏ một *giốp* rồi chẳng biết làm gì với khoảng trống còn lại. Ở không lại hay suy nghĩ, chị sợ suy nghĩ lắm... Chắc chị sẽ... lấy chồng!

Quyên sửng sốt vì câu nói bất ngờ của chị nên hỏi ngay:

- Chị sắp lấy chồng à? Sao em không nghe nói?

Chị không đẹp nhưng Quyên biết hồi xưa chị có một mối tình đẹp lắm. Người yêu của chị là một người hùng tác chiến rất đẹp trai, làm đại đội trưởng. Gần ngày cưới thì anh bị tử thương. Chị đau khổ và ở vậy từ đó cho đến ngày qua Mỹ. Ở Mỹ, chị chúi đầu vào công việc chẳng biết trời trăng mây nước gì. Những cô em gái của chị thay nhau làm đám hỏi, đám cưới... Một bầy con gái tám đứa, cứ thấy cưới hỏi miết mà cũng còn hai cô nhỏ ở nhà! Nhưng không ai nghĩ là chị sẽ lấy chồng. Quyên đoán cả cô dượng nàng cũng không còn buồn lo chuyện tương lai của chị nữa, vì có lần nàng nghe ông dượng trả lời với một người quen hỏi về chị là... quá lứa rồi, "quắc" rồi! Cũng chẳng nghe chị có bồ bịch hay ai theo đuổi gì hết, bây giờ đùng một cái nghe chị có chồng, Quyên tưởng chị nói chơi. Nhưng không, chị buồn buồn trả lời:

- Thì bây giờ chị mới quyết định mà. Ông đó lớn hơn chị 20 tuổi, vợ chết, có hai con lớn hết rồi. Chị gần 40 tuổi rồi, em à. Cũng phải tìm một chỗ để nương tựa chứ. Cha mẹ rồi cũng già, các em sẽ lớn sẽ ra ở riêng hết, chị sống với ai đây? Ông ấy đứng đắn, có sự nghiệp vững vàng và rất tốt với chị.

- Nhưng mà ổng hơn chị tới 20 tuổi!... Cô dượng có chịu không?

- Không chịu cũng phải chịu, chớ mấy thằng cỡ chị đâu có ai để ý tới chị, chúng chỉ theo mấy cô nhỏ trẻ đẹp thôi. Mình đẻ vài đứa con là thành má tụi nó hết rồi, đừng nói là chị hai! Giọng chị có vẻ như hận đời.

- Đành vậy, nhưng cách biệt tuổi tác làm sao hiểu nhau. Rồi chị sẽ lạc lõng trong đám bạn của ông ta, rồi ông ta làm sao hợp với đám bạn cỡ tuổi chị.

- Làm gì có bạn bè mà lo những chuyện đó em... Ở tuổi này thì cũng không thấy chênh lệch mấy đâu.

- Mà chị có yêu ổng không? Quyên lại hỏi tiếp. Chị không nói gì.

Đó là những ngày cuối hè. Quyên cứ băn khoăn nghĩ thương cho chị mà chẳng hiểu vì sao. Đi lấy chồng mà chẳng có những buổi hẹn hò, những lời nói yêu thương gì cả, liệu Quyên có dám làm như vậy không. Sao cứ phải... *Con gái rồi cũng phải có chồng, chứ ai ở mãi vậy được... một thân một mình ai lo khổ lắm?*

Chị lấy chồng cuối mùa đông năm đó. Chị mặc áo cưới hoàng hậu màu đỏ, áo rộng trắng viền lai vàng, đầu đội khăn đóng vàng. Cổ chị đeo kiềng vàng chói. Mặt đánh một lớp phấn dày, để che bớt những vết sẹo vì mụn. Đôi lông mày kẻ đậm đen, dày làm khuôn mặt chị trông dữ. Quyên để ý thấy ngày vui mà chị không cười lấy một lần. Còn chú rể thì cười hoài. Ông nhìn trẻ hơn Quyên tưởng. Cứ ngỡ ông khoảng dượng nàng, hóa ra ông trẻ hơn tuổi. Thôi đi bên nhau trông cũng xứng rồi. Một người muốn chồng, một ông không quen đời sống độc thân, nàng mong sao họ có hạnh phúc. Hạnh phúc đơn giản đôi khi cũng không phải khó tìm. Cứ chạy theo ảo tưởng mới là khó. Biết thì biết vậy mà nàng cũng không tìm được hạnh phúc cho chính mình.

Chị Mẫn đã lấy chồng, Quyên vẫn lận đận với một mối tình chẳng biết đi về đâu. Nghĩ buồn thật buồn! Dạo này chàng và Quyên ít đi chơi với nhau, từ buổi chiều dạo ở bờ biển... cho đến thật khuya khi không còn những người câu cá ngồi ở chiếc cầu bắc ra ngoài biển, khi những đốm lửa từ những lò nướng thịt đã tắt ngụm nguội lạnh, nàng cảm thấy một nỗi buồn vô kể, thấy cõi lòng lạnh ngắt, nàng phải vào xe giục chàng đưa về, lúc đó bãi đậu xe đã vắng tanh, đi ngang qua đường Yakima có thể nhìn thấy cả phố bên dưới, ánh đèn lóng lánh. Chàng nói ban đêm thành phố thắp đèn lên trông thật đẹp, nàng nghe mà dửng dưng. Sao tôi đang buồn mà chàng chẳng hay? *"Người buồn cảnh có vui đâu bao giờ".*

Thỉnh thoảng, chàng gọi điện thoại thăm hỏi. Chàng rủ rê đi chơi. Đi chơi đã không vui, về nhà nàng lại buồn thêm. Chàng trách tôi lạnh nhạt. Lạ chưa! Với chàng, như chẳng có chuyện gì xảy ra. Cưới thì không cưới, chỉ muốn rủ tôi đi chơi thôi. Nhưng tôi chẳng lẽ cứ chỉ đi chơi với chàng suốt đời? Có lần nàng hỏi:

- Anh có yêu em không?

- Em biết, cần gì phải hỏi.

- Anh không bao giờ bày tỏ! Anh không bao giờ nói!

Chàng cười:

- Chỉ có mấy ông nhà văn cho nhân vật của họ nói với nhau như vậy trong tiểu thuyết thôi.

Những người bạn đồng học với chàng đã lần lượt đi lấy vợ, chỉ còn chàng là độc thân. Gặp chàng và nàng đi với nhau, họ hay đùa, còn hai người thì bao giờ? Chàng chưa muốn gánh nặng ràng buộc. Còn nàng, tôi không thể ở vậy mà chờ đợi đến khi chàng cảm thấy sẵn sàng. Đứa em gái chàng có lần khuyên nàng đừng tính chuyện lâu dài với chàng. "Làm bác sĩ bận rộn lắm không có thì giờ cho vợ con đâu, bệnh nhân là trên hết, chị sẽ cô đơn. Em nói thật, vì thương chị đó... Còn cô Thủy-Tiên, ảnh dùng kỷ niệm cũ như một chút an ủi là mình cũng từng có một mối tình, thế thôi. Em không còn nghĩ là ảnh còn nhớ thương cô ấy. Người ảnh yêu thương chính là chị. Nhưng ảnh sợ nghề nghiệp của ảnh sẽ làm khổ chị. Chị không thấy ảnh sao, lúc nào cũng mang cái *beeper* bên mình, nhà thương kêu là chạy..."

Nhận xét của Tường-Vân chưa hẳn là đúng. Nó chưa từng nhìn cảnh chàng tỉ mỉ, tẩn mẩn gói từng gói quà gởi về cho người tình cũ. Chàng không phải chỉ làm cho qua loa, mà chàng để hết tâm trí vào đấy. Hình ảnh đó làm Quyên ghen muốn khóc. Dĩ nhiên, có khóc thì là khóc thầm, vì nàng cứ bướng bỉnh không thừa nhận việc mình đi ghen với quá khứ của chàng. Có lần chàng nói, người bên đó khổ lắm em, mình may mắn ở bên này còn có phương tiện làm ra tiền, giúp được coi như mình làm việc thiện... Quyên giận trong bụng, chàng nói như vậy, hóa ra mình là người nhỏ mọn, ích kỷ nếu mình không thương người nghèo khổ, bất hạnh hơn mình!

Bữa đó trời tháng giêng lạnh cóng. Chàng và nàng ngồi nghỉ chân ở quán kem đầu đường Main sau một buổi đi dạo sắm Tết. Quán có kem dừa, kem sầu riêng, kem mít, kem mãng cầu, kem khoai môn... đủ thứ trái cây miền nhiệt đới. Quyên cứ nhìn tới nhìn lui một hồi, sau cùng kêu một ly sầu riêng. Nỗi sầu của tôi là nỗi sầu riêng, nào ai có hiểu! Một muỗng thôi nghe bác. Ông chủ Tàu trước đây ở Việt Nam nên nói tiếng Việt được. Ông kể ông qua Mỹ năm 79, năm cao độ người Tàu bị chính quyền CSVN đuổi ra khỏi Việt Nam. Nàng quay qua chàng hỏi anh ăn kem gì. Chàng nói anh chỉ muốn ngồi nhìn em ăn. Muỗng kem vừa vào tới bụng, nàng lạnh run, rùng mình một cái, cánh tay nổi da gà khi chàng cười đùa:

- Em giống Thủy-Tiên... mỗi lần đi chơi vẫn thích ăn kem.

Đám hải âu kêu éc éc bay lượn trên vòm trời, tiếng kêu nghe thảm thương. Chắc biển động nên chúng bay vào đất liền trốn gió trốn lạnh. Không, chúng vào chỉ để kiếm ăn, cũng như mùa đông, ngỗng trời bay từ phương bắc xuống phương nam để kiếm ăn, chứ không phải trốn lạnh như trước đây nàng vẫn tưởng.

Nàng có nghe chàng nói nhưng ngó lơ ra ngoài đường. Xe cộ kẹt, từng chiếc nhích từng chút. Tưởng như mọi người đều đổ xô về đây sắm Tết. Mùa xuân sắp về, sao tâm hồn tôi chưa vui.

- Em là em, em không giống ai cả, lần sau anh đừng nhắc cái tên đó với em nữa!

- Em sao vậy?

Tôi giận chàng vì tôi đã không may mắn có một tình yêu bình thường với chàng. Sao tôi lại giận hờn về người con gái còn kẹt lại ở Việt Nam? Đi ghen với một quá khứ? Hay quá khứ ấy còn hiện diện tới bây giờ? Quyên nhớ mãi lời chàng kể lúc chàng mới vừa quen Quyên. Anh muốn cưới nhưng bà má anh không chịu, muốn dẫn đi (ra khỏi Việt Nam) mà cô ta không chịu đi, cô ta khóc dữ lắm. Bây giờ cũng nguội lạnh rồi, lâu năm quá rồi, cũng chồng con đùm đề rồi. Cô ấy đẹp lắm, con hai dòng máu bao giờ cũng đẹp... Chàng từng nói là không còn gì nữa cả, sao cứ khư khư giữ tấm hình cô ta trong ví chàng, ở một vị trí mà chàng sao tránh khỏi không nhìn cô ta ít nhất là vài lần trong ngày! Ừ, sao chàng không nhắc là cô ta đã lừa dối chàng, dạo đó có chồng rồi mà còn viết thư thương nhớ, hứa hẹn tương lai với chàng để xin chàng tiền, quà cáp. Xin hẳn hòi chứ không phải chỉ gợi lòng thương hại. Cuối tuần chàng chăm chỉ đi gởi quà. Những lá thư đó tôi không thèm đọc, tự ý chàng đọc cho tôi nghe. Tôi nghe mà đau xót trong lòng dù ngoài mặt vẫn cố làm tỉnh. Xem ra chàng rộng lượng với những lời xin xỏ. Chàng nói, vì hoàn cảnh mà em. Ừ, thì ai chả đổ thừa tại hoàn cảnh! Tôi sẽ không hèn như vậy. Đói thì chịu chứ không đi làm một chuyện "lường gạt" như vậy. Tôi sẽ hổ thẹn với chính tôi trước. *Đói cho sạch, rách cho thơm.* Ừ, mà có đói quá thì thẳng thắn nói xin chứ... em đang đói bên này, xin anh giúp đỡ. Như vậy ít ra mình không lường gạt ai. Ở đây cô ta vừa gạt tình vừa gạt tiền. Để cho chàng bên này cứ chờ đợi thủy chung, rồi coi ai cũng không bằng người yêu cũ, nói yêu thương thì nói nhưng chẳng đề cập tới chuyện lâu dài cưới hỏi. Cô ta đã lường gạt cái công chàng tỉ mỉ ngồi gói từng món quà mà chàng không biết là nàng đã có chồng. Khóc lóc nói chàng chờ đợi, mong một ngày chàng làm giấy tờ đính hôn, bảo lãnh nàng qua. Nói ra thì đâm ra mình nhỏ mọn - "Người ta" cũng không thích bị nhắc nhở như vậy đâu, để rồi phải biện hộ cho sự khờ dại của mình - mà không nói thì tôi đau khổ. Chàng cứ sống với hình ảnh đẹp ngày xưa cũ, quên là cô ta đã là một mụ đàn bà có chồng, lần cuối tin tức nghe nói cô ta đã có hai con, từ đó đến nay đã mấy năm... ai biết thêm bao nhiêu đứa nữa. Người đã có con đùm đề thì còn gì để nói nữa chứ? Sao tôi lại dại khờ đi yêu thương chàng, tưởng chàng sẽ thay đổi với thời gian, bây giờ mới biết là mình lầm. Đừng ngồi đó mà chờ người khác đổi thay. Tôi đã học được bài học tình đời bằng một giá quá đắt là tuổi thanh xuân của tôi chỉ để yêu chàng! Nàng nhớ lời con bạn thân hay nói, chèn ơi, mày cứ than là chả chẳng chịu hỏi cưới mày, tao nghe mà bắt chán. Bỏ chả đi, có chả làng chàng trước mặt, có thằng con trai nào mà dám vô hỏi mày nữa. Không chừng thấy mày bỏ chả, thì chả lại hỏi cưới mày ngay, tao sành tâm lý mấy cha đàn ông Việt ở Mỹ này lắm rồi, sợ trách nhiệm, sợ ràng buộc, chỉ thích lông bông. Nhưng lông bông chán rồi tới lúc cũng phải có gia đình chớ. Mình đâu phải Mỹ mà chỉ chơi với chó mèo là đủ.

Quyên giận dỗi bỏ ra về ngay. Sáng hôm sau nàng xin sếp nghỉ làm hai tuần và lái xe đến nhà cô dượng nàng ở thành phố S. Gia đình cô dượng là người thân duy nhất của Quyên ở bên này. Buổi tối, trời lạnh. Hơi nước đóng mịt mù ở cửa kính phòng ngủ. Người cô già lấy mền ra cho nàng đắp. Cái mền cô đưa là loại mền Mễ dày rất ấm, có thêu hình con gấu. Ấm thì có ấm, nhưng cái mền dày quá, đè lên người nàng làm đêm nàng cứ bị mộng mị, rồi giật mình thức giấc luôn, nhìn qua giường bên, cô vẫn ngủ ngáy đều đều. Mãi đến gần sáng nàng mới thiếp đi, không biết là người cô đã dậy, xuống bếp lo cơm nước. Lúc tỉnh giấc, nàng lười biếng cứ nằm yên, nghe tiếng lục đục dưới bếp, rồi tiếng ho của ông dượng, hình như ông đã dậy, nàng ngẫm nghĩ những lời cô than phiền đêm trước. Về ông chồng về già đổi tánh khó khăn, hồi trẻ ổng đâu có như vậy, ông trách về thằng con lâu nay không gọi điện thoại về nhà, về đứa con gái út ít ở nhà, về sự vắng lặng của căn nhà, về nỗi lo sợ tuổi già ở Mỹ. Nắng lên cao, rọi vào phòng. Nàng nhìn đồng hồ mới hay là đã mười giờ rồi. Phải dậy ngay, không thì trông cũng kỳ đối với ông dượng, dù mình đi nghỉ hè. Nàng chui vào phòng tắm súc miệng rửa mặt thật nhanh rồi đi xuống bếp. Nàng chào ông dượng đang ngồi đọc báo ở cái bàn ăn, tờ báo tiếng Việt, địa phương. Xem ra ông vui vẻ, ông hỏi nàng ngủ có ngon không, rồi chỉ thức ăn cô nàng đã làm để trên bếp. Nàng mời ông, ông nói đã ăn rồi.

Rồi trong một phút bất ngờ ông hỏi:

- Chuyện của mày với thằng Nam đi tới đâu rồi?

Chuyện tình cảm của tôi đi tới đâu rồi, chính tôi cũng không biết, thì biết trả lời với ông như thế nào đây? Tôi muốn mà chàng không muốn. Xem ra với người đàn ông, yêu thương không hẳn đi liền với hôn nhân. Như là hai việc chẳng dính líu gì tới nhau. Chàng cũng biết là tôi đâu chỉ muốn yêu thương qua đường. Vì vậy mà ai hỏi tới chuyện tình cảm của tôi, tôi lại phải nói dối, phải che dấu tình cảm của mình.

- Dạ, chỉ là bạn.

- Không có gì thì không nên đi chơi với nhau nhiều, không tốt!

Cái gì? Ông tưởng tôi là một trong những đứa con gái của ông chắc? Cô tôi còn chưa nói gì. Bà thông cảm cho tuổi trẻ xứ này nên có cái nhìn rộng rãi. Bà khuyến khích sự tự do giao thiệp, tìm hiểu, bà nói, hôn nhân phải do người trẻ chọn lựa, mình đâu hiểu đời sống bên này bằng tụi nhỏ, chính chúng nó là người phải sống bên nhau, bà không ép buộc, nói ra nói vào. Khổ nỗi trong nhà này, tiếng ông lấn áp tiếng bà... Biết là ông khó tính, nhưng nàng không ngờ ông cũng không tha cho nàng, tôi là cháu vợ, việc gì ông phải lên tiếng. Ông lại nói tiếp:

- Cái thằng Nam đó giàu phải không? Bác sĩ thì khối gì tiền!

Chàng là bác sĩ, nàng có hãnh diện vì nghề nghiệp nhân đạo của chàng, nàng đã từng mơ được học làm bác sĩ, nhưng chưa bao giờ nàng nghĩ tới chuyện chàng là bác sĩ thì kiếm thật nhiều tiền, mà nàng yêu chàng vì tước vị, tiền bạc của chàng. Những quà cáp Nam tặng cho tôi thật nhỏ bé, bất cứ ai cũng làm được, chứ không cần phải có thật nhiều tiền. Thời buổi này, chồng làm vợ làm, đâu còn ai nghĩ chuyện lấy chồng giàu. Tôi đâu muốn ở nhà nằm ngửa xin tiền chợ mỗi ngày!

Dì Năm bạn của cô nàng đến chơi nhà. Vừa thấy nàng, dì mau mắn hỏi:

- Cô Quyên đấy à! Lâu ngày không gặp. Trông vẫn xinh! Đã lấy chồng chưa?

Nàng trả lời thật nhỏ:

- Chưa, dì ạ!

- Mấy cô thời này kén chọn kỹ lưỡng quá!

- Đâu có dì! Tại không ai chịu mình thôi. Nàng trả lời mà đau nhói. Nam ơi, sao anh cứ để em đương đầu một mình với những câu hỏi như thế này. Em chẳng thể nào bảo họ là, tôi yêu một người mà người đó sợ hôn nhân, chứ đâu phải là tại tôi không muốn chuyện hôn nhân.

- Bằng lòng dì giới thiệu hộ cho một người không? Dì có mấy bà bạn muốn đi hỏi vợ cho con. Cũng dân ăn học đàng hoàng, tại ít giao thiệp nên không quen được cô nào để mà cưới vợ.

- Thôi khỏi phiền dì. Chắc phải đợi duyên số dì ạ!

Chàng gọi bất kỳ giờ giấc nào. Nàng nhất quyết không nói chuyện với chàng. Cứ để chàng nhớ mình, cứ để chàng nếm "thú đau thương", nàng thầm nghĩ. Nhưng qua ngày thứ ba ông dượng nàng nổi sùng, ông không chịu được nữa, ông mắng nàng một trận, vì những cú phôn lì lợm đó đã làm mất giấc ngủ mọi người trong nhà. Không muốn nói chuyện thì nói với nó đừng gọi nữa. Nàng đành tiếp phôn. Nghe tiếng nàng trả lời, chàng nói nhanh:

- Anh gọi vô sở em mấy lần, bà thư ký bảo em nghỉ phép. Anh đâu có nghe em nói sẽ nghỉ phép. Gọi ở nhà cũng chẳng nghe ai trả lời. Không biết em đi đâu, anh lo quá, vì bữa đó em đột ngột bỏ đi như vậy.

Đàn ông như vậy đó, mình giận hờn mà họ cũng không biết. Chắc phải nghe mình nói mình giận thì họ mới hay. Đúng, tôi bỏ đi vì tôi giận anh, vì anh ngồi với tôi mà nhắc tới người cũ. Nhưng dưới mắt anh thì tôi vô cớ, đột ngột bỏ đi!

- Kiếm em làm gì? Mình không nên gặp nhau nữa.

- Nhưng em yêu anh...

- Em muốn có những cơ hội khác, em rồi cũng phải lấy chồng...

Tiếng chàng cười lớn bên kia đầu phôn:

- Em mà lấy chồng? *Very funny!* (Tức cười quá!)

- Tại sao em lại không lấy chồng được? *You wait and see!* Nàng nghiêm trang trả lời vì biết đây là ván bài cuối cùng của nàng, được ăn thua chịu, nàng không thể nào để chàng "lửng lơ con cá vàng" mãi được. Mà nàng cũng không thể để mất chàng vì một kẻ còn đang ở bên Việt Nam! Nàng tố thêm:

- Em không muốn kèo cưa. Đừng làm em khó xử!

Qua vài giây im lặng, chàng ngập ngừng nói:

- Quyên ơi... anh... yêu... em! Anh muốn cưới em làm vợ ngay bây giờ!

Rồi chàng giải thích là chàng đã nghĩ kỹ rồi. Yêu nhau thì nhận lãnh trách nhiệm đời sống của nhau, là cùng nhau lo tính tương lai, chứ có gì ghê gớm lắm đâu. Ai cũng bận rộn công danh sự nghiệp, nhưng thiên hạ vẫn lấy nhau đó thôi, nếu không, sao nhà hàng lúc nào cũng đòi đặt tiệc cưới trước cả năm.

- Nam ơi, em chờ đợi câu nói này lâu rồi! Nàng sắp thốt lên câu nói ấy nhưng ngừng ngay vì chợt nghĩ rằng, không, mình không bao giờ để cho chàng thấy vẻ yếu đuối của mình nữa. Nàng cũng ngạc nhiên là lâu nay Nam chẳng đề cập tới chuyện hôn nhân, sao bây giờ nôn nóng đòi làm đám cưới ngay.

- Còn cái cô ở Việt Nam thì sao?... Cái cô Thủy-Tiên đó!

- Thôi em ơi! Không còn Thủy-Tiên, Linh-Tiên gì hết... Người ta đi lấy chồng lâu rồi. Còn gì để nói!

- Chứ không phải... cô ấy mà qua đây được, thì dù cô ấy có mấy đời chồng, mấy chục đứa con, anh cũng yêu thương cô ấy... bỏ qua hết mà cưới cô ấy làm vợ sao!

- Sống là phải thực tế, anh đâu có nghĩ chuyện đời với cô ấy đâu. Anh không khờ dại mà bỏ mất em. Mấy tuần không thấy em, anh mới thấy là em quan trọng như thế nào trong đời sống của anh. Anh đã vứt tấm hình đó rồi. Chỉ là tấm hình, nhưng anh muốn bắt đầu lại từ đầu. Cho anh cơ hội khác đi Quyên!

- Em cần thời gian suy nghĩ rồi mới quyết định được - nàng nhớ chàng kinh khủng đến nỗi nếu chàng biết sự thật là lúc đó cặp giò nàng run rẩy như là nàng đang bị sốt rét - chuyện tương lai cả đời... quan trọng lắm... anh hiểu chứ?

- Quyên? Chàng kêu nhỏ - giọng thật ấm. Đừng làm khổ anh! Anh chỉ muốn em hứa một tiếng... anh mới an tâm được. Em hứa nhé! Em hứa là em bằng lòng nhé?

Bên này đầu phôn, nàng nhắm nghiền đôi mắt và cũng ráng nói:

- Em không hứa được!

Chàng nói chàng muốn xách xe phóng ngay đến nơi nàng ở. Mà nàng không cho. Nàng cần thời gian suy nghĩ.

- *I don't want to see you until I've made up my mind.* (Em không muốn gặp anh khi em chưa quyết định.)

Nhưng mới bốn giờ sáng chàng đã bấm chuông cửa nhà cô dượng nàng. Tóc tai ướt mem, râu ria lổm chổm, khuôn mặt mệt mỏi. Nam? Nàng không tin là chàng đang đứng trước mặt nàng. Nàng ấm ức muốn khóc - vì vui sướng. Rồi nàng đã khóc. Nước mắt của nàng và những giọt mưa buổi sáng sớm nhạt nhòa làm nàng không thấy rõ chàng lắm. Nàng cố mở mắt to mà mở không nổi. Nàng chỉ vừa chợp được vài tiếng. Hình như đêm qua chàng cũng không ngủ... Nàng cũng đoán được là chàng đã lái xe suốt đêm. Nàng cảm động. Chàng đã đi tìm tôi. Hóa ra chàng cũng có yêu thương tôi. Nàng ôm chầm lấy chàng, tưởng như là giấc mơ. Nhưng quả là Nam của nàng, bằng xương bằng thịt. Tiếng chàng nghe như hơi thở. Nhớ em quá! Ngủ không được! Phải đi gặp em. Gặp được em, anh mừng quá. Chàng nói một hơi rồi hôn nàng tới tấp. Giờ thì những cú hôn đã làm nàng tỉnh ngủ. Nàng dụi mặt vào ngực chàng, trách nhẹ:

- Lái xe đi đêm sao anh điên quá vậy?

- Đủ điên để em hứa... lấy anh?

Linh Vang

Mimosa

Tên thật: Linda MT Cram
Các bút hiệu khác: Mimosa, Mộng Thi Thi, Dạ Thảo
Tốt nghiệp Computer Science/Engineering tại Đại Học Carleton,
Ottawa Canada niên khóa 1991-1996
Nghề nghiệp: Senior Software Engineer/Designer
Hiện cư ngụ và làm việc ở Ottawa, Canada

Có thơ đăng trên Thời Báo (Canada)
Kỷ Nguyên Mới (Virginia), Văn Hữu (Seattle)

Ông Ngoại Của Thùy

Thùy mới về được có hai ngày, Mẹ Thùy đã muốn Thùy xuống thăm ông ngoại rồi. Thùy định là tuần sau mới đi vì Thùy vẫn chưa "ready" để gặp lại ông.

Từ ngày rời Việt Nam, Thùy ít liên lạc với bên gia đình ông. Thỉnh thoảng chỉ hỏi thăm Mẹ về các dì. Qua những năm sống ở nước ngoài tiếp cận với văn hóa Âu Mỹ, Thùy lại càng tin là chính cái lối suy nghĩ cổ hủ, phong kiến của ông ngoại mà các dì của Thùy phải chịu một cuộc đời hẩm hiu, thiệt thòi như thế. Thùy càng giận ông ngoại!

Trước đây khi còn ở Việt Nam, Thùy cũng không gần gũi ông ngoại lắm vì ông ngoại rất khó khăn, gia trưởng, phong kiến, cổ hủ..., cái gì cũng mở đầu bằng sáu chữ "con gái mà như thế thì...". Trong gia đình, tất cả các thành viên đều phải răm rắp làm theo ý của ông, không ai có quyền hỏi tại sao? Ông ngoại nói là thánh nói, luôn luôn đúng... Làm sai ý của ông ngoại là... bôi nhọ gia phong... Hồi bà ngoại còn sống thì các dì còn được bà chiều, che chở nên đỡ nghẹt thở hơn. Từ khi bà mất đi, các dì phải sống với "luật lệ thép" của ông ngoại. Thùy thường hay nghe các dì than là ông ngoại khó đến mức không bao giờ các dì dám dẫn bạn bè về nhà dù là bạn gái. Thùy cũng có lần bị ông ngoại "chiếu tướng" nên từ đó Thùy luôn tránh gặp ông trừ những ngày giỗ, tết phải xuống thắp nhang cho bà. Trong gia đình ông ngoại, Thùy thân nhất với dì Năm vì dì chỉ hơn Thùy vài tuổi lại có cùng gu ăn mặc, nghe nhạc như Thùy.

- Thùy nghĩ gì đó con? Chuẩn bị rồi đi xuống ông nha.

Thùy giật mình khi Mẹ hỏi:

- Đâu có nghĩ gì Mẹ. Mẹ ơi dì Năm đã có ai chưa?

- Chưa, tất cả mấy dì đều chưa có chồng ngoại trừ dì Tư. Hồi đó ông khó quá đâu có ai dám quen mà có chuyện cưới hỏi. Anh nào đến nhà đều bị ông chửi te tua nên họ chạy hết. Bây giờ thì già rồi còn ai cưới nữa. Tội nghiệp các dì!

Mẹ thở dài đứng lên đi vào bếp chuẩn bị vài thứ đi xuống nhà ông.

Nghe Mẹ nói, một ý nghĩ thoáng nhen nhúm trong đầu... Thùy sẽ rủ dì Năm đi nghe nhạc tối nay xem ông ngoại lần này nói sao. Ngay từ bé Thùy đã có cái tính thích làm những gì mình muốn hơn là được cho phép. Thùy vẫn nhớ như in cái ngày dì Năm bị ông ngoại đánh còn Thùy thì bị ông "cấm cửa" vì cái tội Thùy nói dối ông rủ dì đi nghe nhạc. Thùy bịa chuyện là dì Năm đến nhà Thùy học nấu món cà bung mà ông ngoại thích rồi nấu cho ông ngoại ăn nhưng thật ra là Thùy rủ dì Năm đi vũ trường với mấy đứa làm chung sở với Thùy. Dì Năm đâu có biết nhảy nhưng thích ngồi nghe nhạc, nói chuyện với bạn bè của Thùy, hơn nữa dì cũng muốn có cơ hội để diện cái áo đầm trắng mới may. Dì rất thích ăn mặc theo mốt nhưng ông khó quá nên mỗi lần đi đâu dì mang quần áo xuống nhà Thùy thay rồi hai dì cháu cùng đi. Dì có nhiều tiền nên Thùy có cái gì mới là dì cũng "tậu" giống như thế. Hồi đó sau khi ra trường, Thùy đi làm cho một công ty làm ăn với tụi Tây nên có dịp tiếp xúc với những mốt thời trang mới. Thùy được các dì bầu làm "quân sư quạt mo" về thời trang cho các dì.

Lần ấy hai dì cháu vừa "tậu" đầm mới nên rủ nhau diện đi chơi nhưng xui xẻo bị ông ngoại bắt quả tang...

Thùy nhớ tối hôm đó vừa nhìn thấy Thùy Mẹ đã hỏi:

- Thùy, con đi đâu với dì Năm chiều nay mà để ông ngoại kiếm vậy? Mẹ Thùy hỏi với nét mặt lo lo.

- Ủa ông ngoại kiếm dì Năm chi vậy Mẹ? Thùy hỏi Mẹ.

- Mẹ đâu có biết nhưng thấy ông có vẻ giận dữ lắm. Ông nói khi con về thì biểu con xuống nhà gặp ông ngay. Dì Năm đâu?

- Dì về rồi. Bữa nay dì đòi về sớm vì hồi sáng ông nói ông sẽ ngủ ở nhà tối nay không qua nhà bà kia.

- Con rủ dì Năm đi chơi không xin phép ông hả? Mẹ Thùy gạn hỏi.

Thùy lắc đầu:

- Dạ không!

Như chợt nhớ ra điều gì Thùy nói tiếp:

- Chết rồi dì Năm thế nào cũng bị ông ngoại đánh và nhốt trong nhà vài tuần. Để con chạy xuống "đỡ đòn" cho dì Năm nha Mẹ?

- Ừa con đi đi nhưng nhớ đừng ở khuya quá nha.

Nhà ông vẫn mở cửa bán hàng. Vừa thấy Thùy dì Ba đã chỉ chỉ ngón tay nói:

- Kỳ này mày tới số rồi Thùy ơi. Mày dám rủ rê dì Năm đi chơi, còn nói dối ông là đi học nấu món cà bung của chị Hai.

Dì Sáu ngồi ở bàn gần đó gật gù:

- Ừa mày lên lầu gặp ông đi Thùy. Mày gan quá mạng.

Thùy không thể nào hiểu nổi mấy bà dì của Thùy nữa. Từng này tuổi đầu mà sợ cha như sợ cọp. Từ ngày bà ngoại Thùy mất, mấy dì bị nhốt lỏng trong nhà để trông coi cửa tiệm và đám người làm. Người nào việc nấy, suốt ngày chẳng ai nói với ai câu nào. Các dì chẳng ai có bạn bè gì cả. Dì Ba đã gần bốn mươi tuổi mà đi đâu cũng phải xin phép ông, chưa bao giờ có bạn trai, chưa bao giờ biết vị ngọt ngào của nụ hôn, sự thổn thức của tình yêu là như thế nào, sống như cái máy... Sáng sớm dậy lên lầu thắp nhang cho bàn thờ bà ngoại, sau đó xuống nhà cùng người làm mở cửa tiệm. Dì Ba đứng thu tiền cho đến tối. Mấy dì kia thì thay nhau trông coi trong bếp hoặc ngoài cửa hàng khi dì Ba đi nghỉ trưa. Buôn bán được đồng nào cuối ngày đưa hết cho ông ngoại để ông đi nuôi mẹ con bà bán vé số mà ông vừa cặp kè mấy tháng nay. Nghe nói ông nuôi mấy đứa con riêng của bà bán vé số đi học trong khi các dì thì học đến lớp mười hai là nghỉ hết ở nhà bán hàng. Có lần nghe dì Ba kể mà Thùy tức lộn ruột. Ông ngoại Thùy mang bà bán vé số trẻ hơn tuổi con mình về nhà, bà ta diện ngất trời xanh nhìn chẳng còn ai biết là cách đây mấy tháng còn là con bán vé số dạo đen đúa. Nay bà lại rất ra dáng bà chủ... vàng vòng, hột xoàn đeo đầy tay. Nhờ có chút nhan sắc nên được ông ngoại Thùy cưng chiều, bà ấy càng được thể, chẳng coi mấy dì ra gì, sai bảo mấy dì như sai con ở... Rất tiếc là không có Thùy lúc đó chứ không thì chắc vợ bé hờ của ông ngoại Thùy sẽ hết dám vênh váo.

Trong gia đình, Thùy nổi tiếng là đứa cứng đầu, bộc trực và rất ghét những chuyện phi lý bởi thế những khi dì Năm bị ông ngoại la mắng, dì lại khóc lóc kể lể cho Thùy nghe. Mỗi lần như vậy Thùy lại đóng vai một người bạn tốt của dì để an ủi dì hơn là một đứa cháu. Thùy còn dám hứa với dì Năm là khi có điều kiện sẽ nói cho ông ngoại nghe những suy nghĩ thật của mình về ông. Ông ngoại khó với mấy dì nhưng với Thùy thì ông đâu làm gì được vì Thùy đâu có ở với ông hơn nữa ông cũng biết tánh Thùy ngang ngạnh chứ không hiền như mấy dì.

- Dì Năm đâu rồi dì Ba? Thùy lo lắng hỏi.

Dì Ba nói rất khẽ, chỉ ngón tay lên lầu:

- Nó đang bị ông đánh ở trển đó.

- Trời, sao ông kỳ vậy? Lớn rồi còn đánh...

- Thôi mày đừng hỏi lôi thôi nữa cũng tại mày rủ rê dì Năm đi chơi. Lên đi, ông chờ đó.

- Dì làm gì mà sợ ông thế? Con thấy mấy dì mà con rầu. Mấy dì cứ thế bảo sao ông không thành... phát xít. Mấy dì phải biết cái gì nghe ông cái gì không chứ. Đâu phải cái gì ông cũng đúng. Bộ mấy dì cứ mười tuổi suốt đời sao? Nếu mấy dì không có những suy nghĩ độc lập, cái gì cũng làm theo ông thì mai này khi ông mất đi ai sẽ "thở" hộ cho mấy dì vậy?

- Mày ở đây đi rồi mày biết. Ông nói con gái mà cho đi học như mày là về nhà hay lý sự cũng đúng ghê đi. Dì Ba cười cười nói.

- Con mà như mấy dì con dọn ra ngoài ở từ lâu rồi. Lúc đó ông mới hiểu thế nào là nỗi cô đơn không có con cái ở bên cạnh thì ông mới thay đổi cách nhìn, cách giáo dục con cái và cũng sẽ thương mấy dì hơn.

- Sao mày không nói lớn thêm cho ông nghe luôn đi con?

Dì Ba thòng một câu huề tiền. Hình như dì Ba đã quen sống cam chịu.

Thùy không trả lời, bỏ đi lên lầu lòng nặng trĩu thương các dì và thấy mình may mắn có cha mẹ luôn luôn để ý đến tâm tư, tình cảm vui buồn của Thùy, tôn trọng ý thích và tin tưởng Thùy. Thùy thầm cám ơn cha mẹ! Có lẽ ngày xưa Mẹ của Thùy đã phải chịu nhiều sự hà khắc của ông ngoại nên hiểu tâm trạng của con cái nghĩ gì.

Đang suy nghĩ miên man Thùy nghe tiếng ông ngoại la dì Năm vọng ra từ căn phòng sát thang, phía sau cánh cửa khép hờ. Thùy cảm thấy hơi run, chưa biết xử sự ra sao khi "chạm mặt" ông ngoại lần này nhưng Thùy sẽ cố gắng để ông ngoại hiểu Thùy nghĩ gì về cách đối xử với con cái của ông rồi tới đâu thì tới.

- Mày là con gái, lại là vai dì của con Thùy mà mày nghe nó rủ rê nói dối cha trốn đi vũ trường. Tao xấu hổ quá. Mày bây giờ đâu còn coi tao là ba nữa phải không Năm? Tao ra ngoài tiếp xúc nhiều nên hiểu bọn đàn ông không thể tin được. Lo cho mày thì mày không nghe...

Ngay sau đó Thùy nghe tiếng vùn vụt của những làn roi...

- Ba ơi con biết lỗi rồi. Dì Năm khóc van lơn.

Thùy không muốn ông ngoại tiếp tục đánh dì Năm nên mạnh dạn đẩy cửa bước vào. Cố giữ vẻ mặt bình thản.

- Thùy chào ông.

Ông ngoại mặt hầm hầm quay qua nói với Thùy câu cụt ngủn:

- Mày ngồi xuống đó.

- Dạ.

Thùy ngồi xuống chiếc giường đối diện với dì Năm. Dì ngồi dưới nền gạch cúi đầu không nhìn Thùy, khóc sướt mướt. Lòng Thùy tan nát vì tại Thùy rủ rê dì đi chơi mà bi giờ dì bị đòn. Thùy phải làm cái gì đó hôm nay. Thùy hứa với lòng mình như thế.

Ông bất chợt quay qua quát Thùy:

- Mày ăn mặc kiểu gì vậy Thùy? Ba mẹ mày quá dễ dãi với con cái. Con gái con lứa gì mà mặc váy cũn cỡn thế kia!

Ông ngoại bắt đầu cái "bài" cũ mềm. Thùy nghe câu này hoài nên cũng không bất ngờ lắm.

- Dạ cái áo đầm này Mẹ con may cho con đó ông ơi. Thùy cười tinh quái nhìn dì Năm... chia lửa.

- Mẹ mày sẽ làm hư con cái hết. Tao sẽ nói chuyện với mẹ mày sau.

Ông nhìn Thùy từ đầu đến chân rồi nhíu mày quát tiếp:

- Tại sao mày dám xui dì Năm nói dối ông đi chơi hả Thùy?

- Dạ... tại nói thật ông đâu có cho đi. Thùy nói bằng giọng rất điềm tĩnh.

Ông đưa tay lên... rồi lại bỏ xuống:

- A con này giỏi thật. Bố Mẹ mày dạy mày ăn nói với ông như thế hả?

- Đâu có ông... Với Ba Mẹ, con đâu cần phải nói dối vì Ba Mẹ con lúc nào cũng tin con nên khi con cần gì, làm gì, đi đâu là con cứ nói thật với Ba Mẹ. Thế thì ông ngoại đâu thể buộc tội Ba Mẹ con dạy con nói dối được. Chính ông mới khiến con và dì phải nói dối đó. Con lớn rồi chứ đâu phải đứa trẻ lên năm, vả lại con đâu có đi chơi bậy bạ. Dì và con đi nghe nhạc có làm gì xấu đâu sao ông lại đánh dì?

Chỉ tay vào mặt Thùy, giọng ông đầy tức giận:

- Mày lý sự với ông hả? Ai tin tụi bay được. Đi ra ngoài là cặp kè với tụi con trai rồi có ngày cái bụng trương lên thì xấu hổ cả dòng họ. Tao cấm mày nha

Thùy, mày không được xuống đây rủ rê dì Năm đi chơi nữa. Mày mà còn rủ rê dì Năm là tao không có ông cháu gì với mày và cả Mẹ mày nữa.

Thùy tức bởi cái lối suy nghĩ cổ hủ, áp đặt, coi thường phụ nữ của ông ngoại nên trả lời:

- Ông nói thế là hễ cứ ra ngoài đi chơi với bạn bè là ai cũng hư hỏng hết hả? Tùy người chứ ông. Cả bạn trai cũng thế đâu phải ai cũng xấu. Tất cả ăn thua mình. Dì Năm đi với con thì ông đừng lo nha. Con đâu có ngu đâu.

- Tao nói rồi đó. Ba Mẹ mày mà không biết dạy mày thì có ngày ba mẹ mày cũng có cháu ngoại bất đắc dĩ đó. Tao nhìn mày là tao biết mày sắp sửa hư rồi. Con gái mà hay đi chơi lêu lổng... Cái nhà này hỏng hết rồi.

Thùy cảm thấy bị ông xúc phạm nên bắt đầu ương ngạnh. Thùy biết ông sẽ không đánh mình như đánh dì Năm. Bất quá là đuổi Thùy ra khỏi nhà ông thôi. Mà ông đuổi thì đi về chứ có chết ai đâu nên Thùy chẳng việc gì mà phải sợ. Đã đến lúc Thùy phải nói hết những gì mình nghĩ. Thùy chậm rãi cố giữ giọng trầm đều để ông không có cớ nói Thùy "lên giọng" với ông.

- Bữa nay con phải nói những gì bấy lâu nay con suy nghĩ về ông. Ông chẳng những không tin con cháu mà còn độc đoán nữa. Từ hồi bà mất đến giờ ông có bao nhiêu bà bồ rồi? Ông đi suốt ngày với những bà đó nhưng lại cấm đoán các dì có bạn trai và không được ra ngoài đi chơi với ai kể cả cháu ruột của mình. Con nghĩ là ông không công bằng. Không phải ông lo cho mấy dì đâu mà tại ông sợ mấy dì đi chơi có bạn trai rồi thì không ai ở nhà buôn bán kiếm tiền cho ông đi nuôi mấy bà bồ của ông nữa.

Thùy vừa dứt câu, ông trợn mắt, giọng run run lắp bắp vài câu rồi bỏ ra ngoài, đóng sầm cửa.

- Tao không muốn nhìn thấy mặt mày ở nhà tao nữa nha Thùy. Tao sẽ xuống nói chuyện với con Mẹ của mày. Mẹ mày vô phúc mới đẻ ra mày!

Trong phòng bi giờ chỉ còn có dì Năm và Thùy. Thùy đến ngồi cạnh bên dì Năm:

- Con xin lỗi dì tại con mà dì bị ông đánh.

- Con đâu có lỗi gì tại dì cũng ham vui.

- Tuổi của dì ham vui thì có gì là sai chứ? Đó là điều tự nhiên mà. Cứ ở trong nhà thì khi nào mới khôn?

Thùy tuy là vai cháu nhưng lại là người mang "ánh sáng" của thế giới bên ngoài vào "cái nhà tù giam lỏng" của các dì nên các dì "mê" Thùy lắm, coi Thùy như "trung tâm tư vấn" cho mọi chuyện... từ kiểu tóc, kiểu giày, kiểu quần áo, mỹ phẩm, phim, nhạc... nói chung là mọi chuyện trên đời này liên quan đến đàn bà, con gái là các dì đều phải nhờ Thùy "tư vấn". Thùy cũng hay kể chuyện bạn trai của mình với các dì. Mỗi lần như thế bà nào cũng ngồi lắng nghe thích thú, cảm phục Thùy biết nhiều thứ ngoài đời, may mắn hơn các dì.

- Thùy, sao con nói với ông như vậy? Mày không sợ ông sẽ méc Ba Mẹ mày hả? Dì Năm bất ngờ hỏi Thùy.

- Ba Mẹ con không giống ông đâu dì đừng lo. Tại mấy dì hiền quá nên ông mới thế chứ. Các dì cũng đã lớn hết rồi nên tập có những suy nghĩ độc lập đi chứ, cái gì cũng phải hỏi ông. Ngay cả dì Ba đã gần bốn mươi tuổi mà đi đâu cũng phải xin phép ông như con nít mười lăm. Con là không chịu thế đâu. Chắc ông không muốn con cái tự có trách nhiệm với bản thân. Ông muốn kiểm soát mọi thứ. Người ta có câu "con hơn cha là nhà có phúc" mà với ông thì con cái phải "thua" ông mười cái đầu. Lúc nào ông cũng ca bài ca con cá "áo mặc không qua khỏi đầu". Bi giờ mấy cái áo có mũ sau lưng mặc qua khỏi đầu đó.

Dì Năm bật cười với cái kiểu ví von của Thùy khiến Thùy cũng phải cười theo:

- Con nói nghiêm túc đó. Dì mà không nghe con dì sẽ khổ một đời, ở giá cho coi!

- Tại Ba Mẹ con nghĩ thoáng chứ ông cổ xưa lắm chắc mấy dì ế chồng thiệt đó Thùy ơi. Dì chưa bao giờ dám quen với ai sau cái vụ anh Toàn.

- Thì chuyện đó con biết mà nên con rủ rê dì đi chơi để kiếm chồng cho dì đó, hi hi hi.

Dì đỏ mặt cười, ánh mắt khao khát tình yêu của người phụ nữ đã hơn hai mươi lăm tuổi nhìn Thùy đầy biết ơn.

- Thôi chắc ông đi ngủ rồi, Thùy về đây không Mẹ mong.

Trên đường về nhà Thùy vẫn ấm ức câu nói của ông "con gái hay đi chơi, thì sẽ hư hỏng". Ông nói như thể đó là một quy luật bất biến. Thùy sẽ chứng minh cho ông thấy là ông sai.

Sài gòn về đêm gió nhẹ, mát dịu. Thùy định bụng sẽ kể cho Ba Mẹ nghe chuyện Thùy "cãi" với ông tối nay trước khi Thùy đi làm vào sáng mai để nếu ông có xuống mắng vốn thì Ba Mẹ khỏi bị bất ngờ. Thùy thấy lòng nhẹ nhõm hơn... Nhớ đến hồi chiều đi chơi với dì Năm vui quá. Thùy mỉm cười. Ánh trăng lấp lánh sau hàng cây như chia sẻ niềm vui đó với Thùy.

Sau lần đó Thùy ít gặp ông ngoại, chỉ có ngày giỗ, tết Thùy mới xuống thắp nhang cho bà. Hơn một năm sau Thùy ra đi. Những năm sống xa quê hương Thùy chỉ biết tin tức gia đình ông và các dì qua những lần nói chuyện *phone* với Mẹ. Nhờ thế mà Thùy biết dì Tư đã có gia đình do một lần ông ngoại bị tù hai năm vì tội vượt biên. Dì Tư ở nhà "phá luật" quen dượng Tú rồi đám cưới. Khi ông về thì mọi chuyện đã xong nên ông phải chấp nhận. Các dì kia không dám "phá luật" nên bây giờ vẫn chưa ai có gia đình.

Có tiếng Mẹ vọng lên từ sau bếp cắt ngang giòng hồi tưởng của Thùy:

- Thùy sửa soạn đi con rồi mình đi xuống thăm ông. Mẹ nghe các dì nói ông biết con về ông mừng lắm sai các dì nấu nướng những món con thích đó. Dì Năm mong gặp con lắm.

Nghe Mẹ nhắc đến dì Năm, Thùy cũng muốn xuống ngay xem dì sống ra sao nên trả lời:

- OK con sẽ đi với Mẹ

Sài gòn tháng tám nóng nực. Thùy mặc chiếc áo đầm ngắn hai dây màu xanh. Nắng Sài gòn làm cho làn da con gái xứ lạnh trắng hồng rất gợi cảm. Nhìn Thùy là biết ngay Việt Kiều về nước qua "dấu tích" của làn da. Thùy tự tin vì Thùy biết những điểm mạnh và điểm yếu của mình. Cách ăn mặc của Thùy xoay quanh những kiểu dáng có thể làm tôn những điểm mạnh và che đậy những điểm yếu bởi thế khi Thùy diện lên trông Thùy đẹp lộng lẫy.

- Con gái mẹ đẹp quá. Cái áo đầm này trông thật hợp với con. Mẹ Thùy khen.

- Cám ơn Mẹ. Con mua lâu rồi nhưng ít có dịp mặc vì bên kia chỉ mặc được những loại áo này vào mùa hè.

- Ông mà nhìn thấy chắc lại bảo con ăn mặc cũn cỡn. Con đừng để ý nhá. Tính ông như thế nhưng Mẹ cũng nghe các dì nói ông dạo này thay đổi lắm. Chắc không sao đâu.

Thùy hiểu ý Mẹ là ông ngoại sẽ có thể không hài lòng về cách ăn mặc hở hang của Thùy. Để trấn an Mẹ, Thùy nói chắc như bắp:

- Mẹ à, ngày xưa khi con còn ở Việt Nam, ông cũng hay ca bài này lắm mà con có sao đâu huống chi bây giờ con đã ăn cơm Tây bao nhiêu năm và đã quen với văn hóa Tây Phương. Mẹ đừng lo nha. Ông sẽ không cằn nhằn nữa đâu.

Ngồi trên taxi, qua khung cửa nhỏ Thùy nhìn phố xá Sài gòn buổi sáng. Taxi mở máy lạnh hết cỡ mà Thùy vẫn cảm thấy nóng, cái nóng ẩm ướt rất khó chịu. Thùy lấy làm lạ là nóng như thế mà đa số các bà, các cô chạy xe ngoài đường đều mặc áo khoác dài tay, che mặt kín mít. Hỏi anh tài xế taxi mới biết là các bà, các cô sợ nắng đen da.

Taxi đi qua những con đường mà Thùy không thể nhận ra nữa mặc dù ngày xưa những con đường này từ nhà Mẹ Thùy tới nhà ông ngoại đâu có xa lạ gì. Nhà cửa bây giờ xây mới nhiều, đường sá cũng rộng rãi hơn, nhiều hàng quán, khách sạn *mini* mọc lên. Người Sài gòn ăn mặc đẹp, đa dạng hơn hồi Thùy còn ở nhà, đặc biệt các cô tuổi *teen* thì mô-đen chẳng thua gì các *teens* bên Mỹ, Canada... chỉ có màu sắc là còn hơi sặc sỡ thôi. Xe hai bánh thì vô số kể. Rất nhiều những loại xe mới chứ không phải chỉ là Honda hay Cup như những năm 1980. Xe hơi cũng khá nhiều trong thành phố, xe tư nhân nhan nhản. Con Thanh gởi *emails* nói người Sài gòn bây giờ đua nhau đi học lái xe hơi để cũng có bằng lái cho bằng chị bằng em chứ không hẳn là vì có xe hơi. Xe cộ nhiều quá nên nghẽn đường là chuyện thường ngày ở huyện. Hôm Thùy ở sân bay về quận Nhất mà mất gần hai tiếng *taxi* vì bị kẹt xe hơn một tiếng ở đường Nam Kỳ Khởi Nghĩa.

Xe taxi đậu lại. Mẹ bảo Thùy đã đến nơi rồi. Thùy nhìn dáo dác tìm nhà ông ngoại. Thùy không nhận ra cái nhà nhưng nhận ra cái tên của quán cơm nổi tiếng Sài gòn trước đây. Ông ngoại đã sửa lại nhà một bên để bán hàng một bên để ở. Thùy thấy một bà khá lớn tuổi đứng thu tiền chưa kịp hỏi Mẹ là ai thì...

- Trời con Thùy nè Năm ơi...

Với nụ cười đó thì đúng là dì Ba rồi... Dì vẫn làm công việc này bao nhiêu năm nay. Nhưng sao bây giờ dì khác thế? Trong Thùy, hình ảnh của một dì Ba xinh đẹp, mảnh mai đã tan biến. Trước mặt Thùy là một phụ nữ có tuổi, không còn tha thiết chăm sóc hình thức bên ngoài của mình nữa. Trông dì có vẻ như người tu hành.

- Dì Ba dì khỏe không? Lâu quá mới gặp lại dì.

Thùy ôm dì Ba hai dì cháu đều xúc động rưng rưng nước mắt.

- Con đi đường có mệt không? Dì Năm, dì Tư và dì Sáu ở trong kia kìa con. Vô đi rồi dì cho người pha nước cho ba mẹ con uống nha.

Cùng lúc ấy các dì cũng chạy ra.

- Con chào các dì... Các dì có khỏe không? Giọng Thùy bị nghẹn nghẹn.

- Trời ơi coi con Thùy kìa... Bây giờ nó còn đẹp hơn hồi xưa ha chị Hai. Về có một mình hả con? Dì Năm tươi cười hỏi.

- Lần này cháu nó về có một mình thôi dì. Mẹ Thùy trả lời hộ Thùy.

Thùy chào từng dì. Dì Năm vẫn đẹp và vẫn chưng diện hơn các dì khác. Dì mặc bộ áo xẩm bó, ngắn tay màu tím để lộ cánh tay tròn lẳn trắng mịn được trang điểm bằng những chiếc vòng bạch kim rất sành điệu. Móng tay dì sơn kiểu cọ làm nổi bật bàn tay búp măng trắng nõn.

- Các dì khỏe không? Dì Năm điệu y như hồi xưa heng. Thùy cười hí hí ghẹo dì Năm.

- Dượng Tư đâu dì Tư? Thùy quay sang dì Tư đang đứng bên cạnh dì Năm hỏi.

- Dượng chạy ra ngoài có việc.

Dì xoay qua một cô bé khoảng mười lăm, mười sáu tuổi đứng bên cạnh giới thiệu với Thùy.

- Đây là bé Ni con gái dì nè. Chào chị Thùy đi con.

- Dạ chào chị Thùy.

- Chu cha bé Ni đẹp gái quá xá! Chắc dượng Tư đẹp trai lắm ha?

Dì Tư sẵn dịp khoe luôn:

- Ni giống dượng Tư y chang hà Thùy.

Mọi người cùng cười vang. Qua ánh mắt, Thùy cảm nhận được dì Tư rất bằng lòng với cuộc sống hiện tại của mình. Nghe Mẹ kể gia đình dì Tư rất hạnh phúc, dượng Tư là người chồng và người cha tốt. Những năm đầu khi hai người mới lấy nhau, ông ngoại không ưa dượng Tư chứ bây giờ hở chút là "thằng Tư đâu lên đây uống bia với ba". Bởi thế mới nói nếu ngày xưa dì Tư không "vùng lên" đi tìm hạnh phúc cho mình thì bây giờ chắc cũng ở giá như các dì kia thôi.

Thùy choàng tay qua eo dì Tư "nịnh" dì:

- Dì Tư hay thiệt ha chọn được chồng đẹp trai, tốt. Thùy phục dì Tư lắm đó.

Dì Sáu nãy giờ đứng im bây giờ mới xen vào.

- Trong nhà này có dì Tư là may mắn nhất thôi hà Thùy ơi. Dì, dì Năm và dì Ba vẫn cu ki một mình hà.

Thùy hiểu được tâm trạng của dì Sáu. Dì đang trách móc số phận hay trách móc ai đó. Thùy im lặng nhìn dì đầy thương cảm rồi nói lảng qua chuyện khác:

- Ủa, Mẹ Thùy đâu rồi?

- Mẹ qua nhà bên gặp ông rồi. Em gái của Thùy trả lời.

- Ừa qua bên kia đi, ông đang chờ Thùy đó. Dì Ba vừa chỉ tay qua nhà bên cạnh vừa nói.

Tất cả mọi người kéo nhau qua nhà bên trừ dì Ba phải đứng coi cửa hàng.

Trước mặt Thùy là một ông cụ gầy gò, ốm yếu, trắng nhợt, mặc bộ *pyjamas* nâu đang ngồi trên sofa ở giữa phòng khách, bên cạnh là Mẹ của Thùy. Vừa trông thấy Thùy, Mẹ đã nhanh nhảu:

- Thùy đến chào ông đi con.

Ông cụ đó là ông ngoại của Thùy sao? Thùy nhớ ngày xưa ông đẹp trai lắm, phong độ, "vào trong nho nhã, ra ngoài hào hoa", lúc nào cũng lên đồ láng cón. Thời đó mà ông đi toàn giày thể thao hiệu Adidas, là dân chơi *tennis* nổi tiếng trong thành phố. Bây giờ ngồi đó là một người hoàn toàn khác với những gì Thùy hình dung về ông ngoại cách đây vài phút trước khi gặp ông. Mặc dù Mẹ Thùy có nói sơ là ông bị bịnh tiểu đường mấy năm nay nên gầy hơn trước nhưng Thùy cũng vẫn không thể ngờ là ông ngoại lại sa sút sức khỏe như đến thế. Thùy thoáng nghĩ không biết có phải vì lúc còn trẻ ông ăn chơi, nhiều bồ bịch quá không?

Đôi mắt ông nhìn Thùy thật hiền lành, mỉm cười. Hình như Thùy chưa bao giờ thấy đôi mắt ông hiền như thế này.

- Thùy hả con? Vào đây cho ông xem Việt Kiều có khác gì không nào.

Nghe ông nói thế bao nhiêu những giận hờn, khoảng cách giữa ông và Thùy trước đây đều tan biến thay vào đó là một tình cảm dạt dào mà lần đầu tiên Thùy dành cho ông ngoại. Dì Năm kéo cái ghế để Thùy được ngồi sát ông.

- Ngồi đây nè Thùy…

- Thùy chào ông. Thùy nói trong cảm động.

Thùy vừa ngồi xuống ông ngoại đã vuốt tóc Thùy, chuyện mà trước đây ông chưa bao giờ làm với con cháu. Hồi xưa ông ngoại hay giữ khoảng cách với con cháu trong nhà bởi ông nghĩ gần gũi quá chúng lờn mặt.

- Cháu tôi đẹp gái quá! Ăn mặc cũng hợp thời trang. Mấy đứa ở đây mặc không đẹp như con đâu. Chắc dì Năm mày lại bắt chước đi may một cái giống như thế này thôi. Hồi xưa hai dì cháu hay may quần áo giống nhau lắm đúng không?

Ông nói xong cười vang khiến mọi người cũng cười theo. Chỉ có Thùy là chưa kịp phản ứng với sự thay đổi lớn của ông ngoại nên e dè nói:

- Ông khác xưa quá. Con nhớ Ông lắm!

- Cô mà nhớ gì tôi. Bao nhiêu năm nay chẳng bao giờ thấy cô điện thoại về thăm ông cả. Giọng ông đầy ý trách móc làm Thùy khá bối rối.

- Con hỏi Mẹ về ông hoài mà. Thùy cười chữa thẹn rồi hôn lên trán ông.

- Ông nghe Mẹ con khoe là con sang đó theo học ngành luật sư và bây giờ có văn phòng riêng hả Thùy? Các dì thấy không con Thùy tuy là cháu nhưng nó nhanh nhẹn, khôn ngoan, đi tới đâu cũng thành công. Bố Mẹ nó nở mày nở mặt. Ông cũng vui vì có cháu gái giỏi. Bố mày mất rồi chứ còn sống thì chắc là vui lắm. Hồi xưa lúc nó lý sự với ông là ông biết nó có tư chất làm luật sư mà... Rồi ông quay sang Thùy hỏi.

- Chồng con của con vẫn khỏe hả Thùy?

- Dạ cám ơn ông gia đình con bên kia vẫn khỏe.

Thùy không thể tin vào những gì mình vừa nghe từ miệng ông ngoại. Hồi xưa ông bảo Thùy chắc chắn sẽ hư hỏng vì không nghe lời ông. Bây giờ có lẽ ông đã nhận ra rằng cách giáo dục con cái theo kiểu "cha mẹ nói sao con làm thế" không còn hợp với thời đại mới nữa. Ông cũng ngộ ra rằng chính cái lễ giáo phong kiến hủ lậu trọng nam khinh nữ mà ông tin là sẽ giúp những cô con gái ông trở thành những phụ nữ đức hạnh "tam tòng tứ đức" sau này đã cướp đi một cách tàn nhẫn cái tuổi xuân sắc đẹp nhất của ba người con gái của ông.

- Sức khỏe của ông dạo này ra sao ạ? Thùy muốn xóa tan cái ánh mắt buồn bã nhìn xa xăm của ông ngoại nên hỏi thăm ông.

Ông ngồi dựa vào sofa, một tay để lên thành ghế nói:

- Ông bị bịnh mấy năm nay và cũng già yếu rồi nên mọi chuyện trong ngoài đều do dì Ba con quản lý.

Dì Ba con bây giờ như tu tại gia vậy. Mẹ mày thỉnh thoảng xuống thăm ông, dì Tư có gia đình riêng nhưng hàng ngày xuống đây phụ dì Ba trông coi tiệm, dì Năm, dì Sáu thì vẫn ở đây với ông lo việc buôn bán.

Bỗng giọng ông vui hẳn lên:

- Con có ai giới thiệu cho dì Năm con đi.

- Ông cứ nói đùa hoài. Thùy giả vờ dò ý ông.

Ông cười khanh khách:

- Ông nói thật đấy. Mày qua bên kia xem có ông Tây nào góa vợ thì giới thiệu cho dì mày nhá con. Dì Năm còn đẹp chắc có người chịu lấy mà.

Thùy thấy được một chút chua xót trong câu nói của ông. Ngày xưa, con gái ông là không cần ai cả, ông chỉ gả cho người xứng đáng môn đăng hộ đối do ông chọn. Bây giờ thì... "chắc là vẫn có người chịu lấy mà". Thùy nhìn nhanh về phía dì Năm đôi mắt dì ươn ướt, nhìn mông lung...

Thùy không dám nói ra nhưng trộm nghĩ giá ngày xưa ông cũng nghĩ thoáng như thế thì các dì bây giờ đâu có lỡ thời hết như vậy. Thùy nhớ có lần giới thiệu dì Năm cho Toàn bạn của Thùy hồi còn đi học. Năm Thùy học lớp mười hai thì Toàn học năm thứ ba ở đại học Nông Lâm Súc. Nhóm của Toàn chơi với nhóm của Thùy. Sau này ra đi làm gặp lại nhau biết Toàn chưa có bồ nên Thùy giới thiệu dì Năm cho Toàn. Dì Năm đẹp nên Toàn cũng thích. Toàn ghé nhà dì Năm vài lần, lần nào cũng bị ông ngoại đuổi, chửi bới cho là Toàn theo dì Năm vì tiền. Toàn tự ái chia tay với dì Năm. Lần ấy, Thùy cũng bị ông la cái vụ làm mai làm mối. Bây giờ chính ông lại nhờ Thùy "tìm chồng" cho dì Năm.

Dì Năm nói giọng như hờn trách:

- Ba ơi con già rồi ai mà lấy. May ra có ông nào chết vợ thì mới chịu con.

Mọi người đang nói chuyện rôm rả thì bé Ni con dì Tư dẫn bạn trai lên giới thiệu với ông:

- Ông ơi, đây là Minh bạn của con.

- Tụi nó là bạn học đó Ba. Dì Tư vội giải thích hộ bé Ni.

Ông ngoại nhìn Minh rồi nhìn dì Tư nói:

- Chà tuổi trẻ bây giờ có bạn trai, bạn gái sớm quá ha.

- Đâu có ông chỉ là bạn bè thôi hà. Ni e thẹn đính chính.

- Chào Minh. Tôi là Thùy chị họ của Ni.

- Cháu chào ông, chào bác Tư, chào các dì và chào chị Thùy. Minh khoanh tay chào một vòng.

Sau màn giới thiệu, hai đứa nhỏ dẫn nhau xuống nhà dưới. Nhân dịp này dì Tư nói thêm với ông ngoại.

- Ba ơi tụi nhỏ bi giờ đi học phải có bạn bè. Nếu mình cấm đoán, tụi nó dẫn nhau đi chỗ khác rồi về nhà nói dối cha mẹ còn khổ nữa, chi bằng cứ cho tụi nó đưa nhau về nhà giới thiệu ít ra mình còn biết con mình chơi với ai, gia đình nó ra sao. Con nghĩ vậy Ba thấy có đúng không?

- Ừ, các anh các chị bây giờ nghĩ khác chúng tôi hồi xưa. Ông ngoại vừa uống miếng trà vừa trả lời rất khẽ.

- Dì Tư nói đúng đó. Mẹ của Thùy thêm vào.

Thùy mừng thầm là dì Tư qua những mất mát của cuộc đời mình đã cố gắng hiểu và gần gũi con cái hơn trong cách dạy dỗ chúng. Dì Tư và Mẹ Thùy rất giống nhau về điểm này.

Chợt có tiếng dì Ba gọi vọng lên từ dưới nhà.

- Mọi người xuống ăn cơm.

Mẹ Thùy một bên, Thùy một bên đỡ ông ngoại đứng dậy đi xuống nhà dùng cơm trưa.

Mẹ Thùy nói đúng. Bữa nay ông ngoại cho nấu toàn những món ngon mà Thùy thích từ hồi bà ngoại còn sống. Tôm hấp dừa, cua rang muối... chả giò nhân cua... được bày trên bàn cùng với những món gỏi trang trí rất hấp dẫn. Thùy ngồi giữa ông ngoại và dì Năm. Ông ngoại cứ gấp thức ăn bỏ vào bát của Thùy. Thùy ăn không kịp. Đang ăn bỗng dì Năm thúc cùi chỏ hỏi:

- Thùy, cái áo đầm này Thùy may ở đây hay ở bên kia?

Thùy vừa bóc tôm vừa trả lời dì:

- Thùy mua ở bên kia dì ơi. Bên kia không có may quần áo, toàn mặc đồ may sẵn thôi.

- Cho dì mượn kiểu dì đi may nha. Dì cười hề hề.

Ông ngồi bên cạnh nghe được dì nói cười ha hả:

- Con Thùy thấy chưa? Từ lúc con xuất hiện là dì Năm đã ngắm nghía cái áo đầm của con rồi.

Thùy nhe hàm răng trắng muốt cười toe toét chọc ông ngoại:

- Ông ngoại bây giờ chịu chơi ghê ta ơi. Hồi xưa con nhớ ông mà thấy con mặc áo đầm là ông nói con mặc đồ cũn cỡn.

Ông ngoại Thùy nhấp miếng bia chậm rãi nói như giải thích:

- Xã hội thay đổi ông cũng phải thay đổi chứ con. Lạc hậu hoài thua người ta... Tối nay con Thùy dẫn dì Năm con đi nghe nhạc đi. Dì Năm con cứ nói đợi cháu Thùy về dẫn đi vũ trường đó.

Thùy hiểu ý ông ngoại:

- OK vậy tối nay dì xuống nhà con, con còn một bộ đầm như thế này con tặng dì rồi hai dì cháu mình đi nghe nhạc ha.

Dì Sáu nãy giờ không nói gì bây giờ thấy thế mới thêm vào:

- Cho dì Sáu đi với nha Thùy...

Thùy không muốn bỏ sót dì Ba nên hỏi.

- Dì Ba đi không?

Ông ngoại với giọng buồn thiu xen vào:

- Dì Ba con bây giờ tu rồi, con không rủ dì đi đâu được nữa đâu! Ông kêu dì Ba nên đi chơi cho khuây khỏa nhưng dì đâu có chịu đi...

Còn dì Ba thì vẫn cứ im lặng như bấy lâu nay... im lặng.

Thùy nửa vui nửa buồn... Vui vì ông ngoại đã thay đổi và tình cảm giữa ông ngoại và Thùy đã được hàn gắn. Buồn vì dù có đi nghe nhạc... có làm gì đi nữa, Thùy cũng đâu có thể giúp gì nhiều cho các dì... Thời gian có đi ngược lại bao giờ... như dòng sông trôi đi sẽ chẳng bao giờ quay về bến cũ. Tuổi xuân của các dì đã không còn nữa để làm lại từ đầu. Dì Ba bây giờ là suốt đời không chồng, không con...

Cơm nước xong Mẹ nhắc Thùy lên lầu thắp nhang cho bà ngoại trước khi ra về.

Trên đường về nhà Thùy cám ơn Mẹ đã dẫn Thùy xuống gặp ông ngoại. Trời Sài gòn bỗng dưng dịu mát. Thùy bảo anh tài xế taxi quay cửa xe xuống để Thùy được tận hưởng những làn gió nhẹ từ sông Sài gòn thổi vào…

Mimosa

Ngọc Anh

Tên thật: Nguyễn Ngọc Kim Anh
Sinh tại Chợ Quán, Sài Gòn; lớn lên ở Đà Lạt
Từng cộng tác với Làng Văn, Văn Học, Gió Văn
Hiện là công chức và sống tại California, Hoa Kỳ

Tác phẩm đã in:
Chân Dung (Truyện, Tình Thương, 1994)
Mưa Xuống Cuộc Đời (Truyện dài, Phương Đông, 1996)
Thương Tiếc (Truyện, Làng Văn Canada, 2002)

Cái Chết Êm Đềm

Bên dưới chiếc mền mỏng là thân người cong queo, ngắn ngủn, lép kẹp. Mới trông qua người ta có thể ngỡ đó là một đứa con nít, vì cả cái giường đơn không mấy lớn, thân người cũng chỉ chiếm một góc nhỏ xíu. Người nằm trên đó chẳng ai xa lạ chính là em trai của tôi. Tôi ngồi cạnh em, trên chiếc ghế đặt sát giường, nhìn em chìm trong giấc ngủ mệt nhọc mà lòng đau xót, đầu thì gặm nhấm với câu nói "Chết không nhắm mắt" với nỗi lo sợ đứa em trai tôi thương yêu rất mực sẽ phải chịu đựng một cái chết như thế.

Tôi phải làm sao đây để em tôi có thể chấp nhận những gì đã được an bài để có thể thanh thản ra đi. Phải làm sao để khi tiếng chuông báo tử dành cho em tôi cất lên, cái tâm em sẽ được yên để đôi mắt em sẽ được nhắm lại, vì đã có thể ghi dấu được tất cả hình ảnh người thân yêu vào giây phút cuối cùng. Lòng tôi sẽ đau đớn ghê gớm nếu vì một lý do nào đó khi thể xác em tôi bất động, đôi mắt em vẫn phải mở trừng trừng để tìm kiếm những bóng hình thân yêu của em.

Trước những ngày em bị bệnh tôi không thể hình dung được có ngày tôi chứng kiến cái thân hình còm cõi, xương xẩu lộ ra từng cái dưới lớp da xanh mướt đã mất gần hết thịt có thể là đứa em tôi từng thương yêu chiều chuộng. Mà chẳng phải riêng tôi, tất cả những người đã từng gặp em trước kia cũng không thể hình dung ra em ở giây phút này. Một thằng con trai cao thước sáu, khuôn mặt đầy đặn sáng láng, miệng lúc nào cũng sẵn sàng để nở những nụ cười tươi lại có thể biến thành con người mặt thóp, hai má trõm sâu và một cái đầu trọc lóc nhỏ xíu đầy gân xanh đong đưa trên một thân người cũng nhỏ thó còng queo cao không hơn một đứa con nít lên mười, để mỗi lần nhìn vào cái thân thể nhỏ bé thoi thóp với giọng nói chỉ còn như hơi thở, tôi lại thấy đau đến quận ruột.

Đã bao lần tôi tự hỏi, tôi còn làm được gì cho em khi hơi thở của em chỉ còn tính từng ngày một. Bệnh ung thư đã ăn dần mòn cái thân người để giờ chỉ còn da bọc xương đến nỗi bác sĩ cũng chê, khuyên tôi mang em về nhà hay gửi vào *hospice** và chuẩn bị phần hậu sự. Tôi thương em, không muốn để em nằm chơ vơ trong *hospice* giữa những con người xa lạ nên mang em về nhà, bất kể người thân khác trong gia đình tôi có đồng ý hay không.

Tôi dành một căn phòng thoáng với cửa sổ nhìn ra vườn sau, nơi có nhiều cây tươi. Chiếc giường em nằm đối diện với cánh cửa sổ, để từ đó, lúc nào thích em đều có thể nhìn ra bên ngoài để thấy cây magnolia với vài bông hoa trắng tuy đã hết mùa xuân cũng vẫn còn cố bám cành, thấy những ngọn tre vút cao được che kín bởi những chiếc lá hình ngòi bút đang xào xạc như thể cố khuyên lơn con người hãy để cho cái tâm được bình an, hay vài bụi hoa dâm bụt mặc dầu với cái nóng cháy da của mùa hè vẫn cố vươn những cánh hoa màu máu được tôi trồng nơi sân sau của ngôi nhà. Đây chỉ là một trong nhiều nỗ lực khác của tôi cùng với những lời thương yêu, ngọt dịu tôi dành cho em, cùng với sự che dấu xúc động bằng những nụ cười để không lộ ra nỗi đau khổ trước cuộc tử biệt sinh ly, với niềm hy vọng đầu óc em sẽ được thoải mái trong những giờ phút còn nán lại cõi trần gian này, cũng như mục đích giúp em quên được những đau khổ em đã phải hứng chịu.

Dĩ nhiên những gì tôi làm cho em không phải chỉ cốt ý cho em mà còn cả cho tôi nữa khi buộc phải trực diện với nỗi mất mát quá to lớn này. Dầu biết nỗi đau mất em sẽ rất lớn, nhưng tôi vẫn hy vọng có thể chịu đựng được nếu đôi mắt em đừng mở trừng trừng khi hồn của em lìa khỏi thân xác, vì với tôi, cái chết không nhắm mắt là cái chết đau khổ của một người có cuộc sống bất hạnh, nên cho đến giây phút cuối đời vẫn không thể rời bỏ nỗi bất hạnh, hay của những kẻ ác để đến lúc gần rời xa thế giới này cũng chẳng thể yên lòng nhắm lại đôi mắt để ra đi. Tôi sợ lắm cái điều như thế, nhất là nơi người thân yêu nhất của mình, của cậu em trai độc nhất mà trong cuộc đời sóng gió của em, tôi đã từng bao lần cưu mang, che chở.

Điều này sẽ làm tim tôi thắt lại để thấy lòng mình đau đớn nhiều hơn với vết cắt sâu hơn không biết bao giờ mới có thể lành được. Như vậy muốn làm dịu nỗi đau khổ của chính mình trước nỗi mất mát đứa em trai độc nhất, tôi chỉ có cách làm thế nào để em tôi có thể trực diện được với chuyến đi chót nơi sân ga cuộc đời một cách can đảm và nhất là không còn gì buộc phải nắm níu, vì hiểu rằng trước sau gì mỗi người đều phải xem nỗi chết là một hành trình tất yếu mà bất cứ người nào không trước thì sau đều phải trải qua.

Vì lẽ đó, vào giây phút chung cuộc của một con người, dẫu còn quá trẻ chỉ ở tuổi bốn mươi mốt, việc cúi đầu chấp nhận số mệnh để được thanh thản ra đi trở nên hết sức cần thiết đối với một người mang chứng bệnh nan y như em, để ít ra lòng tôi dẫu sẽ mãi mãi thương tiếc đứa em yêu quý của mình, cũng sẽ được dễ chịu hơn và ít đau đớn hơn khi biết rằng, cuối cùng em cũng đã tìm được sự bình thản tâm hồn làm hành trang cho cuộc hành trình dầu không ai thật sự biết rõ sẽ như thế nào, nhưng cái ấn tượng của giây phút cuối cùng của người sống đối với người chết lại trở nên vô cùng quan trọng, vì giây phút đó sẽ mãi ghi khắc vào não trạng của người sống, để mỗi lần nhớ đến người chết, người sống tuy có đau lòng nhưng không bị hình ảnh đau xót cuối cùng làm vẩn đục những kỷ niệm êm đẹp, những xúc cảm dịu dàng người còn sống từng có với người khuất bóng, cho nên làm thế nào tôi cũng phải cố gắng hết sức để cuộc hành trình cuối cùng của em không vì những giằng xé đớn đau biến thành cuộc hành trình của tuyệt vọng.

Với ý niệm đó, tôi đã cố gắng trải lòng ra để có thể chu toàn được những gì cần chu toàn dành cho người hấp hối và cho chính tôi là người tiếp tục cuộc sống, những tưởng rằng với nỗ lực rất mực của mình, em tôi sẽ quên đi những dằn vặt, đau khổ. Thế mà, mặc cho bao nỗ lực của tôi dường như vẫn không thể xoa dịu được tâm hồn em, vì dưới mắt em, dầu sao tôi cũng chỉ là một người chị, người em có đặt để trong ngăn thương yêu nào đó của trái tim nhưng chắc chắn không phải ở mạch chính nơi trái tim em, nên không là nguyên nhân của nỗi đau khổ mà em chịu hay hạnh phúc mà em hưởng. Chính điều này làm lòng tôi đau đớn với cảm giác bất lực không thể cứu em thoát khỏi cái chết đầy đau khổ, và sự dằn vặt đó có thể sẽ đeo đuổi theo tôi mãi mãi sau cái chết của em vì thấy mình vẫn chưa làm đủ những gì cần làm nên em mới vướng vào cái chết tức tưởi như vậy.

Bởi thế mỗi lần bước vào phòng em nằm, nhìn thân hình ngày một còm cõi, nhìn khuôn mặt lúc nào cũng hằn lên nỗi u uất của em, tôi vừa thương vừa giận, vừa mang nặng cảm giác của đôi tay bị bó. Câu hỏi tại sao không ngừng lặp đi lặp lại trong đầu tôi. Tôi chẳng từng nghe một người đối diện trước cái chết có đủ thì giờ để chuẩn bị như em sẽ dễ để lòng được thanh thản, nhưng tại sao em tôi lại đến nông nỗi như thế này.

Căn bệnh của em tôi đã kéo dài nhiều tháng, biết cái chết không thể nào tránh được thế mà em cũng không thể tìm được một nguồn an ủi nào cho tâm hồn đau khổ, nặng nề của em. Ruột tôi cuộn lại, tôi tự hỏi tôi phải làm sao? Làm sao đây để em có thể an lòng trước khi ra đi?

Khi biết em chỉ còn vài tháng ngắn ngủi trong cuộc đời, tôi hầu như từ chối các niềm vui riêng để dành thì giờ cho em, cho em nghe những bản nhạc êm dịu để tâm hồn em có thể bay bổng; chưa kể tôi cũng mời một vị linh mục đến để an ủi, khuyên lơn em, giúp em chuẩn bị tinh thần cho những ngày còn lại và cho giây phút bước vào thế giới của hư vô. Nhưng âm nhạc với những giòng chảy mơn man tâm hồn không thể giúp em; mà vị linh mục cũng vậy, khi linh mục ở cạnh em, nói gì em cũng gật, đến lúc linh mục ra về, tôi biết tất cả nỗ lực giúp em đều trôi tuột. Rõ ràng nỗi thống khổ đã trở thành lửa địa ngục thiêu đốt tâm hồn em và đã che khuất cửa nẻo của thiên đàng dành cho em. Do đó, tôi hiểu rằng những vị thuốc tôi đưa ra chẳng những không chữa được bệnh, chưa kể có thể làm bệnh nặng thêm vì ảnh hưởng dây chuyền của nó. Âm nhạc hay tôn giáo không thể trở thành thuốc chữa căn bệnh tâm hồn, như vậy viên thuốc thật sự cần thiết cho em chính là vợ và hai đứa con của em.

Ngày em mang đứa con gái về giới thiệu với tôi và yêu cầu tôi đứng chủ hôn cho em. Đứa con gái đỏng đảnh mà em dắt về, đẹp thì có đẹp nhưng vừa nhìn mặt, với giác quan của một người chị thương em, tôi đã nghĩ đứa con gái đó sẽ trở thành gánh nặng và nỗi gian nan cho em. Khi đứa con gái đã ra về, tôi hỏi em:

- Cô ấy đẹp đấy, nhưng em mới quen cô ấy mấy tháng, liệu có cần thêm thời gian suy nghĩ về quyết định hệ trọng này không?

- Suy nghĩ gì nữa hả chị? Em đã hơn ba mươi rồi, không lẽ chưa đủ chín chắn hả chị?

Câu trả lời chắc nịch và với câu hỏi của em, tôi biết khó thuyết phục em nhưng cũng ráng nói để đỡ bứt rứt vì đã không chịu nói ra những điều cần nói.

- Để biết rõ tính tình, cũng như tìm hiểu thêm gốc gác của cô ta. - Tôi ngập ngừng với ý nghĩ nên hay không nên, cuối cùng nuốt nước bọt nói tiếp - Biết những điều đó, dầu không thể bảo đảm được sự bền vững của hôn nhân, nhưng ít ra cũng có chút gì dựa vào hầu chuẩn bị đối phó với những bất trắc có thể xảy ra cho hôn nhân của mình.

Thằng em trai của tôi đã chau mày, lộ vẻ không bằng lòng:

- Chị chưa già, cũng không phải là người thuộc thế hệ ông bà, nhưng em không hiểu tại sao chị lại có ý nghĩ cổ hủ như thế. Thời buổi này, mình thương người nào lấy người đó. Còn chuyện hôm nay lo hôm nay, chuyện ngày mai chưa tới làm sao biết trước để mà lo. Còn cha mẹ là cha mẹ, liên quan gì con cái chứ! Biết thêm về họ có ích gì. Ở đây ai làm nấy chịu, cha mẹ làm bậy đâu có nghĩa là con cái sẽ làm bậy. Cha mẹ ly dị cũng đâu có nghĩa là con cái sẽ theo vết chân của cha mẹ... Thôi đi chị ơi, chị ngưng giùm em mấy điều suy nghĩ xưa như trái đất đó giùm em.

Nghe những lời của em, tôi đã ngừng kịp thời, không đưa ra ý kiến hay hỏi tiếp về thân thế của cô em dâu tương lai. Tôi không muốn tình cảm giữa một chị một em bị sứt mẻ. Không bằng lòng cô em dâu tương lai cũng đồng nghĩa việc chấm dứt tình chị em giữa hai chúng tôi. Giá phải trả quá cao, tôi không thể nào trả nổi.

Tôi đánh vật với sự rủi may, đứng ra tổ chức đám cưới cho thằng em độc nhất của mình chẳng khác nào một bà mẹ lo cho đứa con trai ruột thịt. Đám cưới của em tôi kết thúc một cách tốt đẹp, nhưng hạnh phúc giữa em và vợ lại không mấy tốt đẹp. Sau khi đứa con gái đầu lòng ra đời, gia đình em bắt đầu lục đục hay có thể lục đục trước đó mà tôi không biết. Thằng em trai của tôi im lặng chịu đựng, có thể em chưa quên tôi là người đầu tiên tỏ ý không hài lòng cuộc hôn nhân của em, và một khi đã quyết định làm theo ý mình, làm sao em có thể mở miệng than phiền chuyện cơm không lành của hai vợ chồng em. Có lẽ tôi đã không biết được điều gì xảy ra cho gia đình em nếu những bất mãn trong gia đình em không tuôn ra nơi miệng của vợ em làm đầy lỗ tai tôi. Có thể vợ em hiểu cách thỏa mãn cơn tức giận không gì bằng nói xấu chồng với người thân của chồng. Hầu như lần gây gổ nào, tôi luôn luôn là người nghe những chuyện xấu của đứa em trai. Tôi cố gắng không bênh vực em, cố gắng kềm hãm cơn tức giận khi nghe những lời khó nghe về đứa em ruột của mình. Dầu sao tôi cũng cần phải giữ mối giây liên lạc với vợ em và hai đứa cháu, sẽ giúp tôi có thể biết được điều gì đang xảy ra trong gia đình em để có thể trợ giúp khi em cần.

Hai đứa lại gây nhau. Vợ em đã dắt hai đứa con về nhà cha mẹ ruột. Đây không phải là lần thứ nhất tôi nghĩ đến cảnh cơm đường cháo chợ của thằng em để đến thăm và đưa thức ăn cho em. Trước khi đến tôi đã điện thoại để biết chắc có người ở nhà. Nghe giọng em mệt mỏi, tôi hỏi:

- Em sao vậy? Bệnh hả?

- Em không sao.

- Không sao là được rồi. - Tôi giả vờ như không biết gì về chuyện gây gổ của hai vợ chồng - Sẵn chiều nay chị có việc ngang khu em ở, tính đem lại cho mấy đứa mấy món ăn, một công hai việc cho tụi em đỡ nấu. Nhớ chiều đừng đi đâu nghen.

Món canh bầu nấu tôm. Món cá nục kho tiêu. Món dưa chua xào thịt bò với vị chua chua mặn mặn tôi vẫn thường nấu lúc em tôi chưa lấy vợ và hai chị em còn ở chung với nhau. Những món mà em tôi thích. Vừa đi làm về tôi đã bắt tay vào làm những món ăn đó cho gia đình và cho em tôi.

Lúc tôi cầm mấy chiếc hộp thức ăn ra xe trời đã chạng vạng. Khi chiếc xe của tôi ngừng trước căn chung cư của em thì những ngọn đèn đường đã bắt đầu nhấp nháy. Tôi bấm chuông nhiều lần, không thấy ai trả lời. Trong nhà tối thui. Tôi tự hỏi không biết em tôi đi đâu? Có thể nào đợi tôi lâu quá em đói bụng đã rời nhà để đi mua thức ăn. Vô lý, đâu lẽ nào, dầu gì em cũng biết tôi còn đi làm, rồi về lo bữa cơm chiều, đâu thể nào đến sớm hơn. Hơn nữa đâu phải lần đầu tiên tôi mang cơm đến cho em hẳn em phải biết rõ giờ giấc của tôi.

Tôi bấm thêm nhiều loạt chuông nữa. Cuối cùng trong nhà đèn cũng được vặn lên và tôi nghe có tiếng dép lẹp xẹp nặng nề phía đằng sau cánh cửa. Khi cửa được mở, giữa khoảng tranh tối tranh sáng của bên ngoài và bên trong, khuôn mặt mệt mỏi và đỏ nhừ của thằng em hiện ra dưới mắt tôi. Nhìn dáng thiểu não của em, tôi hỏi:

- Em sao vậy?

- Người cứ gây gây, nóng ran trong người như đang lên cơn sốt vậy.

Tôi hốt hoảng nhón người giơ tay rờ đầu em:

- Em nóng quá! Uống thuốc gì chưa?

- Chắc bị cảm. Em bị vậy hoài, chắc không cần uống thuốc, ngày mai là khỏi ngay ấy mà.

Tôi có cảm giác bất an. Khi cánh cửa khép lại sau lưng hai chúng tôi, và khi hai chúng tôi đã vào căn bếp, tôi giục em:

- Nếu bệnh cứ dây dưa như vậy thì dầu gì cũng phải đi khám bác sĩ ít nhất là một lần cho yên tâm.

Không muốn cho em biết tôi đã biết chuyện lộn xộn của hai vợ chồng, tôi giả vờ nhìn quanh.

- Vợ với mấy đứa nhỏ đi chơi rồi hả?

- Dạ vợ em dắt hai đứa nhỏ đi shopping chắc cũng sắp về.

- Vậy hả? - Tôi quay người về hướng chiếc tủ đựng chén bát, tránh nhìn em để em không nhìn thấy ánh mắt thương hại của tôi để đoán biết là tôi đã biết chuyện, vừa mở tủ vừa nói - Để chị sớt thức ăn ra dành cho mấy đứa nhỏ, còn hai chị em mình ăn cơm nghen.

Tôi lấy đĩa múc ít thức ăn ra để trên bàn cùng với hai cái chén, một cho tôi, một cho em:

- Em thử ráng ăn một chút, coi thử nuốt nổi không. Hay để chị bắt lên nồi cháo?

- Chắc không cần đâu chị. Cứ để em húp chút canh cũng được rồi.

Tôi múc một miếng cơm một miếng canh vào chén em. Với hoàn cảnh gia đình em, lòng tôi muốn đưa ra một lời khuyên nào đó, nhưng nhìn cách ăn chậm chạp bỏ từng miếng thức ăn nhỏ vào miệng với chiếc đầu cúi xuống tôi thấy rõ được sự yếu đuối và bất lực của đứa em trai. Tôi hỏi:

- Em có cần chị đi bác sĩ với em không? Ngày mai chị lấy ngày nghỉ ghé chở em đi, rồi sau đó qua nhà chị ở để vợ em rảnh tay lo cho hai đứa nhỏ, đến khi hết bệnh hãy trở về. Em nghĩ sao?

- Em không sao. Em đi bác sĩ một mình được rồi.

- Đâu được, để chị đi với em.

Mẫu thử nghiệm đã được gửi đến phòng thí nghiệm. Kết quả thật tệ hại. Cái tin em tôi bị ung thư và đã di căn làm tôi rụng rời. Gia tài chỉ còn hai chị em, tại sao người bị bệnh không phải là ai khác?

- Em đã nói cho vợ biết chưa? - Tôi buột miệng định hỏi thêm về tình trạng của gia đình em, nhưng dừng lại được. Dầu thế nào chăng nữa, tôi cũng phải tránh khơi dậy vết thương lòng của em và gắng không hỏi những gì làm em đau lòng, tôi nghĩ em cũng đã lớn, sẽ biết mình cần làm gì khi biết được căn bệnh của mình.

Đã hơn một tháng trôi qua từ ngày biết tin em bị ung thư, tôi vẫn không nghe em nhắc gì đến vợ và hai đứa cháu. Có thể nào cô ấy đã bỏ hẳn đứa em trai của tôi? Tôi thắc mắc nhưng không dám hỏi. Tôi biết tính tình em mình. Tánh em cứng cỏi, lúc nào cũng cam chịu không hề hé môi một điều gì. Ngay cả việc em bị bệnh ung thư, nếu tình trạng đau yếu của em không quá tệ hại, chắc em sẽ chẳng chịu nghe tôi, cứ để mặc không thèm đi bác sĩ. Tôi biết rõ em nên mặc cho em không đồng ý cũng đã thúc giục bằng cách nghỉ làm một hôm để đưa em đi khám bệnh cho bằng được, cũng vì vậy tôi biết được em đã mang trong người chứng bệnh chết người này.

Đến nước này tôi buộc phải liên lạc với vợ em, dầu thế nào cũng phải năn nỉ vợ em dắt con trở về trước ngày em tôi trải qua trận giải phẫu. Dầu sao em cũng cần những người đó bên cạnh hơn tôi. Đối với một người bị bệnh nặng như em, nào giải phẫu, nào quang tuyến, nào hóa liệu, tất cả những thứ đó dồn lại, chỉ có phép lạ của tình yêu vợ chồng, của tình phụ tử gắn bó mới hy vọng cứu được em.

Nếu tôi có thể làm được gì hơn nữa cho em tôi cũng sẵn sàng huống gì chuyện gọi để năn nỉ cô em dâu. Tôi gọi đi gọi lại nhiều lần vẫn không gặp được cô ấy. Lần cuối tôi gọi thì may mắn gặp được đứa cháu lớn, tôi hỏi mẹ đâu, nó bảo mẹ đi chơi với chú. Tôi hỏi mẹ hay đi chơi với chú lắm hả? Con bé bảo hầu như ngày nào mẹ cũng bỏ hai chị em nó với bà ngoại để đi chơi với chú. Câu nói của con bé khiến tôi có thể đoán chừng đó là người tình của cô ấy. Tôi bảo cháu nói lại với mẹ là ba bị bệnh nặng muốn gặp hai chị em. Tôi khóc, đứa cháu cũng òa khóc nói nhớ ba và cho biết mẹ cấm nói chuyện với ba. Cơn giận bốc lên mặt, tôi muốn có một hành động nào đó cho hả giận, nhưng nghĩ lại cháu gái của tôi có tội tình gì, mà ngay cả cô ấy tôi cũng buộc lòng phải nén lại cơn giận nếu còn muốn liên lạc với cô ta để năn nỉ cô ta dắt con trở về.

Không thể nói chuyện với cô ta, tôi xin nói chuyện với bà mẹ của cô. Bà mẹ tỏ ý biết điều, bảo con bà đã làm điều không phải, nhưng bà cũng không thể làm gì hơn và cũng không thể đuổi con đuổi cháu ra khỏi nhà. Tôi năn nỉ bà nói cho cô em dâu biết tình trạng sức khoẻ của con rể bà, hy vọng bà có thể thuyết phục con mình để em tôi có được cơ hội gặp vợ con trước giờ vào phòng mổ.

Ngày tôi đưa em vào phòng mổ cũng không thấy mặt cô ấy và hai đứa cháu. Nhìn mặt em nằm trên chiếc xe lăn để chuẩn bị vào phòng mổ, tôi thấy rõ nỗi thất vọng. Dầu sao cũng không để em tôi xuống tinh thần trước giờ phút quan trọng này, tôi nói dối:

- Chắc chắn là cô ấy sẽ dắt con đến. Cô ấy có nói với chị là đã mua vé trong chuyến bay ngày hôm nay. Chắc là máy bay bị trễ.

Trong mắt em như có tia sáng loé lên.

- Vậy hả chị. Chắc chắn vợ em sẽ dắt hai đứa nhỏ đến phải không chị?

- Chị chắc mà! Em phải ráng hết sức để còn gặp mặt hai đứa nhỏ.

Tội nghiệp em tôi và cũng tội nghiệp cho tôi. Tôi cố nuốt ngược hai dòng lệ. Em ơi! Em ơi! Chị phải làm sao đây?

Lúc em đã tỉnh sau trận giải phẫu, tôi nói dối như thật:

- Ca mổ của em lâu quá. Phải chi em tỉnh sớm hơn một chút thì đã gặp mợ với hai đứa nhỏ. Mấy mẹ con ở đây mấy tiếng đồng hồ lận. Giờ thì quay về rồi, vì mợ đang có việc làm ở trên đó, với lại mấy đứa nhỏ phải trở lại đi học. Nhưng em yên chí đi, mợ ấy hứa sẽ mua vé cho hai đứa nhỏ trở lại thăm em, còn nói em ráng tĩnh dưỡng để còn gặp con. Mà em biết không? Chỉ mới mấy tháng không gặp hai đứa nhỏ, giờ gặp nhìn tụi nó, đứa nào đứa nấy lớn bộn, nhìn hết muốn ra.

- Thiệt hả chị?

Mặc dầu sau ca mổ em yếu đi thấy rõ, nhưng qua lời nói và qua đôi mắt, tôi cũng nhìn thấy nơi em dấy lên niềm hy vọng để giúp em vật lộn với căn bệnh. Tôi không hối hận vì sự nói dối của mình, nhưng chắc là miệng tôi phải được bôi dầu bôi mỡ mới nói dối một cách trơn tru như thế.

Sức khỏe của em tôi ngày càng hao mòn. Không gặp được vợ con, em như buông xuôi tất cả. Xạ trị và hoá trị không ngăn được sự xâm nhập của tế bào ung thư tràn lan trong cơ thể của em. Không thể năn nỉ trước sự cứng lòng của cô em dâu, tôi tìm đến luật sư hỏi cách thức buộc cô ấy phải đưa con về gặp mặt cha.

- Em bà phải làm giấy ly dị. Luật buộc sau khi ly dị, muốn đưa con đi đâu phải có sự đồng ý của cả vợ lẫn chồng. Trong trường hợp này, vợ của em bà bị buộc phải để con ở quanh quẩn nơi em bà sinh sống, ngoại trừ em bà ưng thuận, hai đứa nhỏ mới được quyền theo mẹ sinh sống ở tiểu bang khác.

- Nếu luật sư thấy đó là con đường duy nhất. Nhưng em tôi đang bị bệnh nặng làm sao có thể hầu toà để xúc tiến thủ tục ly dị?

- Vẫn có thể xúc tiến, nhưng bà nên nhớ thủ tục ly dị vẫn mất nhiều tháng trời.

Sức khỏe của em tôi chỉ còn tính từng bữa, nói gì đến tháng. Đầu óc tôi rối bung. Bệnh em tôi đang trở nặng. Thuốc chống đau đi vào thân thể em tôi với liều lượng ngày một mạnh hơn. Trong khi tôi chưa nghĩ ra cách để có thể mang hai đứa cháu về bên cạnh em, tôi chỉ còn biết làm những gì có thể. Tôi kể những câu chuyện về hai đứa nhỏ. Đứa con gái xinh xắn như thế nào. Còn thằng em nó mới có mấy tuổi đầu đã biết dạ thưa và nói nhiều câu làm người lớn cười bể bụng. Tôi kể từng chuyện một rất chậm rãi, những câu chuyện tôi nghe được trước kia do chính miệng em kể cũng có, và những câu chuyện tôi bịa đặt thêm cũng có, và tôi cố dùng giọng điệu vui tươi để kể, vừa kể tôi vừa bóp nhẹ bàn tay gầy trơ xương của em. Tay em cũng đang bóp nhẹ tay tôi. Mắt em vẫn tiếp tục nhắm. Tôi kể hết chuyện này đến chuyện khác liên quan đến hai đứa con của em. Hết chuyện của hai đứa nhỏ tôi lại nhắc đến những kỷ niệm thời tuổi nhỏ của hai chúng tôi. Tôi ráng nhớ lại tất cả để cố lôi kéo ký ức của em về vùng quá khứ bình an của cả hai chúng tôi. Mắt em đang nhắm, nhưng tôi có cảm giác tai em đang cố thẩm thấu mọi lời nói của tôi về những trải nghiệm êm đềm đã qua. Có lúc hết chuyện tôi lại dối với em rằng tôi mới nói chuyện trên điện thoại với hai đứa cháu, bởi vậy tôi mới biết con bé lớn vừa được phần thưởng học giỏi, đã đọc vanh vách các chữ cái, chưa kể còn có thể làm toán cộng trừ thật chính xác. Những câu chuyện mới được vun đắp dĩ nhiên là đến từ sự tưởng tượng. Có lần em tôi bảo:

- Lúc nào chị điện thoại cho con em, chị nhớ cho em nói vài câu với tụi nó. Em nhớ tụi nó quá.

Tôi chưa biết trả lời như thế nào với lời đề nghị của em, nhưng định hứa đại, khi nào bị bắt buộc chừng đó hẳng hay. Em im lặng trong giây lát như thể suy nghĩ, bất chợt nói tiếp:

- À mà thôi, sợ em nói chuyện với tụi nhỏ vợ em lại cấm luôn không cho nói chuyện với chị thì coi như mất hẳn liên lạc với mấy đứa nhỏ. Thôi chị cứ gọi nói chuyện với hai đứa nó rồi kể lại cho em nghe cũng được.

Thật là tội nghiệp cho em tôi. Càng tội nghiệp em, nỗi thôi thúc làm thế nào để hai đứa cháu có được cơ hội đến với cha nó lần cuối làm tâm trí tôi thêm rối bời. Lúc tôi gần như tuyệt vọng trong việc tìm cách để mang những người thân yêu của em về cạnh bên em, thì một ý nghĩ chợt lóe ngang đầu. Tôi nghĩ đến hồ sơ bảo hiểm nhân thọ của em mà tôi đang giữ. Tôi gọi cho cô em dâu. Sau mấy lần gọi không gặp, tôi lại nhắn với người nhà của cô ấy, bảo cách gì cô ấy cũng cần gọi cho tôi để biết về số tiền hãng bảo hiểm nhân thọ được trả qua cái chết của em tôi. Lá bài chót tôi đã quăng ra, bây giờ chỉ còn trông chờ vào sự may rủi. Tôi không phải chờ đợi lâu. Buổi sáng tôi gọi để lại lời nhắn, buổi chiều cô ấy đã điện thoại cho tôi:

- A lô, em nghe chị nói gì về vụ bảo hiểm nhân thọ vậy hả chị?

- Có, em chị có mua bảo hiểm nhân thọ phòng hờ có mệnh hệ gì cũng đỡ cho gia đình. Cậu ấy sống không bao lâu nên hãng bảo hiểm đã sẵn sàng trả tiền này, nhưng cần phải có mặt người thân hãng mới chịu trả.

- Sao kỳ vậy, em đâu nghe ảnh nói gì đến bảo hiểm nhân thọ. Chuyện bảo hiểm nhân thọ có thật hả chị?

- Chẳng lẽ chị lại nói dối mợ.

Không nghe đầu giây kia trả lời. Tôi cảm tưởng đang có sự suy nghĩ. Mục đích của tôi chẳng phải là để hai đứa cháu được gặp mặt cha chúng lần cuối đó sao! Tôi cần đề cập đến số tiền, tôi nghĩ đến câu "đồng tiền có gang có thép" để nếu cô ấy không còn tình nghĩa với em tôi thì cũng vì đồng tiền. Tôi nói đến con số:

- Tới hai trăm năm chục ngàn. Đó là số tiền lớn, hãng bảo hiểm mới làm khó dễ như vậy.

Hơi thở của em đã ngắn lắm, nhưng có lẽ nỗi mong ngóng gặp con trước khi mất vẫn còn dồn nén trong trái tim nên trái tim em vẫn tiếp tục phập phồng. Tôi ước mong em sẽ còn đủ sức chờ đợi thêm một thời gian ngắn để có thể gặp lại những người em mong ngóng được gặp. Tiền vé máy bay đã được chuyển gấp cho cô em dâu để cô ta có thể mua vé máy bay cho hai đứa nhỏ trở về gặp cha. Tôi đã thu xếp để ngay khi đến phi trường, hai đứa cháu sẽ được đón thẳng về đây. Tôi không muốn phí bất cứ một giây phút nào của em.

Có tiếng lao xao ngoài cửa. Tiếng hai đứa nhỏ chạy vào nhà hỏi ba đâu? Tôi nắm tay em có cảm giác tay em đang bóp nhẹ tay tôi. Hai đứa nhỏ đã chạy ùa vào phòng kêu lớn ba ơi, ba ơi, rồi đến cạnh nắm lấy cánh tay đứa em thân yêu của tôi. Ngay cửa phòng đang mở còn có vợ em đang đứng. Trong giây phút ngắn tôi thấy mắt em mở lớn như cố thu hết hình ảnh những người thân vào đáy mắt mình, rồi từ từ nhắm lại, đồng lúc trên môi em tôi cũng thấy như có nụ cười nửa miệng. Em tôi đã thật sự ra đi. Hai đứa con em vẫn cố lay cánh tay ba, có lẽ đang nghĩ ba nó đang nằm ngủ. Tôi đau đớn với nỗi mất mát, nhưng đồng thời cũng cảm thấy như đã vất bỏ được tảng đá nặng mang trong tâm hồn từ bấy lâu nay nên mắt tôi gần như ráo hoảnh.

Người đàn bà đã từng làm cho em hạnh phúc hay đau khổ vẫn còn đứng dựa cửa ra vào phòng, gương mặt không lộ rõ những cảm xúc. Không biết cô ta đang nghĩ gì về sự ra đi vĩnh viễn của một người đàn ông dầu gì cũng từng có những năm tháng chia sẻ cuộc sống với cô. Cô có chút buồn nào vì sự mất mát hay lòng cô đang vui vì từ nay cô đã thật sự không còn phải nghĩ ngợi gì thêm về một người chồng mà nhịp tim cô đã từ lâu không còn dành cho nhịp nào. Tôi tự hỏi lẽ nào sự kết nối giữa một người đàn ông và một người đàn bà với kết quả là hai đứa trẻ lại mang lại kết cục buồn thảm như thế này.

Hai đứa nhỏ vẫn còn tiếp tục ôm chầm thân hình của người đã chết. Tôi kéo chúng đứng dậy, dầu sao chúng cũng còn quá nhỏ để có thể phân biệt rõ sự khác biệt giữa sự sống và cái chết, tôi bảo chúng ba đang mệt cần nghỉ vậy hãy ra ngoài chơi để cho ba ngủ.

Hai đứa nhỏ rời khỏi thân hình dần dần giá lạnh của người đã chết. Tôi cúi đầu nhìn nét mặt thanh thản của đứa em thân yêu lần nữa và nghe tiếng bước chân của hai đứa nhỏ tiến dần đến người đàn bà với câu nói ngây thơ của chúng:

- Má ơi, tụi con ra ngoài chơi cho ba ngủ.

Dầu đau khổ thế nào tôi cũng buộc phải nghĩ đến phần hậu sự cho em, tôi đứng dậy đi ngang qua mặt người đàn bà. Cô ta muốn mở miệng nói lời gì đó, nhưng tôi nhìn thẳng về phía trước. Vào giờ phút này tôi không còn muốn nghe thêm điều gì đến từ cô ta. Dầu sao một cuộc sống đã thật sự chấm dứt. Nỗi mất mát lớn như vậy đã bao trùm tất cả những suy nghĩ và những quyết định được xem là chín chắn nhất, điều này có nghĩa là tôi không cần phải giữ gìn bất cứ điều gì với người đàn bà đó nữa. Cô ta nghĩ xấu về tôi. Cô ta ghét tôi. Cô ta muốn chấm dứt mọi liên hệ… Tất cả đã không còn nghĩa lý gì nữa. Giá giờ phút này em tôi còn sống thì sự trở về của cô cũng làm cho tôi phải dè dặt và cố gắng giữ gìn không để cho cô phật lòng. Nhưng bây giờ trải qua nỗi mất mát quá lớn này dầu gì tôi cũng đã có hẳn một quyết định. Tôi không còn muốn bị trì nặng vì bất cứ điều gì sau cái chết của em, cho nên tôi thấy không cần phải đợi sau đám táng của em mới nói rõ hết sự thật cho người đàn bà đã gây ra nỗi đau khổ cho em. Khi nghe điều được tiết lộ, nếu người đàn bà đó còn nghĩ đến tình nghĩa mà ở lại để dự đám táng của em cũng tốt, nếu cô ta không muốn tôi cũng không cần giữ, vì tôi hiểu chắc em cũng không muốn giữ một người đã không còn dành trái tim cho mình. Chỉ tội nghiệp cho hai đứa nhỏ, nhưng dầu sao em cũng đã tính toán toàn vẹn cho hai đứa cháu của tôi, điều này cũng làm cho tôi yên lòng.

Buổi chiều sau khi đã liên lạc những nơi cần liên lạc để lo phần hậu sự cho em, tôi tìm đến cô và hai chúng tôi ngồi đối diện nơi bộ sa-lon của phòng khách. Tôi thấy cô như có vẻ háo hức hơn là đau khổ. Có thể tôi đã nghĩ sai về cô vào lúc này, nhưng với kinh nghiệm trong quá khứ về sự đối xử của cô với đứa em trai thân yêu của tôi, làm sao tôi có thể nghĩ khác hơn được. Giọng tôi khô cứng:

- Cám ơn mợ đã trở về để hai đứa nhỏ được gặp mặt cha lần cuối cùng. Đây là điều đúng cần phải làm. Đúng lý tôi không nên nói vấn đề này ngay bây giờ, ngay lúc em tôi vừa mới mất, nhưng dầu sao tôi cũng cần nói rõ để tùy mợ quyết định, dự đám táng của em tôi cũng tốt, muốn ra đi ngay lập tức, cũng là quyền của mợ...

- Sao chị nói vậy. Dầu gì anh ấy cũng là cha của hai đứa nhỏ... - Cô em dâu ngắt lời.

- Không, tôi nói trước để tránh cho mợ khỏi bị khó xử. Điều tôi muốn thông báo cho mợ vào lúc này là số tiền hãng bảo hiểm nhân thọ được trả do cái chết của em tôi. - Dường như có vật gì đó nằm ngang trong cổ họng chận đứng câu nói. Tôi nuốt nước miếng, rồi nghĩ về cái thân xác giá lạnh đang nằm trong nhà xác, ngụm nước miếng trôi tuột xuống cổ họng, tôi thấy giọng mình trơn tru trở lại - Điều tôi muốn nói với mợ ở đây là số tiền hai trăm năm chục ngàn, tiền bảo hiểm nhân thọ em tôi đã tiếp tục đóng trong bao năm trời cốt ý lo cho tương lai hai đứa nhỏ.

Ngọc Anh - 181

- Tiền đó bây giờ ở đâu? Em là vợ và là mẹ của hai đứa nhỏ nên em cần biết về số tiền đó? - Cô háo hức ngắt lời tôi.

- Tôi muốn nói chuyện với mợ cũng vì vấn đề đó. Như mợ đã biết, mặc dầu mợ từng là vợ của em trai tôi nhưng từ lâu mợ đã có đời sống riêng của mợ và chính vì điều này đã buộc em tôi phải có quyết định. Khi hãng bảo hiểm biết được em tôi chắc chắn không qua khỏi đã chuyển số tiền bảo hiểm nhân thọ vào trương mục do em tôi làm chủ và cậu ấy đã có quyết định chuyển tất cả số tiền đó vào quỹ phó thác** dưới tên hai đứa nhỏ, mợ sẽ không có quyền gì trong đó và tôi là người được chọn làm người phân phối dần khi hai đứa nhỏ được mười tám tuổi.

Tôi dừng nói và nhìn vào bộ mặt chuyển từ xanh sang đỏ của cô em dâu. Cô cất giọng giận dữ:

- Thật là vô lý, tiền đó là của tôi. Tôi nhất định tìm luật sư để đòi lại tất cả số tiền.

Giờ phút này tôi không còn muốn tranh cãi với người đàn bà đang ngồi trước mặt. Tôi cất tiếng lúc đang đứng dậy:

- Tùy mợ muốn làm thế nào tùy ý. Nhưng dầu sao tôi cũng thành thật xin lỗi mợ vì đã không nói rõ chuyện này với mợ ngay từ đầu.

Ngọc Anh

* *Nơi săn sóc cho người sắp chết.*
** *Trust fund.*

Nguyễn Hồng Hải

Sinh năm 1975 tại Quảng Nam
Kỹ sư Hóa chất
Đang làm việc trong Quân đội Hoa Kỳ
Hiện sống tại New York cùng chồng con

Quảng Nam Quê Tôi

Tôi đoán không lầm thì bạn đã nghe người ta bàn về dân Quảng Nam ít nhất cũng hơn một lần trong đời. Hễ *nhắc* đến Quảng, người ta nghĩ ngay tới cái dân hay cãi. Ngoài chuyện gán cho chúng tôi là những chuyên viên cãi vã, bạn có biết thêm điều chi về xứ sở này nhỉ? Tuy tôi là một tay Quảng Nam, sự hiểu biết về con người, phong tục và tập quán của nơi ấy chỉ có hạn; chẳng qua vì cái xứ này có nhiều thứ tức cười mà bàn hoài cũng không hết. Nói *rứa* thôi chớ dân Quảng không đến nỗi ngộ nghĩnh như lời đồn đãi; mà ngược lại, người quê tôi rất cởi mở và chân tình, mặc dù có pha một chút "nổ".

Rồi đây tôi sẽ kể cho bạn đọc nghe vài mẩu chuyện nhỏ bằng giọng điệu *Quảng rặt* về cái *"nổ duyên"* của xứ này dựa vào chút kinh nghiệm và cảm xúc của mình. Nếu lập luận có lệch lạc, mong quý đồng hương Quảng Nam bỏ qua cho.

So với sự phì nhiêu của ruộng vườn đồng bằng miền Nam, Quảng Nam là một mảnh đất cằn cỗi sỏi nhiều hơn lúa. Trải qua bao nhiêu thế hệ, đa số người dân thường ăn khoai sắn độn cơm, khó có thừa mấy bữa cơm độn với khoai sắn, mà nhất là trong những năm tháng chiến tranh hay bị thiên tai mất mùa. *Rứa* mà dân Quảng lại hàm hồ cho rằng đây là mảnh đất đào tạo ra nhân tài chớ không phải để đẻ ra lúa gạo. Đất của "Ngũ Phụng Tề Phi" đã sinh ra năm vị học giả Quảng Nam cùng đề tên bảng vàng trong khoa thi Đình tê mà (khoa Mậu Tuất hoàng triều Thành Thái năm thứ mười). Người Quảng rất tự hào về giai tích nổi tiếng trong lịch sử Việt Nam này. Nói phải chớ! Nhân tài sinh ra nhiều quá, lúa *làm răng* mọc cho nổi?

Rứa đó! Con người Quảng Nam chúng tôi có mang một chút "dóc". Cũng chẳng phải dóc trắng trợn mà là nói có sách, mách có chứng hẳn hoi. Nhờ cái tài hùng biện ngang xương nên chúng tôi thường cãi "thắng" dân ở các địa phương khác và trở nên nổi tiếng. Quý o, quý mệ từng hãnh diện truyền tụng cho con cháu câu ca dao là,

"Đất Quảng Nam chưa mưa đà thấm
Rượu Hồng Đào chưa nhấm đà say"

Tôi chẳng thấy chút lãng mạn nào tồn tại trong mưa gió đất Quảng cả, chỉ nhớ mỗi đợt bão tố kéo đến kèm theo sấm chớp đùng đùng, từng mảnh tôn sắt trên mái nhà và bẹ dừa ngoài vườn bay lượn vèo vèo trên không trung xem rùng rợn y như cảnh múa kiếm trong "Tru Tiên", truyện kiếm hiệp Trung Quốc. Còn rượu Hồng Đào có thật hay chỉ trong truyền thuyết tới nay cũng chưa có chứng cớ chi hết trọi! Nhưng sự nồng nàn của con người Quảng là có thật. Dân Quảng tuy ăn cục nói hòn nhưng ẩn trong đôi mắt họ chứa đọng tình người và tình quê sâu đậm. Cảnh mưa thâm gan thúi đất, nắng cháy ruột thui da của đất mẹ đã nuôi dưỡng con người Quảng thành chai sạm, "thấm" cái nghiệt ngã của thời tiết và "say" hơi nồng của biển; ví như từng giọt mưa trên bãi Nam Ô đã cô đọng thành rượu Hồng Đào để làm ngất ngây người con trai Quảng. Có lẽ vì đó mà cha tôi trong lúc đi học xa quê đã mê mệt mẹ tôi, người con gái miền Nam mang cái tên gọi rất trùng hợp là Hồng Đào.

Dân Quảng Nam là *rứa!* Dù không nhận được nhiều ưu ái của trời đất nhưng đi đâu thì đi, họ cũng nhớ da diết cái nơi chôn nhau cắt rốn này. Tôi dám đảm bảo với bạn đọc là, hễ một anh Quảng nghe được cái giọng rổn rảng như mưa rơi trên mái tôn của đồng hương, tức thì sẽ xoay qua tay bắt mặt mừng hỏi thăm rối rít, y như vừa gặp phải bạn thâm niên mà chẳng cần biết đối phương có khoái tiếp chuyện với mình hay không nữa. Vì chung quy, họ là dân Quảng!

Thân thì thân, thương thì thương nhưng bẩm tính của người Quảng khá tiết kiệm mà đến nỗi cô bạn thân người Nam Kỳ của tôi cứ phán cho một từ xanh dờn là "kiết"! Cũng không hẳn là kiết với những người chung quanh mà còn kiết với cả bản thân mình. Bạn tôi bảo "cứ nhìn vào món Mì Quảng thì cũng đủ thấy họ kiết cỡ nào. Một cái tô to tướng mà chỉ chan có tí tẹo nước lèo dính đáy, y như hạn hán vào mùa hè ở Quảng Nam không bằng." Tôi được nghe một câu chuyện như thế này. Có một cậu con trai đến ra mắt gia đình cô bạn gái mang gốc gác người Quảng Nam. Trong bữa cơm trưa, cậu ngây ngô chìa cái bát ra cho bà mẹ, "Hình như bác quên chan nước lèo cho cháu". Bà mẹ người Trung xoắn xoắn cái tô, rồi bảo, "*Boác choan* cho cháu nhiều nước rồi *đóa chớ*". Cô gái nhìn vẻ ngạc nhiên của anh bồ, bèn giải thích, "Mì Quảng không cần nhiều nước lèo đâu anh. Anh cứ trộn trộn lên cho nước vừa đủ dính rau với mì thì ăn mới đúng điệu". Anh chàng vui vẻ nói, "Không sao! Bác cứ chan nhiều nhiều vô dùm cháu". Bà mẹ gắt liền, "*Cái ni là mì Quảng Nôm*, chớ có phải mô mì Quảng Đông mà *đuồi* nước nhiều với ít!" Câu chuyện mới nghe có vẻ hơi quá đáng nhưng đó cũng tiêu biểu cho cái tính chừng mực, dứt khoát, hơi bảo thủ, kèm theo một chút khắt khe của người Trung.

Nguyễn Hồng Hải - 185

Do tính bảo thủ ôm khư khư lấy cái lý của mình, người xứ Quảng bị gán cho cái biệt tật là cãi. Cãi để bảo vệ cái tôi của mình. Cãi để đề phòng bị đối phương bắt bẻ, mà dân Quảng Nam nhất là các cụ ở miền quê thì lỗi phải ghê lắm, thành thử chúng tôi luôn tranh thủ cãi phòng hờ. Cãi trước rồi tính lý sau. Cãi khi đối phương chưa kịp há miệng hắt xì. Mà đôi khi cãi không xong thì phải nói móc họng cho bõ ghét. Khổ một cái là người Trung có giọng nói khó nghe lại hay chấm dứt câu bằng những phó từ bị trại giọng như là "rứa", "hỉ", "răng", "chi", "mô", "tề", "nì" v...v... thành ra càng cãi thì càng làm cho người ta bực mình. Không hiểu họ nghĩ sao lại theo trêu ghẹo giọng nói miền Nam ngọt ngào và thánh thót của mẹ tôi hoài. Chúng tôi dùng những ngôn từ địa phương mà nếu không phải là người bản xứ thì đố ai hiểu nổi. Như đang nói chuyện, người kia hỏi "răng hỉ?", "răng rứa?" hoặc "răng tề?" dịch đại khái là "chuyện gì xảy ra?" hay "anh nói sao?" Còn như "không có chi mô" nghĩa là "không có gì".

Nói chung, chúng tôi bị xem như là dân cứng đầu, cứng cổ, khó nghe, khó hiểu và khó ưa. Nhưng suy cho cùng đâu phải người Quảng Nam cố ý ham cãi mà là trời sanh chúng tôi ra đã như vậy. Không phải là tôi cố ý cãi để bào chữa cho cái dở của mình đâu nhé. Bạn có nghe qua địa hình thường ảnh hưởng rất mạnh đến tính tình con người chưa? Thử nhìn vào địa lý Quảng Nam. Phía tây lưng giáp núi và phía đông miệng há ra biển. Cộng thêm thời tiết khô hạn suốt sáu tháng ròng rã cùng mưa gió và bão lụt liên miên suốt sáu tháng còn lại. Quảng Nam như bị thắt thành cái eo hẹp nhỏ xíu giữa nước và non. Bị ép quá thành thử chúng tôi đành phản kháng. Hễ có dịp là nổi dậy cãi. Riết trở thành giai thoại cho cả nước đàm tiếu.

Không biết tánh cãi của dân Quảng có dính dấp gì tới truyền thuyết Lạc Long Quân và nàng Âu Cơ không? Theo suy luận hàm hồ của tôi là như thế này.

Khi đôi rồng, tiên này quyết định ly thân, người con trưởng được phong làm vua lập ra đời Hùng Vương thứ nhất ở ngoài Bắc. Nghe đâu ông con út, còn út ăn hết út chịu, thì được bổ ra miền Nam ở Vũng Tàu nghỉ mát. Chỉ tội nghiệp cho ông tổ Quảng Nam là con giữa bị đưa đến miền Trung khai khẩn đất hoang. Đất đai nghèo nàn, thời tiết khắc nghiệt lại phải nộp thuế cho ông anh trưởng hàng năm làm cho ông thứ đâm ra tức tối. *Rứa* là ông cãi. Cãi hoài chắc hẳn sinh tật. Cái tật bất trị trở thành *gien* di truyền cho con cháu tới ngày nay chớ chẳng phải nói chơi.

Mà khi bàn với cái màn cãi thì cần đề cập đến ngôn từ địa phương của vùng này. Tôi có nghe một câu chuyện buồn cười sau đây. Trong một lần đi hành hương lễ Phật, một bà Nam bắt bồ rồi làm quen với một người gốc Quảng Nam rồi cả hai cùng rủ nhau ngồi nghỉ mệt dưới gốc cây bên lề đường để dùng trưa. Bà Nam lấy bánh mì ra ngồi nhâm nhi. Trời đang nắng gắt mà ăn bánh mì trét đường thì khát nước không thể tả được. Vì đường xa, mọi người trong đoàn đa số đều uống hết phần nước mang theo từ sớm. Bà nhìn chung quanh lại chẳng có thấy hàng quán hay cư dân gì cả. Bà Nam đang rầu thì bà Trung ngồi kế bên bảo, "Tui có còn một mớ củ *sén*. Chị ăn *hong*, tui chia cho." Bà Nam mừng rỡ, "Chị cho tui xin ít". Dưới đôi mắt chờ đợi của bà Nam, bà Trung lôi ra một bọc củ và vui vẻ chìa cho bà Nam. "Không, cám ơn chị. Tui hông đói. Chị cho tui xin ít củ sắn tươi thôi", bà Nam hỏi. Bà Trung ngạc nhiên bảo, "Thì củ *sén* đây. Còn tươi đó chớ. Tui mới nấu hồi *soáng* nay *mòa*". Lúc đầu thì hai bà còn đẩy đưa khách sáo qua lại một hồi. Nhưng càng nói thì càng bị khát nước và bực dọc, bà Nam huỵch toẹt ra, "Chị đưa cho tui rõ ràng là củ khoai mì, chớ nào phải củ sắn". Thế là tính nhẫn nại của Bà Trung bị bứt dây liền. Bà tức vì có lòng đãi khách mà không được tiếp đón vồn vã, bèn gắt lên, "*Aei* nói với chị cái củ ni là củ *khuai*? Nó là củ *sén* mới phải chớ!" Thì ra người Trung gọi củ khoai mì của người Nam là củ sắn, còn người Nam gọi cái củ trắng trắng với nhiều nước cũng là củ sắn. Vậy là bắt đầu cho câu chuyện tức nghẹn họng vì "củ sắn" bà Trung và bà Nam suốt cả đoạn đường.

Người Quảng bây giờ bị thành thị hóa nhiều rồi. Các ông lão Quảng Nam chánh tông thì khác xa so với các ông thời nay. Lúc tôi khoảng sáu bảy tuổi, ông già làng bao giờ cũng kẹp đôi guốc gỗ ở nách thay vì mang ở chân. Tới ngõ nhà người quen mới gõ gõ đôi guốc vào nhau, nhè nhẹ xỏ vô chân rồi cẩn thận thả xuống đất. Tôi không biết ông sợ đất đau hay guốc đau nữa. Xong, ông cẩn thận lấy cái khăn đóng máng trên vai xuống và đội lên đầu. Sau đó sổ vạt áo dài đen giất ở thắt lưng đánh một cái "phạch" cho bớt nhăn. Cuối cùng là khe khẽ gương cái dù nâu lên và đàng hoàng lên tiếng thật oai, "Bây đâu, có *nhoà hong*?" Trong một dịp Tế Thu, ông tới dự hơi sớm. Thấy ông vui vẻ bắt chuyện, tôi dè dặt hỏi sao không mang guốc và che dù đi đường cho khoẻ. Ông lừ mắt và phán cho một tràng, "Cái con nhỏ ni đúng *loà* con nít hỉ mũi chưa sạch. Mi có thấy *thèng* cha mô trong *loàng* đi guốc, đóng khăn *nguoài đoàng* hong? *Dzô nhoà* người ta thì muốn đội *cái* chi thì đội chớ". Tôi cố cãi bướng, "Nhưng *moà* con thấy đi *nguoài oà* mới cần guốc *dzới* che dù, chớ *dzô* nhoà rồi thì đi *chưn* đất có răng mô!" Ông cười xòa nói nhỏ nhỏ vô tai tôi, "*Moang* nó đi *đoàng* cho dơ dáy, rách hết *hòa!* Thời buổi ni sắm *boa cái* đồ cũng *méc* mỏ chớ bộ rẻ *răng* con." Mà trời ạ! Thời tôi còn bé, mấy ông cụ bảy tám chục tuổi thì nhất định guốc gỗ kẹp nách. Khi ra đến ruộng thì lấy nguyên đôi ra giơ lên giơ xuống làm cờ lệnh cho bọn thợ cấy coi rất là oai. Rồi ông còn thêm một câu, "Chút nữa bây *huổi* mấy ông ở Điện Bàn, coi thử mấy ổng có *moang* guốc đi *đoàng hong* thì biết?" Chà! Từ trong quê ra đây cũng cả mấy chục cây số, cho dù là có đón xe đò đi chăng nữa mà không mang guốc dọc đường thì thiệt là chiếm kỷ lục chân trần!

Có lẽ đã đến lúc cần ngưng cái kiểu vạch áo cho người xem lưng này. Tôi nên bàn về những cái đẹp đơn sơ và thanh thoát như là hương bông dẻ mà tôi thường hái trong chiều thơ thẩn rong chơi ngoài đồng, một loài hoa dại gắn liền với tuổi thơ mà mãi đến mười sáu năm sau, tôi vẫn còn nhớ mùi dầu chuối thoang thoảng trong những cánh hoa sắc vàng rực rỡ. Hồi đó, tôi hay bắt chước bà Nội hái hoa dẻ chín bỏ vào túi áo cho thơm. Đã lâu quá rồi tôi chưa về thăm Quảng Nam; nơi đó có bà, người quả phụ đã sống dư trăm tuổi và chứng kiến biết bao nhiêu cuộc chiến tranh trên mảnh đất đậm mùi hương hoa dẻ và vị nồng của biển cả. Bà tôi! Đã nhiều phen đi sau linh cữu của chồng và các con; để rồi một chiều thu kia, bà tiễn chân người con cuối cùng rời xa đất Quảng, còn một mình ở lại với tuổi già hiu quạnh trong ngôi nhà cổ của dòng tộc. Có một thu buồn, tôi đề thơ tặng bà nhưng lại chưa một lần đọc cho bà nghe.

Trơ trọi ngàn cây hóng ráng tà
Chạnh buồn lữ khách dõi xa xa
Con đi Thu chuyển màu nhung nhớ
Nội ở Đông trào lệ thiết tha
Lý tưởng ba xuân hồng chí lập
Quê hương bốn bể sớt tình ra
Chiều nay lá đổ mơ về cội
Tim gõ buồn vui nhịp hỗn hòa.

Tôi xa đất Quảng đã mười mấy năm kể từ lúc còn là một cô bé vừa bước chân vào trung học. Nay ngồi vãn chuyện ngày xưa mà thấy lòng nao nao và nhớ nhớ những người thân nơi quê nhà. Sự thật thà và chất phác của họ thì đôi khi tôi nhớ ít. Cái ngộ ngộ chướng chướng thì tôi nhớ dai! Đêm đêm, những con đường

Nguyễn Hồng Hải - 189

đất ngoằn ngoèo vẫn ẩn ẩn hiện hiện trong cơn mơ nhưng thật xa xăm và hư ảo. Đâu đó trong sương mù Bắc Mỹ tôi mơ màng thấy tượng ông Phật trắng xóa ở chùa Hòa Mỹ với những lọn tóc xoăn xoăn mà lúc còn bé, tôi cứ suy nghĩ hoài không biết tại sao tóc Ngài lại xoăn. Ai xa quê cũng mong mỏi ngày về. Tôi xa quê đã lâu mà chưa tính ngày trở lại. Cảnh cơ cực và làm việc quá sức của mẹ cộng thêm sự thiếu vắng cha trong những ngày niên thiếu đã che mờ bao thơ mộng thời hoa bướm và trở thành một nỗi ám ảnh khó quên. Dù muốn hay không thì chất Quảng Nam *rặt* trong tôi đang dần dần phai; có còn lại chăng là những kỷ niệm không tên của thời thơ ấu…

Chim rẽ về đâu bóng đã tà
Đường mây thăm thẳm dệt xa xa
Phố Đà mờ ảo trong sương khói
Lặng lẽ tình tôi có nhớ nhà?

Nguyễn Hồng Hải

Nguyễn Thị Tê Hát

Sang Mỹ cuối năm 1981
Tham gia thi đàn Hoa Tiên
Nhiều tác phẩm đã được đăng tải trên các báo hoặc
được đọc trên các đài phát thanh Việt Nam ở hải ngoại
Hiện sinh sống và làm việc tại Oklahoma, Hoa Kỳ

Tôi Viết Văn

Mọi người trong gia đình phàn nàn cho rằng tôi viết được nên cứ tha hồ đưa mọi người lên báo để bêu xấu. Không chừa một ai, kể cả con chó trong nhà cũng không thoát khỏi.

- Người ta viết văn, người ta nói tốt về chồng con chứ đâu có ai như em, toàn là kể xấu chồng con, gia đình. Em giỏi em viết về em cho mọi người đọc đi...

Tôi bật cười:

- Anh rõ khôi hài, đang không viết về em làm gì? Vả lại em thì có gì đáng nói để phải viết về mình?

- Sao lại không? Em làm như em hoàn toàn lắm không bằng.

- Anh nói chứ không phải em đó nghe, anh định bỏ chữ vào miệng em phải không? Vừa thôi, bộ muốn gieo tiếng xấu cho em hả?

Thật là oan, oan thật, oan như oan Thị Kính chứ chẳng phải oan Thị Mầu. Có bao giờ tôi dám nói xấu chồng con, cha mẹ, chị em đâu. Chỉ tại mình là người ngay thẳng, thành thật có sao nói vậy, không thêm, không bớt, không thể bẻ cong ngòi viết cho dù ngày nay có phải dùng mười ngón tay dễ thương của tôi để gõ trên keyboard cũng vậy.

Nguyễn Thị Tê Hát - 191

Chỉ vì cái tính thành thật ấy mà tôi bị bố tôi giận cũng như phải nghe lời than vãn:

- Cô biết không? Sau khi đăng truyện của cô, tôi bị bạn bè giận oan, họ trách tại sao tôi lại dám lôi chuyện gia đình của họ lên báo, cho dù đã nói tôi không phải là tác giả mà họ vẫn không tin...

À, thì ra thế, thì ra chuyện gia đình tôi cũng giống như chuyện thiên hạ...

Để cho vơi những ấm ức của mọi người trong gia đình, để khỏi phải nghe những lời phàn nàn, trách móc, tôi xin được phép nói về cái "tôi" tầm thường của tôi một chút, mà chữ "tôi" ở đây chẳng dám viết hoa, kẻo không lại bị đay nghiến "khôn nhà dại chợ" hay ngu dại "vạch áo cho người xem lưng" mà người khôn thì chẳng bao giờ làm như thế, hoặc là nhát gan không dám viết về mình. Thành ra hôm nay tôi nhất định phải uống thuốc liều, để viết về cái "tôi" của mình. Nhưng sao khó quá, chưa viết mà đã thấy dị hợm, kỳ cục vô duyên làm sao... cho dù tôi đã viết đi viết lại rồi xé bỏ cả chục lần mà viết vẫn không xong. Lần này, nhất định phải lấy hết can đảm để viết cho vừa lòng những người chung quanh về "cái tôi" bất đắc dĩ và kính mong người đọc hải hà lượng thứ cho.

Tôi sinh và lớn lên trong gia đình đông chị em, nhưng hình như, hình như thôi nhé, tôi là người nhỏ nhẹ nhất nhà nên được lòng mọi người, tuy nhà tôi hay châm biếm cái nhỏ nhẹ của tôi:

- Phải rồi, cái nhỏ nhẹ của em mười căn còn nghe được.

Dĩ nhiên, đâu phải lúc nào cũng nhỏ nhẹ? Giận quá cũng phải để cho người ta hét lên với chứ. Chẳng thế mà thằng con khi bị bố đánh, vừa khóc vừa thở đã bị ông bố quát lên:

- Im ngay, không được khóc, không được thở.

Thằng bé ấm ức cãi lại:

- Ba đánh đau thì Vũ phải khóc chứ, Vũ không thở Vũ chết làm sao?

Thấy chưa? Thằng bé lúc ấy mới có ba, bốn tuổi mà đã biết trả lời một câu chí lý như vậy thì tôi có lỡ nói to đến mười căn nghe được cũng là chuyện bình thường. Thật sự ngày xưa giọng nói của tôi cũng nhỏ nhẹ, êm đềm lắm, ai cũng khen, chỉ tại từ khi lấy chồng đến nay, bị bắt nạt, chèn ép quá thành ra cái giọng của tôi hôm nay trở nên chua chát không ngọt ngào là thế. Quý vị cứ thử nghĩ mà xem, cô bé nào trước khi lấy chồng mà chẳng hiền ngoan như mèo, ngơ ngác như nai? Nhưng lấy chồng được vài ba năm, con mèo biến thành con sư tử lúc nào không hay, như vậy là lỗi tại ai? Có phải là... lỗi tại tôi, nhưng lôi thôi tại anh không?

Cái tật hay khóc và hay hờn nếu không có, hay mất đi thì chẳng còn là tôi, cho dù khi bé đã bị nhiều trận đòn chỉ vì cái tội hay khóc. Biết thế nhưng không làm sao sửa được. Chẳng thế mà trước khi lấy chồng, mẹ tôi đã thủ thỉ bên tai chàng:

- Con bé nó nóng tính nhưng mà tốt, có gì các con nhớ nhường nhịn nhau...

Đấy, bà cụ biết nết con gái bà cụ nên đã nhỏ nhẹ với ông con rể như thế. Vậy mà chàng có nhường nhịn tôi cho cam, lúc nào cũng so đo tính toán thiệt hơn. Sau này chàng hé môi nên tôi mới biết. Xét ra thì tôi cũng tốt thật. Nếu không thì làm sao mà chàng ung dung cho đến hôm nay? Cũng chỉ vì tôi dại muốn làm người cao thượng nên phải cắn răng nhịn nhục đó thôi. Cái nóng thì thật sự tôi không chối, nhưng lại mau nguội, chẳng vậy mà khi đi làm về thấy những cái tức có thể tung nóc lên được, muốn hét lên được... gọi điện thoại cho chàng tính hỏi tội, nghe rõ ràng tiếng chàng cám ơn người đưa điện thoại, thế mà giọng của chàng vẫn bặt tăm. Cầm điện thoại đến mỏi tay, chờ mãi không được đành cúp điện thoại để ấm ức một mình... thế rồi, cái nóng cũng từ từ dịu lại để biến mất.

Những lúc không vui, bực mình về một chuyện gì, ngồi làm việc cũng chẳng được vì đầu óc cứ lung tung cả lên, thế là đứng dậy bỏ về, lang thang một mình trong *shopping*. Những lúc như thế thật là nguy hiểm vì hay lỡ dại mua những cái không ra gì. Thật ra lúc ấy mua chỉ để mà mua, để tiêu diêu cái nỗi bực mình, cái buồn đang có, ai không tin cứ thử xem sẽ thấy hiệu quả ngay, cái bực mình sẽ biến mất, cái buồn sẽ nguôi ngoai liền.

Phải nói tôi thích giầy, đi *shopping* mà gặp *sale* là không bao giờ mua một đôi, nhất là gặp những đôi vừa ý thành ra giầy của tôi không phải là ít, vì thế nên khi dọn nhà, biết thân, biết phận nên lo di chuyển giầy dép, quần áo của mình trước để chàng không phải bận tâm, khỏi phải phiền lòng, thế mà cũng đâu có tránh khỏi khi lòng tử tế của chàng ghé vào, khi chàng *gallant* nhường cái *walk-in closet* lớn hơn cho tôi, thế là cái mặt chàng nhăn nhăn nhó nhó, khó ưa:

- Còn đôi giầy nào chưa xếp vào nữa không?

Tôi nhìn chàng hơi thẹn, giả lả cười:

- Hết rồi, chỉ có bấy nhiêu thôi.

Nhà tôi trợn mắt:

- Cái gì? Chỉ có bấy nhiêu mà đã hết nửa cái *walk-in closets*?

Tôi ngượng ngùng phân bua:

- Đâu có bao nhiêu, em mua *sale* không à, rẻ rề...

Nhà tôi châm biếm:

- Phải rồi, mai sale còn 50 *cents* một đôi, có mua nữa không?

Tôi đùa:

- Trời ơi! *Sale* còn 50 *cents* mà không mua thì đợi lúc nào mới mua? Anh nhớ chỉ cho em biết...

Vừa nói, tôi vừa vội vàng quay lưng đi để khỏi phải nhìn thấy cái trợn mắt của ông kẹ.

Không những tôi thích giầy dép mà còn thích cả sách báo và nhạc. Ngày xưa mỗi lần đi với mẹ, con bé có tạt vào tiệm sách một tí thì bị lôi đi ngay, đi nhanh như ma đuổi. Ngày còn bé, hằng tháng mỗi lần ba lãnh lương đều cho chúng tôi tiền ăn quà, lúc nào tôi cũng để dành tiền để mua truyện. Truyện tôi mua là những truyện về công chúa, hoàng tử, về bà phù thủy và những con rắn chín đầu, hay những hòn đảo kinh dị, bùa phép. Những truyện thần thoại ấy luôn hấp dẫn tôi lúc đó và cho cả đến bây giờ cũng vậy.

Cuộc sống nơi đây vội vàng, hấp tấp như thời gian càng ngày càng co rút lại nên hầu như không đủ thời gian cho riêng mình. Khi có gia đình, con cái, công việc hằng ngày bận rộn như một cái máy cho đến nửa đêm. Những lúc mọi người lên giường ngủ, tôi được sống cho tôi với cái tivi trước mặt, không một tin tức, một bình luận hay tranh luận nào mà tôi bỏ qua, cái gì tôi cũng có thể xem được, cũng như một hôm sau bữa ăn tối, sẵn tờ báo để trên bàn, tôi lật qua lật lại xem hết mọi mục trong tờ báo, từ tin tức cho đến những mục cáo phó, nhắn tin, chia buồn, chia vui, tôi nhâm nhi đọc một truyện ngắn, đọc được nửa truyện tôi quăng tờ báo xuống bàn kêu lên:

- Trời ơi, truyện dở như vậy mà cũng đăng.

Nhà tôi ngẩng lên nhìn:

- Lối, em lối, em có viết bằng họ không mà chê?

Tôi quay lại đùa:

- Sao lại không? Hơn là cái chắc, tại anh không biết đó thôi, anh đang ở bên cạnh một "nhân tài" mà anh không biết.

Nhà tôi ngạc nhiên:

- Nhân tài nào?

Tôi ghé sát vào chàng vênh mặt:

- Thì em đây chứ còn ai? Từ ngày lấy anh đến giờ em thấy mình mụ người đi, bao nhiêu tài năng của em bị anh làm hỏng, mai một mà anh chẳng biết gì.

Nhà tôi bĩu môi:

- Chỉ được cái nói dóc, em giỏi em viết thử anh xem.

Tôi cười:

- Viết thì viết thật chứ cần gì viết thử, anh khinh thường vợ anh quá, để khi nào rảnh em viết cho anh coi, lúc đó cho anh sáng mắt...

Trong cuộc sống, chắc chắn ai cũng phải có một điều gì đó mà mình ao ước muốn thực hiện cho bằng được, đó là sự đam mê. Sống mà không có sự đam mê chắc đời sống sẽ trở nên tẻ nhạt và buồn chán. Có người đam mê tiền bạc, có người đam mê vàng, hột xoàn, hay đam mê ca hát. Còn tôi, tôi chỉ đam mê với những con chữ mà thôi, những con chữ không ai có thể lấy đi hay tách ra khỏi cuộc sống riêng biệt của tôi được, cho dù người đó có là một nửa của tôi đi chăng nữa. Tôi mê viết, vâng, nỗi đam mê của tôi đã được đánh thức bởi một câu thách đố của nhà tôi, vì thế những lúc ngồi vào bàn *computer* là tôi quên hết mọi sự. Tôi quên tôi, tôi quên tất cả, quên chồng con, quên bếp núc, quên cả nồi cá đang kho, nồi bún đang luộc. Có khi trong giờ làm việc, mải mê đánh bài trên *computer*, quên cả giờ ăn trưa, ông xếp đứng sau lưng lúc nào cũng không hay, hoặc có lúc quên cả giờ về, bất chợt nhìn chung quanh thấy vắng lặng, mọi người đã về từ lúc nào.

Có những đêm con chữ chợt thức giấc, ngọ ngoạy trong cái đầu bé nhỏ của tôi cứ đòi chui ra, nhưng khổ nỗi tôi đâu dám ngồi dậy, sợ đánh thức người bên cạnh nên cứ thế nằm yên chịu trận cho đêm mất ngủ, cho đêm dài ra. Nhưng cũng có lúc con chữ thích chơi trò ú tim, trốn kỹ quá làm tôi tìm không thấy, lôi không ra đến nỗi chỉ viết có vài hàng thôi mà viết cũng không xong, đọc chẳng ra làm sao. Nhớ những lúc làm báo cho cộng đồng hay cho hội đoàn, mải mê đến mất ăn mất ngủ, có đêm chờ nhà tôi ngủ say, len lén bước xuống giường, vô ý quên vặn nhỏ âm thanh nên khi vừa mới bật computer lên đã nghe lồng lộng *"Welcome to AOL..."* làm nhà tôi trở mình, làm tôi hết hồn quýnh quáng leo vội lên giường nằm im. Có những lúc say mê đánh bài đến nỗi ngủ gục trên keyboard lúc nào không hay, để thỉnh thoảng cứ phải nghe những lời xỏ xiên mai mỉa:

- Nhờ làm cái gì cũng kêu mệt, vậy chứ ngồi suốt đêm với cái *computer* thì chẳng thấy than lấy một câu...

Những lúc ấy chợt thấy lòng ân hận, chỉ vì cái di sản văn chương, cái máu văn nghệ của ba tôi đang tuôn chảy trong tôi làm tôi mất ý thức thời gian lẫn không gian. Cũng bởi câu thách thức của nhà tôi nên tôi mới nhất định dùng chàng là người mở đầu cho cái nghiệp văn chương, bất đắc dĩ của tôi cho bõ ghét. Tôi viết về ông chồng Nam Kỳ với một bút hiệu mà không muốn ai biết đến. Bài của tôi được đăng trên báo nơi tôi ở đã làm xôn xao trong giới độc giả, họ thắc mắc và muốn tìm xem ông nào Nam Kỳ mà có vợ Bắc Kỳ? Thế rồi họ đã tìm ra. Truyện của tôi được ông Bác-Sĩ cộng tác với tờ báo gởi đi các tiểu bang khác, rồi lại gởi báo về cho tôi xem và không quên kèm theo những quyển sách hay báo để tặng. Sự tử tế của ông làm tôi cảm động, làm tôi áy náy cảm thấy như mắc nợ lòng tử tế của ông, thế là tôi gởi bài tiếp, thế là cái duyên chữ nghĩa đền trả cứ níu kéo cho đến hôm nay, để rồi chàng không dám coi thường tôi nữa, chàng dè dặt tử tế với tôi hơn, chỉ vì tôi dọa "anh mà ấm ớ là em cho anh lên báo ngay..."

Nhà tôi chẳng bao giờ thông cảm cho nỗi đam mê của vợ, nên lúc nào cũng nhăn nhó khó chịu mỗi khi thấy vợ kéo ghế ngồi vào bàn *computer*. Có những lúc đang thả hồn theo từng ngón tay gõ trên Keyboard, nhà tôi cứ lượn ra, lượn vào. Đóng cửa, mở cửa cả trăm lần. Biết nhà tôi đang dở hơi nên cứ giả vờ như không để ý, thế là chàng hậm hực, kiếm cớ hỏi luôn miệng, hỏi những câu nghe thật bực mình, những câu thật là ngớ ngẩn, hỏi chỉ để mà hỏi thế thôi. Nhà tôi cứ như người ngoài đường nên không biết hộp trà, cái ly, cái kéo, con dao hay cái khăn tắm để ở chỗ nào?... Thậm chí còn hỏi những cái đang nằm sờ sờ trước mắt nhưng vẫn cứ muốn hỏi như thường. Những lúc ấy tôi biết chàng đang cố tình làm khó tôi, cố tình dày xéo những con chữ của tôi, bởi chàng biết tôi đang bay bổng với những tư tưởng cuồn cuộn trong đầu, thế mà nỡ lòng nào nhẫn tâm đầy đọa nỗi đam mê của tôi cơ chứ. Nhất định là chàng đang ghen với cái "tài" của tôi đây mà...

Viết đến đây tự dưng tôi thấy ganh tị với những người tôi quen, có những ông rất thương vợ, biết vợ thích hát nên tìm đủ mọi cách cho vợ lên sân khấu, không xếp cho vợ hát thì mặt mày sưng sỉa, giận hờn. Vợ lên sân khấu, ông chồng lăng xăng cầm máy ảnh ngắm nghía chụp đủ phía, vợ hát xong vỗ tay không ngừng, đi đâu cũng lẽo đẽo theo sau ôm tập nhạc mà ông đã in từ *internet* cho bà. Họ tâm đầu ý hợp đến thế thì thôi, cũng như có những cặp vợ chồng cùng viết văn, cùng làm thơ. Họ hỗ trợ cho nhau, bổ túc cho nhau, như trong bài hát nào đó mà tôi quên tên... cả hai vợ chồng cùng làm thơ, con tám đứa cũng làm thơ, cả nhà cùng làm thơ. Thơ dán khắp nhà, đến nỗi lấy cả thơ ra hứng nước mưa. Họ thuận thảo như vậy mà sao không hạnh phúc cho được. Chẳng bù cho tôi, tôi cứ phải đơn thương độc mã giữa giòng sông đam mê của mình, bởi chồng tôi là người vô tình, không hiểu vợ và chắc chắn chẳng thương vợ nên đâu có thèm quan tâm đến những sở thích của tôi. Vì thế chẳng bao giờ tôi dám hỏi:

- Mình đọc thử xem em viết thế nào? Có được không?

Có uống thuốc liều tôi cũng không dám nhõng nhẽo hỏi một câu như thế, nhỡ anh chàng phang ngay một câu chí tử:

- Ối giời, viết chẳng ra gì mà cũng bày đặt viết.

Lúc đó chắc chắn tôi sẽ tối tăm mặt mũi, khóc òa thôi. Bởi thế những truyện tôi viết, các báo đăng, các sách gởi về, và nhà tôi cứ thế mà đọc, cứ tự nhiên mà đọc, chẳng cần thắc mắc, hay khen chê lấy một lời. Nhà tôi thế đấy, dân Nam kỳ chính hiệu nên có biết thông cảm và thương vợ đâu cơ chứ.

Nhà tôi khó chịu thế đấy, nhưng nhà tôi cũng chưa bao giờ lên tiếng cản ngăn hay phê bình nỗi đam mê của vợ, và tôi cũng không dám lợi dụng cái sự "nhường nhịn" không nói ấy để "được đằng chân, lân đằng đầu" nên vẫn cơm nóng, canh ngọt, nhà cửa sạch sẽ cho dù cái bàn *computer* của tôi chẳng bao giờ ngăn nắp và dưới gầm bàn thì không thể gọi là sạch sẽ bởi toàn những giấy là giấy, nằm ngổn ngang lả tả dưới chân. Biết tâm hồn chồng mình là sỏi đá, đâu biết rung động trước sự đam mê văn chương của vợ nên hôm nào thèm viết quá, mê viết quá tôi lại giả bộ sụt sùi gọi điện thoại vào văn phòng kiểu đau để ở nhà viết bài. Nhưng cũng có lúc đời thật dễ thương khi hai đứa giận nhau, khi nhà tôi tự ái xách chăn gối ra phòng khách ngủ, và tôi lúc đó như rồng gặp mây tha hồ tung hoành múa những ngón tay trên *keyboard* mà không cần phải áy náy hay ân hận. Phòng ngủ lúc đó thật yên lặng. Không gian riêng của tôi êm đềm, không còn nghe những tiếng cửa mở ra đóng vào. Không còn nghe những câu hỏi ngớ ngẩn để rồi phải bực mình hậm hực đứng lên tắt máy cho người ta vừa lòng...

Đấy, cái nghiệp đam mê chữ nghĩa của tôi là đấy, cho dù văn tôi không hay bằng văn người, nhưng ít nhất đã cho tôi những giây phút thoải mái, hạnh phúc nhỏ nhoi khi được sống cho riêng mình. Cho tôi một khoảng trời riêng của những đêm một mình với *keyboard*, một mình trong đêm khuya vắng lặng để ngồi móc những con chữ lại với nhau thành những bài viết, những đoạn văn, những câu chuyện về những người thân yêu chung quanh mình, về một câu chuyện tình tưởng tượng nào đó mà đôi khi bố cục đã làm tôi bâng khuâng, làm lòng

Nguyễn Thị Tê Hát - 199

tôi chùng xuống, để nỗi buồn man mác kéo dài trong ngày như chính mình là nhân vật trong câu chuyện do tôi tạo nên. Nhưng dù sao tôi cũng cám ơn cái gia tài văn chương mà ba tôi đã trao lại để tôi được thấy cuộc đời này có nhiều ý nghĩa như những chiếc cầu vồng đủ màu sắc đang bao bọc chung quanh, cho dù có lúc chiếc cầu vồng không mang đủ sắc màu, chỉ có màu tím, màu xám báo hiệu bầu trời không nắng, báo hiệu những cơn mưa sắp đến.

Nguyễn Thị Tê Hát

Calabria

Ngó mông về phía biển xanh biếc xa xa, Liên nghe tiếng Khúc từ sau lưng:

- Chị Liên thấy miếng đất này được không?

Ngày hôm qua vợ chồng Khúc đã đi coi ba miếng đất rồi. Miếng thứ nhất nằm sát ngay bãi biển; biển vắng vẻ nhưng lon bia, chai nhựa, bịch nylon, rác rến vương vãi, trông dơ bẩn. Miếng thì nằm gần trạm xe lửa, e là sẽ bị tiếng xe làm rộn, nhưng được cái là gần phương tiện giao thông công cộng. Miếng thì gần phố xá nhưng lại xa biển. Còn cuộc đất ở đây thì nằm trên triền dốc, cách với biển một sườn đồi đầy cỏ cây hoang dã lại có đường rầy xe lửa đi ngang. Hoa dại màu vàng chừng như mao lương, wall-rocket hay gì gì nữa sởn sơ rải rác cùng với cỏ xanh lẫn với các bụi xương rồng và các cây cành khẳng khiu chưa kịp mọc lá, trải dài tới vùng xanh biếc của đại dương.

- Chà, ngồi đây mà nghe gió vi vu...

Liên xoay người nhìn về căn nhà phía bên kia mấy tảng đá chồng chất. Các tảng đá chắc là văng ra từ một cuộc nổ thuở khai thiên lập địa, đứng chơ vơ có một khóm dăm ba hòn. Căn nhà được bao bọc bởi một đám xương rồng um tùm chỉ còn lòi ra nóc nhà với mái ngói đỏ đã trống hoác một mảng, có vẻ như nhà hoang:

- Hàng xóm địa phương của Khúc và Joe kìa nha! Thiệt tình, mình vẫn thích được ở trong một ngôi nhà cạnh biển, nhưng là biển Việt Nam, khí hậu ấm áp. Còn ở đây dù gì cũng là xứ người, không biết có ở được hay không?

Rồi Liên đăm chiêu:

- À, mà sao Khúc không mua nhà ở Việt Nam?

- Joe không thích, xa Mỹ quá. Còn ở đây có đi các nước Âu Châu cũng gần. Mà Joe thì thích Âu Châu. Việt Nam cơ sở hạ tầng còn kém quá, về ở làm sao chịu được.

- Ừa. Chờ cho tới khi hạ tầng đàng hoàng chu đáo như xứ người thì mất bao lâu. Chắc lúc đó bọn mình đầu thai qua kiếp khác rồi.

Joe và người nhân viên địa ốc trở lại và cả nhóm lên xe đi về thị trấn Tropea. Tropea nằm trên một triền núi cạnh bờ vực, nhà cửa cổ xưa. Hồng, cam, xám nhạt là gam màu chính của các kiến trúc ở đây. Có lẽ cũng là điểm chung của cả nước Ý chăng? Vòng vèo trên các con đường từ đồi núi xuống ven biển, nhà cửa hiện ra thật xinh xắn như trong các bức tranh. Họ đi vào con lộ chính của thị trấn, tìm chỗ đậu xe và bước xuống thả bộ vào các phố xá, ngõ ngách của Tropea. Các khu phố cổ ở Âu Châu bao giờ cũng khiến người từ nước Mỹ tới thăm thấy lạ và hấp dẫn. Họ ngắm nhà cửa, phố xá của thị trấn bằng đôi mắt khám phá và thưởng ngoạn. Liên đăm đăm nhìn một tượng đàn ông gần như trần truồng, nhưng đầu lại đội mũ như lính La Mã xưa, tay cầm dao găm và tay kia thì ôm một con vật huyền thoại. Những cửa hàng nho nhỏ xinh xinh bán các đặc sản địa phương. Ớt ngâm đựng trong lọ thủy tinh, ớt khô xâu treo cả bó, dầu ô liu, các loại *pasta*, dồi, củ hành carmelized. Các tiệm mỹ nghệ chưng các sản phẩm sành sứ nhiều màu sặc sỡ và kiểu cọ sáng tạo. Lác đác các mặt nạ kiểu Venice cũng có chưng bày ở đây. Vài tiệm cà phê, tiệm kem, tiệm ăn, tiệm bán bánh mì… Các cửa hàng tuy cũ kỹ nhưng trông sạch sẽ và người bán thân thiện với các khách hàng ngoại quốc. Dăm ba ông già Ý đội bê rê tụ tập trò chuyện và tò mò nhìn theo các người mới đặt chân tới xứ họ. Mút con đường chính là lan can nhìn ra biển. Người bị bệnh vertigo có lẽ sẽ chóng mặt vì ngay dưới chân là bờ vực coi rất cheo leo. Bãi cát nằm ở dưới sâu, đổ ra biển một dải mỏng nối với một khối nham thạch màu trắng là nơi tọa lạc nhà thờ Santa Maria dell'Isola. Nhà thờ xưa từng là tu viện dòng Benedictine, được xây từ thời Trung cổ, vẫn trơ gan cùng tuế nguyệt.

Để mặc cho người nhân viên địa ốc hướng dẫn Joe đi lòng vòng trong phố, hai người bạn tạt vào một quán cà phê và kêu hai tách cappuccino. Khúc xé gói đường đổ vào tách, lấy muỗng quậy:

- Hôm qua Liên ngủ được không?

- Mình thuộc dạng ngủ dễ. Đi chơi mà, sướng thấy mồ.

Không phải chỉ là đi chơi, chuyến đi Ý này cũng là một hội ngộ kỳ thú cho Liên. Chiều tối hôm qua Liên đã đáp phi cơ tới phi trường Lamezia, một phi trường nhỏ ở Calabria, miền Nam Ý Đại Lợi. Nơi đó đã có Khúc và Joe ra đón. Joe đã mướn sẵn chiếc xe của hãng Hertz và cả ba đi về tỉnh Vibo Valencia, cách phi trường chừng hai mươi phút lái xe. Liên được cặp vợ chồng bạn đặt cho một phòng riêng ở khách sạn Vecchia Vibo. Khách sạn tân thời trong cách bài trí, xây lại từ một nền nhà cổ và chủ cơ ngơi đã cố giữ lại dăm bức tường cổ xưa, dễ thường có từ thời Phục Hưng, để quyến khách. Ngay trước ngôi nhà là tượng một mỹ nhân lõa thể xõa tóc đứng trên một trái cầu.

Sau khi ăn bữa tối ở nhà hàng, bữa ăn rất trễ theo phong tục của dân Ý địa phương ở nhà hàng vốn trực thuộc khách sạn nằm ở bên kia con đường phía sau khách sạn, cả ba trở về và Liên vào phòng đánh một giấc say sưa để sáng nay đi theo hai vợ chồng bạn coi đất chọn nhà sau bữa điểm tâm buffet ở phòng ăn nhỏ rất xinh xắn của khách sạn.

- Sao bao nhiêu năm rồi mà Liên không có gì thay đổi. Joe có mấy ông bạn độc thân, thích lấy phụ nữ Á Châu…

Liên cười mỉm:

- Anh Joe tốt với Khúc không vậy?

- Cũng được được Liên à. Em vẫn nhớ tới Liên hoài. Năm đó sau khi dọn nhà xong xuôi, em gọi điện thoại cho Liên mới hay Liên dọn đi đâu mất rồi.

Liên lơ đãng nhìn lên dãy nhà cũ kỹ với các bức tường tróc vữa, bạc màu. Đời sống ở Mỹ thật khó mà giữ mối liên lạc lâu dài nếu một bên không còn tha thiết nữa. Mà Liên thì dường như không mấy tha thiết với các mối liên hệ kết lập ở tuổi bên kia dốc đời. Đỉnh dốc là ở đâu? Ở vào cái lúc con người cảm thấy an phận với cuộc sống hiện tại. Đó là định nghĩa của Liên. Ôi thời gian, thời gian làm đánh rơi mọi thứ: tuổi trẻ, sức khoẻ, niềm say sưa với cuộc sống và tránh làm sao khỏi các mối liên hệ thân nhân bằng hữu. Bạn mới quen cũng giống như bạn đồng nghiệp trong sở, không hiểu sao mà không thể thân. Và như vậy gặp nhau cũng không biết nói cái gì nữa. Đời sống quanh đi quẩn lại cũng ngần ấy thứ: chuyện gia đình, chuyện làm ăn, chuyện nhà cửa, những xây dựng, những đổ vỡ, những khổ đau tiếp nối niềm vui. Liên thấy như mình đã sống nhiều kiếp lắm rồi, và kiếp nào cũng ngần ấy thứ. Không có gì lạ nữa. Chán ngấy tới cổ.

- Liên dọn đi gần trường học đó mà. Loay hoay làm sao lại mất số điện thoại của Khúc.

- Sau khi dọn nhà qua New York thì em vẫn tiếp tục đi bán rượu trong mấy cái ba trong thành phố. Joe hay đến đó mỗi tối.

Khúc tỉ tê:

- Joe trước kia đi lính qua Việt Nam. Dường như ổng có kỷ niệm nào đó với đàn bà nước mình. Hừm, cứ là "hội chứng Việt Nam"…

Khúc nhắc Liên mới nhớ. Khúc từng rủ rê Liên đi bán ba với Khúc. Hồi đó hai người đang cùng theo một lớp tiếng Anh ở trường đại học cộng đồng trong địa phương. Thấy thời gian học thì vời vợi, vài người bạn rủ Liên đi làm *nail* cho mau kiếm tiền. Còn Khúc thì rủ

Liên đi bán ba. Khúc đảo mắt ngó Liên từ trên xuống dưới rồi ân cần:

- Cỡ Liên mà đứng bán là tụi Mỹ nó xếp hàng mời Liên đi ăn, đi chơi. Nhiều thằng khoái đàn bà Á Châu lắm.

Rồi Khúc thân mật:

- Cũng nên biết qua nhiều người để hưởng thụ cuộc sống.

Khúc nháy mắt:

- Chuyện sex đó mà! Có biết qua nhiều người mới biết ai giỏi ai dở. Có một ông thì làm sao so sánh. Mấy cha đàn ông cứ khư khư chuyện chính chuyên để đàn bà họ khỏi có phát giác ra cái kém cỏi trong chuyện phòng the của họ. Thằng nào cũng sợ con vợ nó có dịp so sánh.

Liên cứ lắc đầu cười cười, đánh trống lảng sang chuyện khác. Nàng ngạc nhiên tại sao Khúc còn có thể đi học Anh văn trong khi một nách hai con và còn ôm mộng lên đại học hệ bốn năm dù vốn tiếng Anh viết và đọc của Khúc khá giới hạn. Hay là Khúc muốn tìm quên vì vừa mới ly dị với chồng? Chuyện thân nhau của hai người cũng bất ngờ. Hôm đó Khúc gặp lúc bị trúng gió, mặt mày xây xẩm. Nàng bèn lên xin cô giáo cho được xuống góc phòng ngồi cho qua cơn mệt. Tới mãn giờ học Khúc vẫn chưa tỉnh hồn, mặt mày xanh lè, xanh lét. Liên phải chạy xuống thăm hỏi, lại trổ nghề bắt gió, giựt tóc mai cho Khúc. Phước chủ may thầy hay sao mà sau đó Khúc hồng hào mặt mũi trở lại. Thôi thì nàng cám ơn Liên rối rít và bắt đầu từ đó hai người thân thiết nhau luôn. Khúc chở Liên tới nhà Khúc chơi, khi rảnh thì hai người đi đây đi đó. Liên đoán có lẽ Khúc được chia của sau vụ ly dị khá nhiều cho nên coi bộ khá giả. Cũng nhờ Khúc mà Liên mới có dịp vãn cảnh chùa Kim Sơn ở Watsonville mà đường đi vô núi khá hiểm trở.

- Em cũng sống chung với Joe theo kiểu già nhân ngãi, non vợ chồng. Hai đứa con cũng thích ổng. Hai năm trước đây, ổng muốn làm đám cưới với em vì ổng bảo là bây giờ già rồi, sợ chết đi không có ai lãnh gia tài, thôi để lại cho em và ổng thì lấy vợ để cho những ngày cuối có người hủ hỉ. Mỹ nó thẳng thắn như vậy đó Liên. Tới tuổi này thì ba cái chuyện tình yêu mộng mơ không còn nữa. Em nói thiệt là em lấy ổng tại muốn yên ổn cuộc đời chớ yêu đương gì nữa. Em đã yêu một lần quá trời rồi mà rốt cuộc có ra cái gì đâu. Thôi, bây giờ thực tế đi. Nhìn gần một chút cho khỏi gãy cổ!

Khúc đưa ngón tay mập mạp ra khoe:

- Liên coi nè, cái hột xoàn này là của ổng mua ở Tiffany cho em đây! Đẹp không vậy?

Thấy Liên có vẻ thờ ơ, Khúc vội chuyển đề tài, sau khi chợt nhớ là con người ngồi trước mặt mình lèng xèng hết chỗ chê:

- À, Liên. Hồi đó em nghe Liên thích viết lách. Bây giờ còn không?

Liên cắn nhẹ môi:

- Có muốn nghe thiệt không đây? Đụng vô chuyện này là khô khan lắm à.

Khúc cười, rót nước lã vào chiếc ly gần cạn của Liên:

- Vậy thì hớp miếng đi cho bớt khô.

- Cũng không biết từ thời điểm nào mà mình không còn niềm háo hức đó nữa. Có lẽ là những suy tư, trầm tưởng từng chút một đã thay đổi cảm quan của mình. Vả lại sau khi dọn tới San Jose thì khung cảnh vui vẻ, đông đảo làm mình lựng khựng. Có lẽ phải bắt chước như nhà văn Arthur C. Clarke dọn sang một nơi vắng vẻ như tại Sri Lanka và ở đó suốt đời để viết lách.

Khúc nghĩ thầm: "Thời buổi này mà văn với chương gì nữa". Nhưng nàng vẫn tế nhị đẩy đưa:

- Chị còn đi chùa chiền gì nữa không?

Liên kể lể trong khi Khúc không mấy tập trung nên nhọc nhằn chắp vá các câu nói lề mề của Liên để rán hiểu toàn bộ câu chuyện:

- ...Có một lần mình ngồi ăn ở một cái quán trong trung tâm thương mại rất lớn. Khách đông vô cùng. Tìm một cái bàn trống cũng đi mấy vòng mới ra. Kề bên mình là một bàn vừa trống. Có một chị dắt một đứa con trai vào ngồi. Chị ta đặt hết túi xách áo quần lên ghế, và dặn đi dặn lại thằng con là ngồi đó chờ chị ta trở lại. Mình dòm thằng bé, nó giấu mặt sau cái bàn. Mình bèn quay đi để nó khỏi mắc cở. Tới chừng mình chợt nhớ ra thì thằng bé đi đâu mất rồi. Mà mình thì đã ăn xong, cần đứng dậy để nhường bàn ghế cho người khác. Mình không biết thằng bé có gặp mẹ nó không hay là đã đi lạc trong đám người đông đảo chung quanh. Mình phân vân giữa hai ý tưởng. Nếu đứng lại thì có thể sẽ đối mặt với một vụ lạc con. Người mẹ sẽ bù lu bù loa đi kiếm đứa bé. Nếu đi khỏi thì hoàn toàn không phải thấy cảnh tượng khổ đau nào. Nên chọn hành vi nào đây? Cảnh khổ của nhân loại, chúng sinh thì vô cùng vô tận... Ta nên đi khỏi cảnh khổ ta bà này hay là cứ ở lại mà nghe xé lòng vì sự nhỏ nhoi vô nghĩa của mình...

- Nhưng mà chị tính đi ra khỏi cõi ta bà này bằng cách nào mới được chớ!

Vâng, bằng cách nào? Vào thời điểm này của cuộc đời mà ta vẫn cứ còn loay hoay với câu hỏi đó hay sao? Bao nhiêu người đã dứt khoát chọn cho họ một hướng đi, nhưng rồi chướng ngại trên con đường đi mới là vấn đề cho nỗ lực thoát thân của họ. Và mình thì vẫn ngồi đó rên rỉ nên đi hay không!

Khúc mừng thầm khi thấy Joe và ông địa ốc quay lại. Họ kéo nhau đi ra công trường nơi mọi người trong thị trấn hay ra đó dạo chơi. *"Muốn biết linh hồn của một một thị trấn Ý như thế nào thì hãy ngắm cái công trường của thị trấn đó".* Một chuyên viên bán nhà của Anh, cô Jasmine Harman có lần nói như thế trong chương trình truyền hình: *Place in the Sun: Home or Away.* Liên mỏi chân xề xuống ngồi trên băng ghế gỗ dưới một góc cọ, ngắm núi Trompoli ở ngoài biển xa. Khúc lại đi theo

Liên, để Joe bàn bạc với người địa ốc. Trompoli là ngọn núi lửa cũ nổi tiếng của vùng biển Calabria. Biển một màu xanh biếc, trời mây trắng lững lờ, nắng vàng như hổ phách. Với Liên, cảnh vật mới mẻ, lạ mắt. Đó chẳng là cái thú vị của du lịch hay sao. Liên nhìn lên tượng Chúa trong khuôn thờ đục trong tường ở cạnh nhà, một kiểu thờ quen thuộc của dân Ý. Rồi ánh mắt nàng đưa sang khẩu súng đại bác cũ kỹ nằm hướng họng ra biển để bảo vệ đất liền khỏi các cuộc tấn công đến từ vùng biển Tyrrhenian. Nàng buột miệng:

- Có khi nào mình ngờ có ngày ngồi ở một nơi chốn lạ lẫm mà thú vị như hôm nay. Ở trên máy bay là mình chỉ thấy có mỗi mình là người Á Châu. Ai đi Ý chơi mà lại đi về vùng Calabria này, hở Khúc?

- Tại Joe thích trở lại quê hương của ông cha, dù chính Joe cũng chưa một lần được biết. Lá rụng về cội mà. Cha Joe mồ côi từ nhỏ, đi theo chú di cư sang Mỹ sau thế chiến thứ nhất hồi mới mấy tuổi đầu. Ông có đi lính trong lực lượng Mỹ tham dự thế chiến thứ hai ở Normandy. Hết chiến tranh rồi mới lấy vợ. Vậy mà chưa một lần có cơ hội trở lại thăm quê cha đất tổ là đảo Sicily. Joe cứ tiếc chuyện đó hoài cho cha.

Liên triết lý vụn:

- Khúc ơi, thì con cái mang trong mình những ao ước, khát khao, mong mỏi mà cha mẹ không thực hiện được. Có lẽ Joe cũng muốn làm vui lòng cha mình trong quyết định đó nữa. Thường cha mẹ hay muốn con cái thực hiện khát vọng mà mình không thể thực hiện, nhưng ngay cả con cái, có khi trong vô thức, vẫn muốn đi theo hướng mà cha mẹ muốn mình đi.

Joe bước tới, cười vui vẻ:

- Bây giờ đi Pizzo chơi một chút, mình sẽ ăn trưa ở đó.

Ông địa ốc lái xe thật nhà nghề khi cho xe lên xuống trên những con đường hẹp và quanh co từ thị trấn này sang thị trấn khác cùng các hẻm hóc của chúng. Những căn nhà nhỏ, san sát, chồng chất trên triền núi đá ven biển là hình ảnh bắt mắt cho các du khách từ Mỹ tới thăm. Có nhiều lần queo ngoặt trong các khúc rẽ cùi chõ là Liên hú hồn. Họ đậu xe ở công trường Pizzo với sự hướng dẫn của cảnh sát địa phương vốn rất ư là sốt sắng chào đón khách du tới mang theo thịnh vượng cho vùng đất còn nghèo nàn này.

Nhà hàng Le Castellane nằm xoay lưng lại bờ biển trong công trường của thị trấn. Ngồi ở đây nhìn thấy phía sau tượng bán thân màu trắng của hoàng đế Umberto đệ nhất. Ngài có hàm râu cá chốt rất quen thuộc của đàn ông thời đại đó. Mé phải phía bên đường là tòa lâu đài Castello Aragonese có kết cấu bằng xi măng trộn đá sỏi. Lâu đài không lớn lắm nhưng cũng đủ biết xưa kia thị trấn này từng là nơi cát cứ của một lãnh chúa nào đó. A, có một đám cưới đang diễn ra. Chung quanh công trường là các dãy hàng quán với hàng loạt bàn ghế nằm chờ đón khách đi chơi. Mới đầu xuân nên du khách không đông lắm. Một gã đàn rong dáng dấp cục mịch, ôm chiếc phong cầm tấu một bài nhạc trong tiếng hát của cậu bé độ chín mười tuổi, chừng là con của anh ta. Khúc mở bóp lấy ra một đồng *euro* ấn vào tay cậu bé. Hai cha con hớn hở cám ơn.

Người nhân viên địa ốc không ăn chung. Anh ta biến đi sau khi hẹn giờ tới đón. Liên nghĩ có lẽ tại không ai mời ai cho nên họ tách ra đi ăn cho tiện. Liên chọn món cá hồi, Khúc gọi mì ống xào với vẹm. Joe thì kêu một bánh *pizza*:

- Khi nào tới Naples, mình sẽ thưởng thức món *pizza* tại nơi sản sinh ra nó. À, ở đây coca cola mắc hơn rượu vang đó, quý bà.

Hễ có mặt Joe thì Liên ít nói lại. Nàng nghe và ậm ừ. Nàng nhận thấy người chồng rõ ràng yêu vợ thật nhiều qua ánh mắt trìu mến khi nhìn người vợ. Người ta có thể có hành vi nhã nhặn và sự chăm sóc ân cần với đối tượng nhưng chính ánh mắt lại cho biết họ có yêu đối tượng hay không. Ánh mắt không biết nói dối!

Joe đưa tay kéo lại cổ áo bó ôm khít lấy chiếc cổ đầy thịt hồng hào:

- Khu Lamezia mới có phi trường đây cho nên vùng này bắt đầu phát triển. Xưa nay Bắc Ý vẫn giàu có, phong phú về văn hoá nghệ thuật hơn là phía Nam. Nhà cửa ở đây còn rẻ nên dân các nước như Anh, Đức, Pháp thường tới đây tậu thêm nhà. Công ty này làm ăn ở Tây Ban Nha bao lâu nay, bây giờ bắt đầu nhắm vào miền Nam của Ý. Lisa ăn được món Ý chứ? Vợ tôi thì nấu các món Ý cũng khá lắm. Dĩ nhiên là tôi cũng rất thích ăn một số món Việt. Nhờ Carol mà tôi khám phá ra món uống tuyệt vời là "ca phê sưa đa". Joe nói tiếng Việt lơ lớ món này.

- Ngoài ra còn món tráng miệng "che" thì các nhà hàng Việt nên khai thác. Chúng cũng đặc biệt lắm đấy! Này, mà tôi phát âm cái món tráng miệng này đúng không đấy?

Carol Khúc tình tứ:

- Thì anh từng bảo sao cái tên giống lãnh tụ kháng chiến Nam Mỹ, thần tượng của bọn phản chiến ngày nào! Cứ phát âm như thế, cưng ạ!

Khúc quay sang Liên:

- Joe thích chè đậu, chè khoai môn, chè thưng lắm nha Liên.

Ăn xong, cả ba chờ người địa ốc tới và cùng đi dạo trên các con đường hẹp của thị trấn. Các cửa hàng nhỏ xíu nhưng xinh xắn bán áo quần, nữ trang, họa phẩm, đồ mỹ nghệ. Khúc bước vào một quán chạp phô, ngắm các rổ đựng *pasta* lạ mắt... Tiệm có vẻ bình dân và chủ nhân mang đậm nét chất phác đứng sau quầy hàng với bàn thờ Chúa đặt ở phía trên. Người dân Ý mộ đạo quá. Liên giơ máy chụp hình vào các con hẻm nhỏ. Nàng thích thú ngắm những bao lơn nhỏ, cũ kỹ, được trang điểm bằng các chậu hoa lá. Dân chúng phơi phóng quần áo, chăn màn ra phía ngoài cửa sổ nhà họ hết sức tự nhiên. Với cái xứ đầy tràn ánh nắng như nơi đây, mọi người có lẽ không quen với máy sấy. Nhưng sau những tháng năm hứng khởi với tiện dụng máy móc, bây giờ Liên lại ưa lối cũ. Quần áo phơi ngoài trời sẽ thơm mùi nắng.

Họ dừng lại ở cuối con đường với nhà thờ sơn toàn trắng, cũ kỹ. Ở góc con đường là một phông tên nước cổ lỗ sỉ róc rách chảy vào cái thùng nhựa của nhà nào đang hứng. Thời gian như đi rất chậm ở nơi này...

Bốn người trở lại Vibo Valencia nơi đặt bản doanh của công ty để bàn về các khía cạnh pháp lý và tài chánh của việc mua bán. Liên ngồi ở ghế xa lông nhâm nhi tách cà phê nhạt nhẽo, nhìn ra ngoài khung cửa cắt theo hình con rô trong bộ bài cào. Nắng hanh hao hắt vào. Phố xá tân thời mà có vẻ rếch rát bụi bặm nên nhìn thấy chán phèo.

Xong việc, cả ba đi về khu phố cổ. Khách sạn Vecchia Vibo nằm giữa khu cổ và tân nên cũng tiện cho việc đi dạo loanh quanh. Liên mê mẩn nhìn các cây cam trồng viền hai lề đường trĩu quả vàng trên cành. Con nít đâu sao không hái trái? Cam này ăn được hay không đây? Họ tiếp tục đi về hướng theo bảng nhỏ ghi "castello" và đến lâu đài tọa lạc trên đỉnh cao nhất trong vùng như truyền thống của chúng vẫn được chọn xây cất để dễ bề phòng thủ. Con đường chính với các cửa hàng, người đi dạo tấp nập, với rất nhiều nam thanh nữ tú vui chơi. Liên nhìn nét mặt hớn hở của những kẻ đang đón chờ đời sống phía trước đời họ. Dù là ở một nơi tỉnh lẻ như nơi đây, niềm vui sống trên khuôn mặt con người trẻ không khác gì với con người trẻ ở những nơi rộn ràng nàng đã từng đi qua, San Francisco, London, Paris, Berlin... Nhưng liệu rồi Khúc có thể chọn nơi đây làm nơi cư trú của nàng khi về già hay không?

Liên cắn nhẹ ngón tay ngó Joe:

- Hồi ở trại tị nạn, ai mà bị đi Ý do có bà con ở đó là mọi người chung quanh như thương hại cho số phận phải về mảnh đất nghèo nàn so với cường quốc số một là Hoa Kỳ.

- Ý Đại Lợi nghèo là do thất trận trong hai cuộc thế chiến. Tây Âu có Ý và Tây Ban Nha là nghèo. Tây Ban Nha nghèo vì ủng hộ phe trục, lại bị cai trị bởi tướng Franco độc tài. Lúc này thì Ý khá lên rồi. Tây Ban Nha hy vọng cũng khởi sắc lên tuy là tỷ lệ thất nghiệp cao nhất Tây Âu.

Tòa lâu đài không lấy gì lớn lao cho lắm, nhưng đứng nhìn xuống cũng khiến du khách thưởng thức được cảnh trí từ trên cao. Một phần của lâu đài được dùng làm viện bảo tàng khảo cổ học. Họ hầu như là nhóm người duy nhất viếng thăm lâu đài vào giờ khắc đó.

Nắng đã nhàn nhạt, cả ba đi xuống khu thị tứ theo ngã khác. Đường sá, nhà cửa vắng tanh. Chỉ đôi khi một hai bóng người thoáng hiện rồi mất hút vào một ngõ quanh co. Họ ghé vào một ngôi nhà thờ nhỏ và rất xưa cũ. Mùi ngai ngái của thời gian thoang thoảng trong không gian. Liệu mình có thể ở được một nơi như nơi này không nhỉ? Liên buồn rầu tự hỏi. Lòng man mác mối cảm hoài kỳ lạ như một niềm trống trải mông mênh sau một cuộc vui rộn ràng thỉnh thoảng vẫn đột khởi trong tâm nàng. Nhất là khi chiều xuống, khi ánh đèn đường đã bật, khi các căn nhà màu vàng ấm sáng lên thì dù là đang ở miền sông nước Cửu Long hay đang trong cái tưng bừng của phố phường San Francisco; dù là lúc mười sáu tuổi hay đã lụm cụm như giờ đây; dù là đang tay trong tay với những người bạn thân thiết hay thảnh thơi một mình một bóng mà nàng vẫn có cùng cái cảm giác bâng khuâng kỳ lạ đó. *Bao nhiêu thế kỷ đã qua trong tâm mình mà chừng như mới đây. Thời gian không có chỗ trong tâm thức, mà tâm thức chính là cốt lõi của cuộc hiện hữu tồn sinh.*

- Joe có ý là mua hai miếng đất kề nhau rồi xây thành nhà hai phòng lớn. Chớ kiểu nhà ở Âu Châu họ làm nhỏ quá, không quen với dân Mỹ tụi mình. Thành ra mình sẽ trả thành hai căn, đâu độ hai trăm hai ngàn *euro*.

Rồi Khúc thêm, giọng nửa đùa nửa thật: Nếu Liên cần một chỗ yên tịnh để viết văn, thì cứ sang đây ở.

Đó là câu nói cuối ngày sau khi cả ba đã thưởng thức xong bữa tối ở tiệm ăn có món bánh mì khai vị dài như chiếc đũa, tròn cỡ ngón tay. Buổi ăn tối này, Liên lại a dua theo cặp vợ chồng gọi ly rượu nho cho đi với dĩa Linguine alla Pescatora, soạn rất vừa miệng nàng. Ly rượu đã làm nàng váng vất, khó chịu quá. Nàng hứa hoài là sẽ không để một giọt rượu nào lên môi, không phải vì giữ giới cấm tửu của nhà Phật, mà chỉ vì sau đó cứ thấy bưng bức đầu. *Và không biết đây là lần thứ bao nhiêu mà mình cứ không giữ nổi cái lời hứa dễ dàng như thế!*

Đánh răng xong, Liên rà qua các kênh truyền hình để xem thời tiết ngày mai. Vừa xem Liên vừa đoán vì toàn là đài Ý thì có tiếng Khúc gọi cửa:

- Ngày mai bọn mình sẽ đi sớm. Xuống điểm tâm lúc bảy giờ nha.

- OK.

- Ngủ ngon nha, *my dear*.

Con đường đi về phía Nam từ Vibo Valencia tới Reggio có nhiều đoạn đang được nới rộng ra nên có khi xe phải nối đuôi nhau chạy trên một *lane* mỗi chiều. Hai bên đường nhiều đoạn toàn rừng với cây cối vẫn còn trơ cành khẳng khiu trong không gian màu xám nhạt. Nhưng càng lúc thì trời càng đẹp dần và đi về phía Nam thì nhà cửa phố xá đông đúc phát triển hơn phía Bắc của Calabria. Khúc đã hỏi Joe ngay từ đầu để xuống ngồi băng ghế sau hầu dễ bề tâm tình với Liên.

- Gặp mặt nhau nói chuyện mới đã chớ điện thoại làm sao sánh bằng.

- Đúng vậy, mình cũng ngại gọi điện thoại vì đâu biết người bên kia có bận chuyện gì hay không. Tánh người Việt lại cả nể, ít nói thẳng ra là đang bận. Họ cứ rán mà tiếp khách.

- Bây giờ nhớ lại cái thuở ở Việt Nam bạn bè bà con tới chơi là tới đại, bất kể chủ nhà có muốn tiếp mình hay không mà ngán ngược. Em hết ở Việt Nam nổi nữa cũng vì ba cái lặt vặt đó, đó chị.

- Liên cũng không biết Liên có ở nổi nữa không. Kỳ rồi về ở lâu mấy tháng, thấy không khí nặng nề quá. Đi về mấy lần rồi mà lần cuối cùng vừa qua mình cảm thấy khó chịu quá. Làm như càng lúc mình càng thấy mình không chịu nổi cái *văn hóa* ở đó nữa.

- Ai ở bển cũng tưởng mình giàu. Mà không trách được họ. Mình hồi đó trước khi qua Mỹ cũng đinh ninh vậy mà. Về lần nào cũng tốn cả chục ngàn mà còn không đủ. Joe cứ nói sao anh chị em mà cũng phải gởi tiền nuôi họ, "not fair". Em cũng không biết nói sao cho ổng hiểu. May là em lấy tiền riêng của em ra cho gia đình em. Nhiều khi gia đình không hiểu sự khổ cực của mình ở Mỹ, cứ cả nhổng coi như mình có bổn phận phải nuôi họ. Cha mẹ già không nói làm gì, còn chị em sân sẩn mà cũng dựa vào mình không hà. Chán ghê!

Liên nhìn vào cánh mũi phập phồng của Khúc, nghĩ tới một bài báo, hay ai kể nàng cũng không nhớ, về câu chuyện có cô gái Việt sang tới Mỹ rồi, lại lăn thân vào làm nghề buôn hương bán phấn để nhanh chóng có tiền gởi về nuôi gia đình. Lúc mới sang Mỹ nghe như vậy nàng thất kinh. Tưởng như ở nơi chốn không còn lo chi chuyện áo cơm thì có gì túng quẫn tới phải đi bán thân. Có khi nào người ta làm một điều gì đó là do nghiệp thúc đẩy và lý do đưa ra để biện minh chỉ là nỗ lực hợp lý hóa của ý thức hay không? Ý thức chỉ làm tay sai cho a-lại-da-thức mà thôi. Làm sao ta có đủ sáng suốt để biết đâu là lúc mình làm tay sai cho nghiệp quả của mình. Hay tất cả hành trạng của ta rốt lại chỉ là tay sai của nó không chừng? Nhưng mà như vậy, tự do của ta ở đâu? Ta là ai, thật sự ta là ai?

- Hôm qua chị Liên nói mà em chưa rõ lắm. Chị bảo là chị muốn bỏ đi ra khỏi cuộc sống này. Chị có nghĩ là như vậy là ta đầu hàng những khó khăn của cuộc sống hay chăng. Như vậy yếm thế quá. Hèn chi mà người ta bảo đạo Phật cứ chịu thua và quay đi trước những tấn công bên ngoài vô. Joe nói Taliban phá tượng Phật mà Phật giáo không có phản ứng quyết liệt gì hết. Những quốc gia theo đạo Phật lại là những xứ nghèo nàn, không phát triển. Sao ta không tạo ra cực lạc ngay trên trái đất này. Lại tính chuyện bỏ cuộc đời này như mấy người vô chỗ thâm sơn cùng cốc mà tu?

Liên trầm ngâm, hắng giọng:

- Đức Phật thấy cảnh giới ta đang ở là cảnh của loài người. Cảnh người là cảnh khổ. Chúng ta do duyên nghiệp thích hợp với cảnh giới này mà sinh ra ở đây. Cùng vào đây và chịu cái sướng cái khổ của kiếp người. Nếu muốn không còn ở cảnh giới người này thì chúng ta phải tu để cái tâm thích ứng với cảnh giới cao hơn, hầu khi chuyển đổi kiếp sống thì ta sẽ đi vào cảnh giới cao hơn, hoặc giải thoát. Làm sao có thể thay đổi cảnh giới của những chúng sinh còn nghiệp lực làm người trong khi chính những chúng sanh ấy vẫn còn mang cái tâm thích ứng với cảnh người này và đang trải nghiệm trong đó? Cảnh do tâm sinh ra. Muốn đổi cảnh thì phải đổi tâm. Một khi tâm đổi thì cảnh sẽ đổi. Muốn không còn dây dưa với cảnh này thì phải có cái tâm buông rời nó ra. Chứ còn mang cái mộng thành lập những cơ ngơi cho đẹp, cho vĩ đại thì chỉ là tiếp tục gắn bó mình với cõi người này mà thôi.

- Chính chị cũng nhận là trên trái đất này có những nơi khí hậu tốt đẹp, tổ chức xã hội đàng hoàng, đáng ở hơn các nơi khác. Nhiều cuộc đất cằn cỗi khô khan, sau một thời gian được biến cải đã trở nên xinh tươi hoa mỹ. Không lẽ mình không kính ngưỡng và biết ơn những người đã xây dựng nên nó hay sao?

- Liên không phủ nhận công lao hướng thượng của một nhóm cao cả ở loài người, nhưng ở đây vẫn còn là cõi người và ở cõi người thì chúng ta không bao giờ thoát được cái yếu tính tạo nên cõi này. Yếu tính đó chính là nguyên lý âm dương tương tác vận hành sự tồn tại. Có âm, có dương mới sinh ra sự sống. Và sự sống, tự bản chất nó là khổ, vì có sống tất có chết, có âm tất có dương, có thành tất có hoại. Vô thường và khổ, đó chính là bản chất của lục đạo luân hồi.

- Đi làm sao cho đành khi thế gian còn bao người đau khổ. Có ích kỷ quá chăng?

- Thành Phật rồi thì tự tại, muốn đi đâu thì đi, lúc ấy trở lại cảnh khổ để phổ độ chúng sanh, sao lại bảo là ích kỷ?

Đến gần Reggio, Joe lái xe lộn ra một lối từ xa lộ. Họ đành ngừng tạm ở một nơi gần bờ biển. Joe chỉ:

- Đảo Sicily kìa!

Khúc buột miệng khen:

- Em chưa bao giờ thấy cái đảo nào gần đất liền mà lớn như đảo này. Mình đi qua đó cho biết.

Joe lái trở lại xa lộ, chạy tìm lối ra bến phà. Họ tìm chỗ đậu xe và mua vé lên phà. Ô, biển xanh xanh ngắt, mây trắng lưa thưa tô điểm bầu trời. Màu xanh của nước biển khác với màu xanh của vùng biển quanh Anh quốc mà Liên có dịp đi qua. Màu xanh ở đây là xanh da trời. Xanh biển ở Anh có màu diệp lục tố. Từ trên máy bay nhìn xuống là thấy liền sự khác biệt đó. Phà đi chừng độ ba mươi phút thì sang đến đảo lớn nhất nước Ý.

Thành phố Messina cũng rộn ràng cư dân và du khách nhưng có vẻ tạp nhạp xô bồ một chút. Họ đi dần tới ngôi nhà thờ chính tòa. Liên ngắm thật lâu đồng hồ có giờ vẽ theo hình các sao theo tử vi Tây phương.

Tháp chuông thật đẹp với tượng con sư tử và hai chiếc chuông nối với hai tượng cầm dây trông thật cầu kỳ. Khúc dừng lại móc túi lấy ra nửa đồng *euro* ra cho người đàn bà đội khăn ăn xin ngồi trước cổng nhà thờ đang ngửa tay rên rỉ. Bên trong ngôi giáo đường thật hoành tráng và lộng lẫy các chi tiết trang hoàng từ trần nhà cho tới hai bên vách. Liên khen xuýt xoa trước công trình tạo tác của người xưa.

Thả bộ dọc theo đường phố, Khúc trầm trồ khi nhìn các trái cam máu được người bán bổ làm đôi ra chưng. Màu đỏ như máu bọc theo các múi cam thoạt tiên làm họ ghê ghê.

- Trái gì mà lạ lùng quá!

Được tiếp sức từ thức ăn của quán Peccati Di Gola, họ lại tiếp tục lê bước trên vỉa hè trong một thành phố nửa tân nửa cựu. Sau khi lượn qua lượn lại các khu phố với các tủ kính bày hàng gợi cho Liên nhớ khu thương xá Tax hay Eden của Sài Gòn xưa, họ thả bộ tìm đường trở về phía bến tàu. Joe chỉ cho họ một tiệm mang tên "Ritrovos Saigon" "Gelateria Snack Tea Room". Hai người đàn bà nhìn nhau cười chia sẻ niềm vui gặp một nét Việt Nam nơi tận phía Nam của nước Ý này.

- Người Việt mình bây giờ đi khắp nơi, thua có người Tàu!

Khi trở lại Reggio thì trời đã chạng vạng. Họ đi dạo trên khu phố thị tứ của thành phố đã lên đèn. Mỏi chân và đói bụng, họ ghé vào một quán ăn thanh lịch kê bàn ra ngoài trời với các chậu cây bao chung quanh để dùng bữa tối. Khi kêu trà, người bồi, bề thế như một tay bố già trong phim Godfather, bưng ra cho nàng một hộp Twinings có đủ loại cho nàng chọn. Nói xong ông ta bỏ đi. Khúc bảo nàng muốn lấy mấy gói cũng được.

- Nếu tính một tách trà một đồng và kêu mấy tách thì tính mấy đồng cũng không làm người ta thích bằng tính một tách trà là hai đồng rồi cho khách muốn lấy hai gói cũng được. Đó là mánh lới buôn bán đó.

Nhìn hộp trà mang nhãn hiệu đã ba trăm năm góp mặt trên thị trường, Liên nhớ lại có lần đi dạo trên đường Strand ở Luân Đôn, nàng đã chụp tấm hình tiệm bán trà gốc này. Cái tiệm đặc biệt phía trên cửa ở ngoài có hai tượng người Tàu ăn mặc như quan lại ngồi hai bên một con sư tử phết kim nhũ. Chuyện bình thường như vậy mà nàng cũng gợn tâm.

Joe rủ đi thăm Museo Nazionale della Magna Grecia, nơi có bày hai bức tượng đồng Riace Warriors nổi tiếng:

- Hai cổ vật này được phát hiện do một anh chàng gốc Rome khi đang lặn dưới biển chơi ở Riace gần Reggio Calabria vào năm 1972. Hai bức tượng Hy Lạp đúc vào trước kỷ nguyên Chúa mấy trăm năm. Sau khi được nghiên cứu, *Bronzi di Reiace* được đem về đây cho công chúng xem. Viện Bảo tàng này chỉ có món đó là nổi bật.

Cuộc viếng thăm viện bảo tàng đã kết thúc cuộc "cõi ngựa xem hoa" vùng đất ngón cái của "cái giò" Ý Đại Lợi. Bận trở về, Liên bảo Khúc cứ lên ngồi đàng trước cho Joe ấm cúng. Nàng thì dựa vào lưng ghế nhìn ra ngoài trời đen thẳm, nghe hai vợ chồng loáng thoáng bàn chuyến đi Naples và Sorrento sắp tới. Dựa vào lưng ghế, Liên nghe vẩn vơ trong đầu câu nói của của một nhà văn nữ ngoại quốc: "Tôi thích ra đi, không phải vì có một nơi để đến, mà là vì có một nơi để rời bỏ". Nàng thốt nhiên mỉm cười vì vừa thấy ra một cách hiểu khác cho câu nói này…

Phượng Các

Sương Lam

Tốt nghiệp Học Viện Quốc Gia Hành Chánh (Đốc Sự 12),1967
Tốt nghiệp Portland State University, 1991

Tác phẩm đã xuất bản:
Những Bài Thơ Tình Yêu (Thơ, 1982)
Tháng Tư với Nỗi Nhớ Quê Hương (Thơ, 1982)
Tác phẩm in chung:
Dấu Vết (Thơ, 2004)
Quốc Gia Hành Chánh (Thơ, 2005)
Tuyển Tập Văn Phụ Nữ Việt (2006)
Góp Nhặt Hương Sen (Phụ Nữ Việt, 2007)
Hoa Nắng (Thơ, Phụ Nữ Việt, 2007)

Dòng Sông và Cuộc Đời

Cuộc đời ví như một dòng sông chảy. Có những lúc dòng sông trôi chảy nhẹ nhàng qua những cánh đồng lúa chín ngọt ngào với bóng dừa xanh êm mát. Có những lúc dòng sông gặp những cơn gió bão hay gặp những ghềnh thác làm cho dòng sông phải nổi sóng hoặc phải đành rẽ khúc đổi hướng, nhưng cuối cùng rồi dòng sông cũng chảy ra biển cả mênh mông hoặc đọng lại thành hồ ao khô cạn. Dòng sông ấy có những lúc reo vui hạnh phúc vì được cùng người chia sẻ và cảm thông những ngọt ngào, ích lợi mà nó đã đem đến cho người, cho cuộc đời. Tuy nhiên có những lúc dòng sông nọ phải cô đơn len lỏi qua những tảng đá chướng ngại hoặc âm thầm len lách qua những khu rừng âm u, hoang vắng không một ai biết đến. Đó là những giờ phút cô đơn mà dòng sông phải gánh chịu.

Con người cũng vậy. Sống giữa cõi nhân gian này, đôi lúc bạn cảm thấy vui vẻ, hạnh phúc với những người thân trong gia đình, với bạn bè thân hữu, với những thành đạt của bạn. Nhưng cũng có đôi lúc bạn sẽ cảm thấy cô đơn, buồn chán vì chính những người thân đó, những bạn bè đó, những sự thành đạt đó đã đem đến cho bạn nhiều phiền muộn, đau khổ của cuộc đời.

Một đứa bé mới sinh ra sống hồn nhiên, vô tư lự. Bé chỉ biết ăn no chóng lớn trong vòng tay âu yếm của mẹ cha và trong tình thương yêu của ông bà, quyến thuộc. Đến tuổi đi học, bé bắt đầu bước chân vào trường học, tiếp xúc với cuộc đời qua trang sách vở, qua những phút đùa vui với bạn bè, qua những lời hướng dẫn dạy bảo của thầy cô giáo. Bé vẫn vô tư đâu biết rằng cha mẹ bé đã phải cực khổ, vất vả làm việc để có đủ miếng cơm manh áo cho cuộc sống gia đình, cho tương lai của bé.

Rồi bé lớn dần theo năm tháng. Bé đã trở thành một thiếu nữ xinh đẹp hoặc một chàng trai tuấn tú. Cô thiếu nữ và chàng thanh niên đã bắt đầu có những ước mơ cho tình yêu, cho sự nghiệp, và cho một mái ấm hạnh phúc của mình mai sau. Họ đã bắt đầu yêu. Họ vẫn thường mơ ước sẽ gặp được một chàng hoàng tử bạch mã tuấn tú hoặc một nàng công chúa xinh đẹp yêu họ hết lòng và sẽ chung sống bên nhau đến bạc đầu như chuyện thần tiên mà họ đã đọc lúc tuổi thơ. Nhưng cuộc đời thực tế nhiều khi không giống như họ mơ ước. Có những người thực sự lấy được người mình yêu và có những người vì lễ giáo gia đình đành phải tuân theo lịnh cha mẹ thành hôn với người mà mình chưa bao giờ quen biết. Những tháng năm đầu của hôn nhân bao giờ cũng hạnh phúc, ngọt ngào trong yêu thương, chiều chuộng. Những đứa con lại ra đời để kết chặt thêm tình cảm thiêng liêng trong một mái ấm gia đình giữa cha và mẹ. Cuộc hôn nhân nào cũng an vui, hạnh phúc trong bổn phận của một người vợ, người mẹ, người chồng, người cha trong gia đình.

Rồi những đứa bé này lớn lên. Theo năm tháng và số mệnh đã khiến cho người làm cha mẹ một đôi lần đau khổ vì sự mất mát của những đứa con yểu mệnh vì bịnh hoạn, rủi ro. Nhưng dòng đời vẫn trôi và con người vẫn phải tiếp tục sống. Bất cứ một cuộc đổi đời nào cũng đem lại sự vui sướng cho một số người, nhưng đồng thời, cũng đem lại sự đau khổ cho một số người khác. Chắc hẳn đa số chúng ta là những người đón nhận sự đau khổ của cuộc đổi đời vì gia đình ly tán, người đi học tập cải tạo, kẻ phải bỏ nước ra đi, có người lại phải bỏ mình nơi biển cả rừng sâu trên bước đường đi tìm tự do. Vận nước đã đổi thay và chúng ta phải lưu lạc nơi xứ người. Những tháng năm đầu tiên nơi xứ lạ, vợ chồng phải làm việc cực khổ cho miếng cơm manh áo. Danh vọng ngày xưa bây giờ chỉ là dĩ vãng. Thực tế trước mắt là phải bắt đầu xây dựng cuộc sống mới với hai bàn tay trắng để nuôi sống gia đình và lo tương lai của con cái. Rất vất vả và đầy tủi nhục nhưng cũng phải đành ráng chịu vì chúng ta vẫn phải sống cho bản thân mình, cho con cái mình, phải không bạn?

Những đứa trẻ lớn lên ở xứ người ít nhiều gì cũng bị ảnh hưởng của sự giáo dục nơi xứ người, nên trong cách hành xử, trong lời ăn tiếng nói ít nhiều gì cũng đã làm cho bạn đau buồn không ít.

Hệ thống giáo dục nơi xứ Mỹ chỉ đào tạo cho học sinh thành một người có kiến thức chuyên môn nhiều hơn là chú trọng đến vấn đề đức dục và đạo đức như hệ thống giáo dục ngày xưa mà bạn đã hấp thụ, cho nên giữa cha mẹ và con cái thường có những xung đột, không hiểu nhau. Tình thương của cha mẹ ngày xưa là chở che, bảo vệ cho con cái, nhưng những đứa trẻ ở xứ Mỹ này lại muốn thoát khỏi sự bảo vệ này và mong ước được thỏa mãn những nhu cầu vật chất, tình cảm theo cách suy nghĩ của chúng. Chúng nào có hiểu những khó khăn mà cha mẹ chúng phải đương đầu trong những bước đầu tạo dựng lại cuộc đời nơi xứ lạ quê người này. Thế là có những sự ngộ nhận, hiểu lầm nhau và bạn đã bắt đầu cảm thấy cô đơn vì sự xung đột văn hoá này rồi vì con cái của bạn đã không hiểu được bạn. Nỗi cô đơn này tăng dần theo tuổi đời của bạn khi con cái của bạn đã bỏ quên bạn đang sống neo đơn trong tuổi già nơi viện dưỡng lão hay nơi nhà riêng của bạn.

Bạn là người yêu thích thơ văn, sách báo và nghệ thuật. Bạn đã để hết tâm tư và xúc động khi đọc những vần thơ tình cảm của Nguyễn Bính, Nguyên Sa, TTKH .v.v… vì họ đã diễn đạt thay cho bạn những tình cảm yêu thương, giận hờn, những khắc khoải, ngậm ngùi trong tình yêu của con người, trong đó có bạn.

Bạn cũng đã đôi lần viết văn làm thơ đăng báo để chia sẻ tâm tư của bạn với gia đình, bạn bè, thân hữu và cũng đã được nhiều người cùng tâm cảm với bạn đón nhận, khích lệ, ngợi khen. Bạn thấy vui sướng trong lòng vì đã có người hiểu bạn và đã hòa chung niềm vui nỗi buồn của bạn đã được trang trải qua thơ văn. Bạn đem chia sẻ niềm vui này với chồng hay vợ của bạn. Nhưng buồn thay! Người chồng hay người vợ của bạn lại đón nhận một cách hững hờ hoặc chỉ đọc cho lấy lệ, nếu được bạn nhắc nhở, một phần họ không cùng một sở thích như bạn, một phần khác, họ không quan tâm đến niềm vui nỗi buồn của bạn. Dĩ nhiên, bạn sẽ cảm thấy cô đơn và riêng một mình lặng lẽ gặm nhấm nỗi cô đơn này. Và từ đó, bạn sẽ âm thầm sáng tác hoặc thưởng thức thơ văn trong đêm trường vắng lặng chỉ riêng một mình bạn mà thôi hoặc chia sẻ tâm tình với những người bạn đồng sở thích. Người bạn đời của bạn chưa hẳn là người tri âm, tri kỷ của bạn trong một khía cạnh nào đó, phải không bạn?

Có lẽ bạn cũng đồng ý rằng tiền bạc đôi khi không mang lại hạnh phúc nhưng cũng không thể thiếu nó được trong đời sống này và đôi khi nó cũng lại là nguyên nhân chính của bao cuộc đổ vỡ hạnh phúc gia đình. Khi người chồng hay người vợ chỉ thấy niềm vui và hạnh phúc khi nhìn những con số tăng dần trong các trương mục tài chánh thì tất nhiên họ sẽ có nỗi buồn tha thiết khi nhìn những con số này bị giảm dần đi theo những chi tiêu cho các nhu cầu cần thiết hoặc cho những sinh hoạt của gia đình: thực phẩm, quần áo, tiện nghi, giải trí, thuế má, bảo hiểm, quan hôn tang tế, giúp đỡ bà con, từ thiện .v.v… Họ quên rằng số tiền thu vào thì cũng phải được chi ra chứ làm sao còn nguyên vẹn hay tăng lên cho được và từ đấy những cuộc cãi vã về vấn đề tiền bạc sẽ xảy ra làm rạn nứt hạnh phúc gia đình. Một người trong gia đình quan niệm rằng tiền bạc chỉ là một phương tiện để đem lại niềm vui tình cảm hay vật chất cho các thành viên trong gia đình sau những giờ phút làm việc cực nhọc, trong phạm vi hoàn cảnh tài chánh cho phép thì có đáng bị trách cứ hay không? Dĩ nhiên là bạn cũng phải để dành một số tiền để phòng thân khi hữu sự chứ! Đồng tiền do công sức làm việc cực khổ của hai vợ chồng tạo ra thì cũng cần được sử dụng vào những sinh hoạt đem lợi ích, vui vẻ của cả vợ lẫn chồng cùng con cháu về hai phương diện tình cảm lẫn vật chất trong khi chúng ta còn sống hiện tại trên thế gian này, như thế vẫn có giá trị hơn là việc theo dõi sự tăng giảm của số tiền được cất giữ ở ngân hàng! Bạn có đồng ý chăng? Vấn đề ở đây là người chồng hay người vợ đó có phung phí tiền bạc quá phạm vi tài chánh cho phép vào những cuộc vui cờ bạc, rượu chè, trai gái, hút xách, sửa sắc đẹp cho riêng cá nhân mình hay không mà thôi? Trong các cuộc cãi vã về sự đúng sai trong cách sử dụng tiền bạc và trong khi nóng giận, chồng hay vợ của bạn đã thốt ra những lời lẽ khó nghe làm tổn thương đến tình cảm và hạnh phúc gia đình của bạn. Thêm một lần nữa, bạn lại cảm thấy cô đơn khi thấy rằng thiện chí của bạn đã không được cảm thông, hiểu rõ. Hai đường thẳng song song có bao giờ gặp nhau không, bạn nhỉ?

Khi bạn cảm thấy cô đơn, dĩ nhiên là bạn sẽ cảm thấy đau buồn lắm! Bạn sẽ tìm cách khỏa lấp sự cô đơn của mình bằng nhiều cách tùy theo quan điểm sống của bạn. Bạn có thể buông xuôi hay tìm vui trong tửu sắc, cờ bạc. Nếu bạn hiểu rằng đời sống thật là vô thường, còn đó mất đó, thì mọi việc đều là do duyên nghiệp thì xin bạn hãy chấp nhận cái duyên nghiệp mà mình đã tạo ra để mà vui sống cho hết kiếp này và cố gắng làm những điều thiện lành để chuyển nghiệp hay tạo nên nhân duyên tốt lành cho quả phúc về sau. Bạn có đồng ý chăng?

Dòng sông nào rồi cũng chảy ra biển cả và con người nào rồi cũng đến lúc xuôi tay về với cát bụi, không mang gì theo được với mình ngoài duyên nghiệp mình đã tạo. Vậy thì tại sao khi còn sống chúng ta không để lại cho nhau những tình cảm mến thương thân ái, bạn nhỉ? Xin mượn những lời thơ sau đây để làm kết luận cho bài viết này:

"…Tôi thích nhận hoa hồng khi còn sống
Còn hơn là trăm vạn đóa hoa tươi
Lúc chết đi, ai biết được tình người?
Là thành thật, hay chỉ lời giả dối?!"

Hy vọng rằng bạn sẽ không phải là hạt bụi cô đơn giữa vùng đầy bụi cát, bạn nhé!

Sương Lam

Tiểu Thu

Tên thật: Phan Thu Thu
Sinh năm 1947 tại Quận Cao-Lãnh, Đồng Tháp
Hiện định cư tại Thành phố Montréal, Canada

Tác phẩm đã xuất bản:
Sóng Nước Tình Quê (Tập truyện ngắn, 2002)
Tiếng Hót Vành Khuyên (Tập truyện ngắn, 2007)

Hạt Sầu

   Mai Khanh không hề nghĩ về chàng, vậy mà sáng nay, trong giấc ngủ muộn, nàng đã mơ thấy Thiên. Mà buồn cười là trong mơ, nàng gặp lại Thiên trong một tình huống thật bi thảm: nàng vừa nhận được kết quả thử nghiệm, bị ung thư phổi! Đang rầu rĩ cùng cực thì chàng bỗng xuất hiện. Thấy trên tay Mai Khanh xấp tài liệu về chứng bệnh này, cộng với khuôn mặt rầu rầu, Thiên đã ra dấu hỏi và nàng gật đầu xác nhận. Không nói với nhau một lời. Vậy mà hiểu nhau. Trời ơi, đồng cảm đến như vậy sao?

   Nàng thấy tất cả ngồi chung quanh một chiếc bàn tròn của một quán cà phê lộ thiên. Có Mỹ Lệ và đứa con

Tiểu Thu - 225

gái nhỏ của Thiên. Có Phúc, người chồng hiền lành và yêu Mai Khanh rất mực, có cả những người mà Mai Khanh không quen. Vậy mà nàng đã rất tự nhiên trao cho Thiên những cái nhìn đầy ắp yêu thương. Đã đặt những chiếc hôn nồng nàn lên mái tóc đứa con gái nhỏ. Trời ạ, không hôn được bố thì hôn con. Cũng là máu thịt của chàng. Một người đàn ông, chắc là bạn của Thiên, trêu "chị Mai Khanh là ex thứ mấy của anh Thiên vậy?" và Mai Khanh đã ngượng ngùng đính chính "Không. Tôi không phải là ex của anh Thiên. Chúng tôi là bạn thường thôi!" Có lẽ chỉ trong giấc mộng người ta mới bạo mồm bạo miệng đến thế!

Đã nhiều lần trong mơ, qua ánh mắt, nụ cười, nàng đã trao cho Thiên biết bao là tình ý. Những gì nàng ấp ủ trong lòng, Thiên đều thấu hiểu. Nên dù chỉ là trong những giấc mơ ngắn ngủi, đứt đoạn, Mai Khanh vẫn cảm thấy hạnh phúc dạt dào. Hạnh phúc vì Thiên đã hiểu thấu lòng dạ của nàng. Lần nào cũng thế, tỉnh giấc rồi mà trong lòng vẫn còn thổn thức, cơn mơ ám ảnh đến vài ngày mới từ từ phai nhạt...

Ngày ấy, Mai Khanh biết rằng nàng yêu Thiên, một tình yêu vô vọng. Vì gia thế của chàng? Vì chàng khó tính? Vì chàng chưa muốn lập gia đình? Vì lúc nào chàng cũng có hằng tá tiểu thư vây quanh? Có thể là vì tất cả những thứ đó cộng lại. Thiên đẹp trai ư? Không hẳn. Vì cái mác bác sĩ ư? Phúc theo Mai Khanh khít rịt cũng là bác sĩ. Hay tại cái tính lừng khừng (nhưng lòng dạ thì rộng bao la!), cái óc hài hước không giống ai của chàng? Không biết lý do nào. Chỉ biết là Mai Khanh yêu chàng với tất cả đam mê. Nhưng nàng đã chọn lên xe hoa với Phúc. Nói đúng ra Mai Khanh đã hết đường chọn lựa. Để thoát đi, nàng đành chọn kết hôn với Phúc. Phúc yêu nàng đắm say. Con bạn thân nhất đã khuyên "thà lấy người yêu mình nghe nhỏ". Và nàng đã nghe theo lời nó. Nhưng, cái khối tình Trương Chi nặng ngàn cân đó, nàng phải vác trên lưng suốt mấy chục năm ròng...

Đã gặp lại cố nhân hai lần. Một lần khi tóc chàng còn xanh, mắt chàng còn tinh. Lần thứ nhì thì tóc chàng muối đã nhiều hơn tiêu. Ánh mắt kém tinh anh, nhưng nụ cười nửa miệng và cái tính lừng khừng thì vẫn còn đó, y nguyên. Và khổ thay, Mai Khanh thấy mối tình vô vọng của nàng với Thiên, qua bao nhiêu thăng trầm của cuộc sống, vẫn còn đây, trọn vẹn! Trái tim của nàng, dù không còn trẻ trung gì nữa, vẫn còn có những lần lỗi nhịp khi đối diện với chàng.

Cái ngày nghe tin Thiên đến Canada bình yên với cô vợ mới cưới, Mai Khanh cảm thấy hụt hẫng, buồn! Ơ hay, mình đã chồng con đùm đề, nghe tin người ta lấy vợ lại buồn. Cứ như là Mai Khanh không muốn Thiên thuộc hẳn về một người đàn bà nào khác. Ngày nào còn độc thân là chàng vẫn còn là của riêng nàng! Mai Khanh biết mình vô lý, nhưng tình yêu nàng dành cho Thiên lớn quá, khiến cho nàng có cảm giác được quyền đòi hỏi (hay mơ ước) như thế, dù chỉ là trong tâm tưởng.

Lần đầu tiên gặp lại Thiên và cô vợ trẻ, Mai Khanh không khỏi ngỡ ngàng. Có một chút thất vọng, một chút bực bội (vô cớ!). Giống như chính mình bị xúc phạm (vô duyên chưa, mắc mớ gì đến mình?) Có bao nhiêu thiếu nữ xinh như mộng đã vây quanh Thiên như đèn cù (nếu không muốn nói là săn đuổi), cuối cùng chàng đi chọn một người như vầy ư? (Ơ hay, quyền của người ta mà lị!).

Dù tên Mỹ Lệ gợi lên một nhan sắc mỹ miều, phải công nhận rằng Mỹ Lệ bằng xương bằng thịt không được đẹp. Suối tóc dài óng mượt trong tấm ảnh Thiên gửi cho vợ chồng Mai Khanh lúc mới đặt chân lên đất nước Canada, giờ đã biến thành một mái tóc ngắn lởm chởm. Chiếc áo dài thướt tha cũng được thay bằng những bộ quần áo kiểu mới, cũn cỡn, thùng thình, màu sắc tẻ nhạt. Mai Khanh đọc được sự ngượng ngùng, bối rối của Thiên về cô vợ trẻ, trước cái dáng vẻ thanh lịch, đài các của Mai Khanh. Ngày xưa đã thế. Những chiếc áo dài cắt khéo nàng mặc mỗi khi lượn phố, đã kéo theo bao nhiêu là cặp mắt ngưỡng mộ. Đàn ông si tình nàng không ít, cớ gì lại ôm mối tình tuyệt vọng với Thiên? Chỉ có Trời mới biết. Như Thiên, sàng lọc cho lắm cuối cùng kết một cô vợ lập dị không giống ai. Mỹ Lệ được tính thật thà. Không màu mè, điệu đà. Nghĩ sao nói vậy, trái ngược với cách nói ý nhị của Thiên, dù nàng cũng là một cô Bắc kỳ chính cống. Chỉ có thể giải thích rằng, lúc đầu những điều trái ngược đó đã thu hút đối phương. Nhưng sau này, những lời kể lể, dù dưới dạng khôi hài của Mỹ Lệ, về cái tính ương gàn của Thiên, cũng hé lộ cho Mai Khanh thấy cái hạnh phúc tương đối mong manh của họ.

Dưới mắt mọi người, Mai Khanh là người đàn bà may mắn nhất. Được chồng yêu với một tình yêu tuyệt đối. Được kết hôn với một người đàn ông có địa vị, hiền lành và thật thà như đếm. Những đứa con ngoan và xinh xắn. Đúng, Mai Khanh là người đàn bà hạnh phúc nhất đời, nếu trong tâm tư không trĩu nặng một mối tình vô vọng. Biết là vô vọng mà sao không quên được hở trời?

Dù đã xa tít mù khơi trong cái dĩ vãng mịt mùng, Mai Khanh vẫn nhớ từng câu, từng lời mà hai người đã trao đổi (họ có là gì của nhau đâu mà dùng tiếng trao cho nhau nhỉ?)...

- Chốc nữa anh lên máy bay rồi. Không nói *bon voyage* sao?

Chàng nói câu này với nụ cười nửa miệng và ánh mắt nghịch ngợm. Mai Khanh lí nhí "bon voyage" mà đôi má phớt hồng. Thiên cười thật tươi với nàng trước khi nhảy lên chiếc xe jeep để ra phi trường. Mai Khanh đã nhìn theo chàng với trái tim xanh non rộn rã...

Một lần Thiên và nàng cùng đi một chuyến bay. Họ ngồi cạnh nhau. Mai Khanh gần như bị tê liệt, suốt hai giờ bay không hề nhúc nhích, cũng không trao đổi với nhau câu nào. Lời gì thì cũng không nói lên được nỗi đớn đau của nàng. Trên chuyến xe buýt chật như nêm từ phi cảng về nhà, cả hai đứng gần nhau. Đến một đèn đỏ ở ngã tư đường, tài xế thắng gấp. Mai Khanh chúi nhũi vào Thiên. Chàng vội đưa tay đỡ. Lúc đó Mai Khanh chỉ muốn dụi đầu vào ngực Thiên khóc một trận đã đời. Nhưng làm sao dám?! Nàng xuống tại ngã tư sau đó. Chỉ có một câu trống không "xuống nhé" và Mai Khanh gật đầu. Đứng bên lề đường, chiếc va-ly ngoan ngoãn nằm dưới chân, nhìn theo chiếc *bus* chuyển bánh, lòng dạ Mai Khanh rối bời, nặng như treo đá. Tuần sau là đám cưới của nàng với Phúc...

Những tháng năm vất vả long đong nơi xứ người, không ngày nào là nàng không nhớ đến Thiên. Nhớ quay quắt, nhớ mải mê! Rồi thỉnh thoảng chàng lại hiện về trong những giấc mơ ngắn ngủi của Mai Khanh. Vẫn thế. Trẻ trung và hào hoa.

Nàng đã hồi hộp biết bao cho lần gặp lại sau mười năm dài đẳng đẳng. Thiên đến một mình, nhưng Mai Khanh có Phúc. Trong thang máy đầy người để lên *cafeteria* ở tầng trên, Thiên quàng tay lên vai Mai Khanh siết nhẹ, thì thào:

- Mai Khanh vẫn thế. Không thay đổi gì cả.

Nàng đã lặng người. Mọi cảm xúc vẫn đầy ắp như xưa. Mai Khanh nhắm mắt. Ước gì chiếc thang máy cứ lên mãi, lên mãi, không bao giờ ngừng...

Tối đó hai cặp đi ăn với một nhóm bạn cùng đơn vị ngày xưa. Mai Khanh sang cả trong chiếc áo đầm màu tím nhạt, cổ đeo xâu chuỗi hạt trai. Mái tóc đơn sơ chấm ngang vai. Trẻ trung và thanh thoát. Mỹ Lệ mặc áo đầm màu đen, cổ xẻ sâu. Mái tóc uốn xoăn tít kiểu phi châu. Cổ và tay đeo nhiều chiếc vòng bạc lóng lánh chồng lên nhau. Mỹ Lệ có vẻ đẹp man dại của một phụ nữ vùng rừng núi. Thiên cười, trong câu pha trò có chút cay đắng:

- Tôi cưới nhầm một cô Thái đen!

Mỹ Lệ chỉ nhún vai, không trả lời. Nhưng nét mặt không vui. Mai Khanh đưa mắt nhìn Thiên, trách móc. Giữa họ vẫn còn lối đối thoại không lời. Thiên nhướng cặp lông mày, như ngầm nói "Đùa thôi. Không sao đâu. Quen rồi!"

Cánh đàn ông lâu ngày không gặp nhau, vừa ăn vừa nhắc những kỷ niệm nơi vùng giới tuyến. Mai Khanh cũng nói chuyện với các bà. Nhưng quanh quẩn chỉ chuyện con cái, chuyện bếp núc và chuyện thời trang, áo quần... Họ không có những kỷ niệm sống chết với nhau như cánh đàn ông. Hôm nay nàng mới biết, Mỹ Lệ xuất thân trường Pháp, là *fan* của nữ ca sĩ Tina Turner. Thảo nào cách phục sức và trang điểm giống y chang bà già giết giặc đó!

Bữa tiệc tàn. Nhìn đồng hồ thấy còn sớm nên mọi người đồng ý kéo hết đến vũ trường nghe nhạc. Nhân thể check lại sự dẻo dai của đôi chân. Mai Khanh dặn nhỏ chồng nhớ mời Mỹ Lệ nhảy. Nghe nói cô ấy mê nhảy đầm lắm. Phúc gật đầu. Trong thâm tâm, Mai Khanh hy vọng gì? Nhớ lại những ngày đầu, lúc mới quen nhóm Phúc, Thiên. Họ kéo Mai Khanh đi dự party Noel trong một Câu lạc bộ. Nàng đã tròn mắt nhìn những cặp trai gái quay cuồng trên sàn nhảy. Khâm phục quá trời. Thiên mời nàng một bản Tango, nhưng Mai Khanh lắc đầu cười trừ:

- Xin lỗi anh. Mai Khanh không biết nhảy.

Thấy chàng không mấy tin, Mai Khanh không biết phải nói gì hơn là lập lại:

- Thật đó. Em không biết nhảy đầm đâu!

Nhưng bữa nay thì khác. Phúc đã dạy cho nàng nhảy thật nhuần nhuyễn. Cả những bước khó nhất. Những người trong bàn đã lục tục bước ra sàn nhảy.

Đã nhiều lần đến đây, nhưng hôm nay, Mai Khanh thấy tâm trạng mình khác hẳn. Đến cô ca sĩ hát dở nhất mọi khi, nàng cũng thấy hay.

Sau bản *Cha cha cha* vui nhộn, cô ca sĩ bắt tiếp bài slow mùi *Tà Áo Xanh* của nhạc sĩ Đoàn Chuẩn. Trên đường trở về bàn, Mai Khanh chợt thấy lòng mình mềm nhũn, nàng quay lại nói với Thiên:

- Mình nhảy thêm bản này nhé.

Cả hai im lặng bước đi trong tiếng nhạc dìu dặt và tiếng hát nức nở của cô ca sĩ nổi danh tài sắc của vũ trường. Mai Khanh chợt ngước lên hỏi:

- Anh Thiên có nhớ gì khi nghe bài Tà Áo Xanh?

Thiên nhìn xuống, vẫn nụ cười nửa miệng, ánh mắt tràn đầy bóng tối:

- Bộ có kỷ niệm gì sao?

Mai Khanh chỉ lúng túng một giây:

- Hồi đó có lần Mai Khanh hỏi anh thích bản nhạc nào nhất? Anh trả lời bài Tà Áo Xanh của nhạc sĩ Đoàn Chuẩn.

Tiếng Thiên đầy kinh ngạc:

- Trời ơi, bao nhiêu năm rồi Mai Khanh vẫn nhớ?

Giọng nàng lạc đi:

- Dạ, vẫn nhớ.

Hình như vòng tay của Thiên siết chặt hơn một chút. Hay tại nàng tưởng tượng?

...Rồi chiều nao xác pháo bên thềm tản mác bay
Em đi trong xác pháo, Anh đi không ngước mắt, thôi đành em!
Lúc em ra đi lạnh giá tâm hồn, hoa mai rơi từng cánh bên đường
Lạnh lùng mà đi luyến tiếc thêm chi
Hoa tàn tình tan theo không gian!

Tiếng ngân trong vắt của người ca sĩ kéo theo tràng pháo tay giòn dã của đám đông. Có một cái gì đó lóe lên trong cái đầu ngơ ngơ của Mai Khanh khiến nàng đứng đực ra trên piste, cặp mắt mở căng nhìn Thiên, miệng há to nhưng không một âm thanh nào thoát ra. Thiên đặt tay lên lưng Mai Khanh dìu về chỗ ngồi. Từ đó nàng như đắm chìm trong một thế giới khác. Cái thế giới đầy sương mù và gió lạnh của ngày nào. Trời ơi tại sao ta không nghĩ ra? Thật là đồ con lừa! Mai Khanh tự sỉ vả mình. Giờ đây nàng lờ mờ hiểu tại sao lúc mới quen với nhóm của họ, sáu bảy người gì đó, đủ mọi thành phần, binh chủng. Mỗi khi tụ họp, trong khi mọi người đấu hót tưng bừng thì lúc nào Thiên cũng ngồi một mình trong góc, đăm chiêu tư lự với điếu thuốc trên tay. Mới đầu Mai Khanh còn tưởng anh chàng kiêu kỳ, lập dị. Đáng giận là thái độ này của Thiên lại thu hút Mai Khanh như nam châm hút sắt. Cái đầu sáng suốt thì lắc, nhưng trái tim mù lòa lại gật! Hậu quả là tâm hồn cứ lênh đênh trong suốt bao nhiêu năm qua. Trời ơi!

Trước khi chia tay, mọi người hẹn ngày mai sẽ đến ăn bún chả nhà vợ chồng Đức. Đức ngày xưa là dược sĩ của bệnh viện Quân y, nghèo xơ xác. Bây giờ là chủ nhân một nhà thuốc tây thuộc loại "tầm cỡ" ở Orange County, giàu sụ. Căn nhà hơn hai triệu tọa lạc trên đồi, sân sau nhìn ra một cái hồ rộng. Xung quanh hồ, liễu rũ phất phơ và nhiều loại hoa màu sắc rực rỡ. Từ nhà Đức theo những bậc thang bằng đá đi xuống hồ độ vài chục thước. Lối đi xung quanh hồ được lót gạch phẳng phiu. Những băng đá đặt rải rác cho người đi bộ nghỉ chân. Sau màn bún chả thịt nướng ê hề là mục karaoke. Vợ chồng Đức có mời thêm vài cặp bạn của họ, cho không khí càng thêm tưng bừng. Nhà này được chủ nhân thiết bị một giàn máy hát cực kỳ hiện đại, nên người nào hát cũng hay gần bằng Tuấn Ngọc, Khánh Hà, Ý Lan... vì thế chương trình được mọi người hưởng ứng nồng nhiệt. Hát hay không bằng hay hát mà lị!

Tiếng bà chủ nhà cất lên. Cao, trong như pha lê và dạt dào tình cảm. Bài *Tình Khúc Thứ Nhất* của nhạc sĩ Vũ Thành An. Những lời ca như xoáy vào tim: *"Tình vui theo gió mây trôi, ý sầu mưa xuống đời... Ngày thần tiên em bước lên ngôi, đã nghe son vàng tả tơi!... Có biết đâu niềm vui đã nằm trong thiên tai. Những cánh dơi lẻ loi mù trong bóng đêm dài... Tình vui trong phút giây thôi, ý sầu nuôi suốt đời!..."* Mỗi lần nghe bản nhạc này là Mai Khanh cảm thấy cay cay trên đầu mũi, trên khóe mắt. Và con tim tơi tả như bài hát. Chao ôi!

Xưa nay chỉ quen làm khán thính giả chứ không quen cầm *micro* nên nghe độ năm, bảy bài là Mai Khanh bắt đầu muốn ngáp. Nhờ ngồi hàng ghế sau cùng nên nàng rút lui một cách êm thắm. Băng qua căn bếp rộng thênh thang, sạch như lau như ly vì ít khi được dùng tới, Mai Khanh đi thẳng ra sân sau. Nàng chợt ngừng nơi ngưỡng cửa. Ánh đèn từ trên cao hắt xuống nhạt nhòa trên tấm lưng của một người đàn ông đứng tựa bên lan can phía sau nhà, mắt nhìn hờ hững xuống mặt hồ, điếu thuốc lập lòe trên môi. "Cho dù anh có đứng trong bóng đen âm u, em cũng nhận ra ngay". Mai Khanh chợt bật cười vì cái ý nghĩ đầy vẻ cải lương của mình.

Tiếng cười tuy khẽ, cũng khiến Thiên quay đầu lại. Nhận ra Mai Khanh, chàng lên tiếng:

- Mai Khanh hả? Ra đây ngắm trăng. Trăng hôm nay đẹp vô cùng.

Hít một hơi dài làn gió hây hẩy từ mặt hồ đưa lên, hương đêm thơm ngan ngát, Mai Khanh bước ra đứng bên cạnh Thiên. Ngước nhìn bầu trời trong veo, vành trăng tròn lồng lộng như chiếc đĩa bạc. Dưới kia rặng liễu lao xao trong gió, giống những suối tóc mềm lung linh... lung linh... Mai Khanh buột miệng:

- Đẹp như trong mơ anh nhỉ.

Thiên chép miệng:

- Xứ người thanh bình lạ. Tội nghiệp cho đất nước tang thương của chúng ta. Nhớ lại những ngày còn ở bệnh viện Quân y. Mỗi lần đụng trận lớn là thương binh tải về rần rần...

Không để chàng dứt lời, Mai Khanh xoay người lại:

- Anh Thiên, em có điều này muốn hỏi anh.

Ngạc nhiên, Thiên cũng xoay người nhìn Mai Khanh:

- Điều gì mà có vẻ nghiêm trọng vậy?

Mai Khanh hơi ngập ngừng:

- Em muốn biết khi anh đổi lên bệnh viện Quân Y, anh đang có chuyện buồn về tình cảm?

- Tại sao bỗng dưng Mai Khanh muốn biết chuyện này? Có gì quan trọng đâu?

- Nhưng em muốn biết sự thật. Kể cho em nghe đi.

Thiên quay nhìn về hướng mặt hồ, giọng xa xăm:

- Chuyện đã lâu rồi nhắc lại làm gì...

- Em có lý do để hỏi anh chuyện này. Giọng Mai Khanh van nài.

Im lặng vài phút như để cố nhớ lại một dĩ vãng đã xa. Thiên thở hắt ra:

- Ừ, thì cứ xem như là có đi. Một anh trung úy bác sĩ mới ra trường làm sao địch nổi với một ông Đại sứ. Dù giữa họ có chút chênh lệch về tuổi tác, nhưng ông ta vẫn còn rất phong độ. Anh không trách ai cả. Chỉ tại mình không đủ điều kiện...

- Vì thế anh mới xin đổi lên vùng khỉ ho cò gáy để quên?

- Ừ, để quên... và anh đã quên.

- Anh đã quên. Mai Khanh lập lại lời của Thiên như một cái máy. Rồi sau đó?

- Cho đến khi anh gặp một cô bé có chiếc răng khểnh. Xinh thật xinh. Giọng Thiên bỗng trở nên ngậm ngùi, nhưng một lần nữa anh lại phải lùi bước...

- Tại sao? Mai Khanh gần như kêu lên.

- Em nghĩ sao khi thằng bạn thân của mình tâm sự là nó yêu cô bé kia say đắm và có ý muốn xây dựng gia đình với cô ấy? Nó không hề biết tình cảm của anh dành cho cô bé...

Mai Khanh cắt ngang, cổ họng nghẹn cứng:

- Nếu cô ta cũng yêu anh thì sao?

- Thằng bạn anh có điều kiện hơn anh. Hơn nữa, nếu anh biết nó yêu cô bé kia mà còn tranh giành thì ra thể thống gì?

- Nhưng ít ra...

Thiên vội cắt ngang, giọng dịu dàng nhưng cương quyết:

- Mai Khanh. Hãy nghe anh. Chúng ta là những người có trách nhiệm. Chuyện đã qua rồi đừng nhớ tới nữa. Ai cũng chỉ có một thời để yêu. Những tình cảm ngày xưa, chúng ta trân quý như một kỷ niệm đẹp. Anh bây giờ sống cho qua ngày. Em biết không, Mỹ Lệ bị ung thư buồng trứng. Vì thế cô ấy muốn làm gì anh cũng chìu. Ngày tháng trước mặt của cô ấy chắc không còn nhiều...

Mai Khanh kêu lên thảng thốt:

- Trời ơi, em không ngờ. Trông chị ấy bình thường như vậy.

- Mỹ Lệ rất can đảm. Cô ấy cố sống thật bình thường. May mà các con anh cũng đã lớn. Đời là vạn ngày sầu! Mình phải tự tìm cách xua bớt nỗi sầu mới mong được sống an lạc. Thôi chúng ta vào nhà.

Sương bắt đầu xuống rồi đó. Coi chừng kẻo bị cảm, cô bé có chiếc răng khểnh!

Câu cuối cùng Thiên nói thật chậm rãi và chàng mỉm cười, nhìn sâu vào mắt Mai Khanh trước khi quay lưng bước vào nhà. Ánh trăng đổ xuống mênh mông. Nàng vẫn đứng đó, ngơ ngác như kẻ mộng du. Cô bé có chiếc răng khểnh! Thì ra... Ta nên khóc hay nên cười? Có lẽ cả hai. Đời là vạn ngày sầu. Những hạt sầu nàng đã gieo từ khi bắt đầu yêu Thiên. Bao nhiêu năm qua nó đã đơm bông, kết trái, liên miên không ngừng. Giờ đây, Mai Khanh chỉ muốn dùng hai tay vốc từng nắm hạt sầu, rải tung ra trước gió. Nàng mong chúng sẽ nương theo gió bay đi thật xa...thật xa.

Tiểu Thu
(Chớm thu 2008)

Vi Khuê

Tên thật: Trần Trinh Thuận
Bút hiệu khác: Đoàn Văn, Nguyễn Thị Bình Thường,
Đào Thị Khánh
Cử nhân Văn chương Việt Hán
Hiện định cư tại Virginia, Hoa Kỳ

Tác phẩm đã xuất bản:
Giọt Lệ (1971), Cát Vàng (1985),
Tặng Phẩm Tình Yêu (1991)
Hoa Bướm Vườn Thơ Tôi (1994)
Ngựa Hồng Trên Đồi Cỏ (truyện, 1986)
Những Ngày Ở Virginia (truyện, 1991)
Vẫn Chờ Xe Thổ Mộ (truyện, 1993)

Người Vợ Bé Bỏng

Nàng hẹn sẽ gọi anh vào lúc 12 giờ đêm 20 tháng Chạp âm lịch, đêm hôm nay. Anh nhìn lên đồng hồ, thấy hai cây kim đã nằm chênh chếch số 12, 11 giờ 5 phút. Anh nhớ y nguyên câu nói của nàng: "Hễ Ly gọi, thì tức là có thể Ly sẽ trở về, và như vậy có nghĩa là Ly vẫn chưa dứt khoát trong sự lựa chọn... còn nếu như Ly không gọi, thì nghĩa là Ly đã dứt khoát, và không bao giờ trở về nữa. Anh tha thứ cho Ly".

Trong tháng vừa qua, đã có ba người ở tận Châu Âu cho anh biết tin tức mới mẻ nhất về nàng. Hân nói đã trông thấy Ly lái xe sport mui trần mới tinh màu đọt chuối, phóng như bay trên đại lộ, mớ tóc đen dài tung bay trước gió, Nhật thì ngồi bên cạnh, mắt đeo cặp kính đen thật to. Én từ Luân Đôn kể rằng đã gặp Ly và Nhật đậu xe trước thính đường đại học University of London, "con bé" ngồi ghếch chân chạm vào mặt kính xe, chân mang đôi giầy đỏ, một cánh tay gầy lòi ra ngoài cửa xe, hai ngón tay kẹp điếu thuốc đang cháy dở. Én đi ngang qua đã nhìn tận mặt Nhật, anh chàng vẫn "bô trai" với cặp kính đen to bản làm nổi bật màu da trắng ngà và trông trẻ vô cùng với bộ đồ xanh da trời... Linh thì gọi từ miền Nam nước Pháp nói rằng chính chị đã đón tiếp cặp tình nhân tại nhà chị, và rằng "cô bé" vẫn đòi ăn món lạ đời là món "sụm" ngày xưa! Giọng nói khàn khàn của bà chị vợ oang oang bên tai Đồng, bà kể rành rọt như để báo cáo: "Chú Đồng ạ, con bé đòi ăn món lạ đời là món sụm! Chú còn nhớ món sụm chứ, cái món mà ngày xưa nhỏ Ly vẫn thích lắm, cái món ăn của người Thái Lan chị học được đấy mà: Đu đủ bào vắt khô nước, trộn với nước mắm đường chanh ớt tỏi, và thật nhiều tóp mỡ, nêm thêm chút mắm tôm". Bà chị chép miệng trong điện thoại: "Cái món cay cay, chua chua, ngọt ngọt, béo béo, dòn dòn ấy, nói đến là thèm! Ly nó vẫn thèm cái món ấy và nó bắt anh chàng phải ăn. Anh chàng phải ăn để chiều nó, mặc dầu cay chảy nước mắt nước mũi. Thôi nhé, "hai đứa" còn ở lại đến cuối tuần, chị sẽ báo cáo tiếp!"

Đồng mỉm cười, ngồi ngả lưng vào gối nệm êm ái. Anh nhắm mắt nhè nhẹ, và tưởng tượng: Cô bé phóng xe như bay, mớ tóc đen dài phất phơ trước gió... Con nhỏ ngồi ghếch chân chạm mặt kính xe, chân mang đôi giầy đỏ... Con bé đòi ăn cho được món sụm cay xè...

Không ai gọi nàng là cô ấy, mợ ấy, chị ấy, bà ấy. Tất cả không ai bảo ai, đều gọi nàng là con bé, cô bé, con nhỏ... Và giờ đây, trong gian phòng này, còn cả vết tích trẻ thơ của nàng: nàng sưu tập búp bê, và sau mười năm ở Hoa Kỳ, hàng trăm búp bê đang sắp hàng trong tủ kính; những đôi giầy của nàng để đi dự tiệc, nhỏ xíu và cao đúng mười phân tây, vẫn nằm yên trong ngăn kéo dưới gậm giường. Bức hình sau cùng của nàng chụp ngày 20 tháng 5 năm 1985 - sinh nhật - đứng trên mặt bàn giấy của anh, dưới cái chụp đèn màu hồng nhạt. Nàng mặc áo đầm ngắn trên đầu gối, đeo chiếc kiềng và hoa tai bằng bạc. Bên cạnh nàng là con trai nàng, đứng cao bằng mẹ.

Ly vẫn cười đó. Cái miệng rộng và cặp môi dày như nhênh nhếch, ngạo nghễ, cặp mắt to cười cười như hiểu hết mọi chuyện và chế giễu mọi chuyện và cái mũi tẹt nhăn nhăn... "Con Ly ấy mà đẹp đẽ gì. Người thì nhỏ quá khổ, cái mũi thì tẹt, lúc nào cũng nhăn như con khỉ, cái mồm thì rộng như mồm cá ngão!" "Con Ly nó đi bên cạnh ông Đồng như cha với con, nó nõng nhẽo, nó phụng phịu, nó đòi hết thứ này qua thứ khác!" Đó là những lời ong tiếng ve vẫn lởn vởn sau lưng nàng từ hồi còn đi học cho đến khi lên xe hoa đi lấy chồng là một ông thầy dạy Đại Học và cho đến tận khi con trai nàng đã mười bốn tuổi, đứng cao bằng mẹ.

Giờ đây, anh đợi nàng sẽ gọi anh vào lúc 12 giờ. Mười hai giờ ngày 20 tháng Chạp âm lịch, đó là ngày giờ đã được ghi là "kỷ niệm thiêng liêng nhất" trong quyển nhật ký màu đỏ. Đó là ngày cưới và giờ hợp cẩn tốt nhất do thầy tử vi ấn định, mười lăm năm xưa.

Anh yêu nàng biết bao nhiêu.

Nàng là vợ anh, và đã bỏ anh đi theo một người đàn ông khác.

Và giờ đây, họ đang trên đường đi hưởng những ngày tháng trăng mật từ Mỹ quốc qua đến tận Châu Âu. Nàng thì đi với sự đồng ý của anh, còn anh chàng kia thì coi như sự hắn yêu thích một người đàn bà và được nàng đáp lại, và bằng cách nào đó, nàng đã thu xếp được để đi với hắn, thì đó là quyền của nàng và sự đắc thắng của hắn chẳng có gì là sai quấy. Cả ba đều cho rằng đó là chuyện riêng, không có gì để phải khai báo với bạn bè hay người quen kẻ biết. Nhưng dư luận cứ vô cùng sôi sục. Hằng ngày anh cứ phải tìm cách trả lời những câu hỏi xa xôi, tò mò, mách qué về sự vắng mặt của nàng, đã quá lâu.

Từ lâu, dư luận trong giới đồng hương đã phỉ nhổ vào mặt nàng, hay hơn thế nữa. Cách đây một năm, khi chuyện tằng tịu giữa hai người vừa mới được bật mí, sự nổi giận của các bà đã rất dữ dội. Bà nào cũng tỏ ra cứ y như là mình thì chẳng bao giờ làm cái chuyện thương luân bại lý ấy; rằng mình thì từ cái thuở về nhà chồng hãy còn nguyên trinh cho đến bây giờ vẫn chính chuyên một mực, chẳng hề để cho sứt mẻ một mảy may nào! Rồi thì, để tăng thêm vẻ đoan chính nghiêm túc, họ đã bàn tính cả một kế hoạch để tách nàng ra khỏi "tập thể cao quý" này, không cho "con sâu làm rầu nồi canh". Lúc bấy giờ, anh chưa hay biết gì cả. Khi anh đang khoác tay nàng bước vào phòng hội kia để tham dự một chương trình sinh hoạt văn hóa thỉnh thoảng được thực hiện tại thành phố C. thuộc tiểu bang M. lạnh lẽo này thì... bỗng dưng anh nghe rục rịch trong khối người đang ngồi bất động ở đó. Một bà đứng lên, bước ra. Một cô đứng lên, bước ra... và cứ thế, nữ giới lần lượt đứng lên, bước ra. Chỉ trong thoáng chốc, phòng họp vơi đi đến một nửa. Sự ngạc nhiên thấy rõ trên từng khuôn mặt sót lại. Lát sau, tiếng bỏ nhỏ đã chạy khắp gian phòng: "Vì vợ ông Đồng đến, nên tất cả các bà đã đi ra..."

Chẳng phải bây giờ mới có chuyện một người đàn bà ngoại tình, một người đàn ông ngoại tình. Nhưng cái vụ ngoại tình nó diễn ra một cách công khai, một cách đường đường chính chính, như sự thật dưới ánh mặt trời, nó cũng rất nên thơ với những tình tiết hấp dẫn, đẹp đẽ. Tâm lý cả ba nhân vật chính đều rất hồn nhiên, trong sáng, ngay thẳng, họ chẳng hề giấu diếm, khúc khuỷu, quanh co... Họ thật ngang nhiên. Và như vậy, chẳng khác nào thách thức ngay vào cái luật pháp bất thành văn của xã hội, đã thành khí giới giết người, thứ khí giới thật ghê gớm mang tên "búa rìu dư luận"... Trong số các bà nổi giận vì danh dự bị xúc phạm, cũng có bà thành thật bày tỏ nỗi lo âu sâu xa: Như vậy rồi mai đây, tất cả các bà đều có thể bỏ chồng theo bạn chồng, và nguy hại nhất, các ông đều có thể phỏng tay trên vợ đẹp của bạn, để cho các bà vợ chính thất ở nhà phải ôm hận ngàn thu sao? (Lẽ tất nhiên, các bà nghĩ đến quyền lợi của các bà nhiều hơn là nghĩ đến các ông trong vụ này). Không thể nào như thế được.

"Vì vợ ông Đồng bước vào nên quý bà đã đứng dậy, đi ra!" Và họ đi ra hết. Chương trình mới bắt đầu bắt buộc phải tiếp nối trong sự lúng túng của ban tổ chức và sự ngỡ ngàng của cử tọa. Không khí nặng trĩu, ngột ngạt. Nhưng hai người vẫn không hay biết gì, cho đến khi một người đàn ông đứng ở cửa bước vào trao tận tay anh một mảnh giấy nhỏ: "Các bà bỏ phòng hội để phản đối bà Đồng phản bội ông Đồng". Vầng trán người đàn ông cau lại trong một giây, khi cả hai cùng cúi xuống đọc hàng chữ trên mảnh giấy. Thoáng chốc, người đàn ông chợt hiểu. Anh nhướng mắt nhìn thẳng vào mặt người vợ trẻ, thì đôi mắt to đen đã sũng nước.

Đỗ Khuê - 241

Mặt nàng tái xanh. Khi chương trình chấm dứt, họ vừa bước ra khỏi phòng hội thì thấy ở chỗ đậu xe, các bà đã bỏ phòng họp đi ra vẫn hãy còn đứng đó. Họ cùng phủ lên người nàng một cái nhìn vừa chế giễu vừa đe dọa rực lửa. Người vợ bé bỏng nép sát vào người chồng hơn. Anh đưa tay ôm lấy cái eo thon của nàng:

- Đừng sợ, có anh đây.

Về nhà rồi, hai người cũng không có dịp nhắc lại chuyện ấy. Ly vẫn đi làm như thường. Trong khi Đồng bắt đầu để ý đến sự vắng mặt bất thường của một người trước kia vẫn hiện diện thường xuyên trong mọi cơ hội gặp gỡ bạn bè với nhau chỗ này, chỗ nọ. Ừ, mà Nhật hấp dẫn được Ly cũng phải. Người đàn ông tầm thước có cặp mày thật rậm, bộ râu quai nón đã cạo nhẵn nhưng còn in rõ hình hai đường viền xanh đen mờ mờ, ôm lấy khuôn mặt chữ điền, màu da trắng một cách đặc biệt. "Mặt y như mặt người không có máu. Y uống rượu không bao giờ đỏ mặt. Mặt y lạnh như tiền". Vài ba người không ưa Nhật, có thêm nhận xét như thế về hắn. Nhưng riêng người chồng mất vợ này cảm thấy tất cả hấp lực của kẻ tình địch có màu da mặt trắng bệch đó. Đó là màu da của loại người có máu lạnh, đầy nghị lực và bản lãnh, của kẻ đáng được chọn làm thích khách đi lấy đầu bạo chúa Tần Thủy Hoàng ngày xưa.

Ngoài những đặc điểm ấy ra, anh không thấy có gì chênh lệch giữa anh và kẻ đang chinh phục vợ anh. Mặc dầu còn độc thân, hắn đâu phải là con trai mới lớn. Trong đầu hắn có mấy thư viện sách, và cuộc đời hắn đã có ít nhất hai chục người đàn bà bước vào, và đã đi ra. Về thể chất, anh là người cao lớn, có phần vạm vỡ. Nhật thì dáng người tầm thước, có phần hơi nhỏ con. Anh năm mươi tuổi rồi, thì cũng chỉ là tuổi hồi xuân của một người đàn ông, trong khi Nhật thì tuy độc thân, cũng đã bốn mươi tám. Giữa đôi bên, như vậy đã hẳn không phải vì Ly nhỏ hơn anh đến mười ba tuổi, và đã từng là học trò của anh một năm hồi ở Đại học xưa kia, mà nay nàng chê anh già để chạy theo một chàng trẻ và sức lực dồi dào hơn anh, chẳng hạn. Không, không có gì chênh lệch về tuổi tác, về giá trị tinh thần hay địa vị xã hội giữa đôi bên. Còn một yếu tố quan trọng thường được coi là hấp dẫn đối với đàn bà, đó là tiền bạc, thì hơn ai hết, anh biết rõ nàng không ham tiền, trái lại rất coi thường những tên ham đếm giấy bạc. Thế thì còn lại là thứ gì, thứ gì nơi gã đàn ông có màu da mặt trắng kia đã khiến cho nàng cảm thấy "sống với Nhật thì em cảm thấy hạnh phúc hơn?" Càng nghĩ, anh càng thấy cuộc săn đuổi này mang tính cách mạo hiểm phiêu lưu hơn là một chuyện tình lãng mạn.

Nàng thốt lên câu đó giữa cặp môi hồng như nói ra một sự thật đơn sơ giản dị. Sự thành thật, hồn nhiên của nàng làm tim anh đau nhói. "Em cảm thấy hạnh phúc hơn khi sống với Nhật". Như vậy nghĩa là nàng đã từng cùng Nhật chung sống, trong khi đang chính thức là vợ của anh? Hồi nào?

Có phải những buổi chiều nàng nói với anh là cần phải đến thư viện để nghiên cứu về dinh dưỡng, một vấn đề cần thiết cho công việc làm của nàng ở sở? Có phải là những buổi tối nàng nói với anh là nàng muốn đi xem xi nê một mình? Có phải là mùa hè năm ngoái, nàng đi Florida một mình trong mười ngày, "để phơi mình trên cát, và để ăn dừa thỏa thuê?" Có phải là ở những buổi gặp mặt cuối tuần thường kéo dài từ ba đến năm tiếng ở nhà bạn bè trong vùng, sau những phút giây nắm tay Nhật trên sàn nhẩy, mà nàng đã bắt gặp cái gọi là hạnh phúc ấy? Đồng cố nhớ lại: những buổi ấy, nàng đã xòe vạt áo đầm ngắn, xoay tròn một vòng, rồi đối diện y, nàng cười ngửa cổ ra, thật hồn nhiên say đắm. Sau đó, mặt hai người sát lại, y đưa một vòng tay ôm lấy cái eo thon của nàng, và họ thì thầm bên tai nhau. Có phải chính giây phút ấy, nàng đã nói với y: "Em cảm thấy hạnh phúc?", "Em cảm thấy hạnh phúc hơn khi sống với Nhật". Nàng nghĩ thế và nàng đã nói thẳng với anh như thế, nói thật với anh như thế. Anh im lặng và chịu đựng nỗi đau đớn của một người mẹ khi lần đầu bị đứa con nói vào tai sự thật tàn nhẫn: "Con biết là mẹ đã uống thuốc ngừa thai mà vẫn gặp tai nạn là con, con cũng biết là mẹ đã tìm cách phá thai sau đó, nhưng con vẫn cứ ra đời..."

Câu nói ấy được nàng khẳng định bằng chữ viết, trong một bức thư. Thư để dưới gối anh, và do vợ anh gửi:

Anh yêu quý,

Ngày xưa khi tỏ tình với em để đi đến hôn nhân, anh có nói rằng "Chúng ta tự ý quyết định cuộc hôn nhân này không do ai ép buộc, chúng ta sẽ sống chung trong sự tôn trọng tự do của nhau. Đến ngày nào em thấy không còn yêu anh nữa thì cứ nói ra, và chúng ta trả tự do lại cho nhau (hay ngược lại cũng thế).

Nay, Ly thấy thời ấy đã điểm. Ly không biết có còn yêu anh không, nhưng giữa anh và Nhật thì Ly cảm thấy hạnh phúc hơn khi sống bên Nhật. Chuyện âm ỉ đã lâu rồi - như anh cũng biết đấy - đến nay Ly không còn muốn lừa dối anh nữa. Vậy Ly tin anh biết để chúng ta từ giã nhau, Ly đi với Nhật.

Anh tha thứ cho Ly."

Đồng đứng lặng trước bức thư trên đó rơi xuống một giọt nước mắt không ngờ. Một tuần trôi qua. Buổi chiều đi làm về, họ cùng ngồi vào mâm cơm, và giữ một không khí bình thường trước mặt đứa con trai không hề hay biết gì cả. Buổi tối hôm ấy, công việc trên bàn giấy xong, anh bước vào phòng ngủ thì thấy vợ anh đang xếp đặt va ly, chiếc va ly lớn nhưng thật nhẹ chính anh đã mua tặng nàng một ngày thuở xưa khi có dịp đi ra nước ngoài. Chiếc va ly mà họ đã mang theo được trong ngày di tản tháng Tư năm 1975... Ôi, biết bao kỷ niệm vợ chồng đồng sinh đồng tử! Giờ đây, phòng ngủ vẫn ngạt ngào mùi nước hoa của nàng, cặp gối vẫn nằm song song tình nghĩa. Anh đứng bên nàng thật lâu. Nàng chớp hai hàng mi cong, ngập ngừng như khó nói. Anh ngậm ngùi:

- Em nhớ đi đâu cũng mang theo thuốc đau bụng nhé. Em mà đau bụng bất thần thì nguy hiểm lắm.

Trong suốt mười lăm năm chung sống, mỗi lần anh mang nàng đi đó đi đây, mọi chuyện đều được đánh dấu bằng những cơn đau bụng kỳ quái thập tử nhất sinh của nàng. Hơn một lần, vì chứng bệnh kỳ quái ấy, anh đã tưởng nàng chết trên tay anh, bé bỏng và tội nghiệp như một đứa con gái tắt thở trên tay cha. Nàng như cũng nghĩ đến điều ấy, cái điều thật cảm động ấy - cánh mũi nàng rung lên, trong khi hàm răng dưới cắn chặt lấy môi trên. Bỗng nàng quay lại vòng tay ôm lấy thân hình anh, thổn thức:

- Giờ này mà anh còn lo cho Ly sao? Cám ơn anh, cám ơn anh.

- Anh sẽ lo cho Ly trọn đời.

Họ lên giường, gối đầu lên hai chiếc gối tình nghĩa đã bao năm và không nhắc một lời nào nữa về chuyện nàng sẽ ra đi vào sáng ngày hôm sau. Câu nói cuối cùng của nàng được thốt ra khi nàng đứng ở ngưỡng cửa, tay xách va ly:

- Đúng 12 giờ ngày 20 tháng Chạp, anh nhé. Hễ Ly gọi thì tức là Ly sẽ trở về với anh và con, và như vậy, có nghĩa là Ly vẫn chưa dứt khoát trong sự chọn lựa, còn nếu Ly không gọi thì tức là Ly sẽ không bao giờ trở về nữa. Anh tha thứ cho Ly.

Dĩ Khuê - 245

Giờ đây, anh nhìn lên kim đồng hồ một lần nữa: kim ngắn đã gần số 12, kim dài chạy tới số 7. Còn 25 phút nữa, nàng sẽ gọi hoặc không. Anh đang chờ đợi nàng như thế thì điện thoại reo vang, vang dội giữa lồng ngực anh một cách hoảng hốt:

- Anh ạ, Liêu đây anh.

- Ồ, cái gì đó?

- Có gì đâu. Em hỏi thăm tết nhất bà Đồng có về không?

- Ồ không, còn lâu.

- Em nói cái này anh đừng giận em nhé. Chỗ anh em trong nhà. Anh cứ bảo bà ấy đi Tây thăm gia đình, đồng thời chữa bệnh ruột, nhưng thiên hạ biết hết rồi đấy, chẳng còn giấu ai được nữa đâu.

- Ơ kìa, có ai giấu gì đâu?

- Khổ quá, em là em của anh mà anh còn không nói thật, để người ta chê cười, người ta đàm tiếu sau lưng anh. Em tức quá rồi, anh ạ. Nói thật anh đừng giận chứ, Ly nó mà về đây thì chẳng có đất sống nữa đâu. Có về cũng không được mà. Hễ nó tới đám cưới là người ta bước ra khỏi đám cưới, nó tới đám ma là người ta bước ra khỏi đám ma. Anh có biết mọi người đều quý anh, đều đứng về phía anh không?

Anh cúp máy cô em họ, con bà dì, không một chút bực bội. Chẳng giấu gì cô em, nhưng anh nghĩ bà ấy không đáng để tâm sự. Anh chỉ có nói thật với một người bạn - một nhà văn gốc Bình Định hiện ở Cali - theo lối xưng hô từ ngày xưa còn là bạn học:

- Moa để cho En đi. En nói rất thành thực và chững chạc: không phải em hết yêu anh, nhưng em cảm thấy hạnh phúc hơn khi sống với Nhật, em không muốn lừa dối anh nhiều hơn nữa... Thì vậy chứ sao! Moa đâu phải là một thằng đàn ông đời xưa, giữ vợ như giữ của riêng! Chừng nào En về, Moa vẫn sẵn sàng hai vòng tay.

Người bạn viết văn của anh cười hề hề qua điện thoại:

- Nói thì nghe "nùi" như vậy đó, chứ thực tế, moa nghĩ chỉ có một mình toa như vậy thôi. Moa nghĩ, nếu toa thật tình thương en thì phải bắt về đánh cho một trận; đằng này, toa để mặc en đi, tội nghiệp như thế, tội nghiệp quá!

Không ngờ một con người phóng khoáng như V. lại có thể đưa ra ý kiến cổ lỗ như vậy. Năm tháng trước, anh nghe mà đã bật cười. Con người trí thức, tiến bộ trong anh khó mà có thể chấp nhận được cái sự đánh đập đàn bà cũng như cưỡng bách tình yêu kiểu thực dân phong kiến ấy. Huống nữa là bây giờ đã sống trên đất Mỹ, nơi mà quyền tự do cá nhân đã đạt được sau cơn bừng dậy thực sự của ý thức.

Nhưng giờ đây, qua khe cửa, gió bên ngoài rít mạnh từng cơn buốt giá. Tuyết trắng xóa vẫn phủ đầy cảnh vật. Chiếc hỏa tiễn phóng lên không gian phát nổ giữa trời vừa mới tối hôm qua, làm tan tác ra từng mảnh vụn tro than bảy mạng người ngồi trong đó, còn như để lại âm vang tang tóc khắp ngàn cây, nội cỏ. Kiếp người, sớm còn, tối mất, thật mong manh, không hơn gì một mảnh lá khô bay vèo trước gió. Hình ảnh nàng như con chim nhỏ phiêu lưu trong mưa gió bão bùng, làm anh hoảng hốt. "Anh để nàng đi như thế, tội nghiệp quá!" Ông bạn viết văn nhắc tới vợ anh bằng cái giọng của người lớn. Ồ hay! Nàng quả nhiên thật là bé bỏng trong tâm tưởng của mọi người.

"Nhỏ Ly! Anh yêu thương nàng biết bao nhiêu!"

Nàng hay nghịch ngợm và biết nói đùa những câu thông minh, ranh mãnh.

Di Khuê - 247

Mười hai giờ rồi. Nếu nàng không gọi?

Anh sẽ, chắc anh sẽ... thì chính anh sẽ gọi.

- Ly! Em về ngay với anh và hai con. Anh cho đi chơi như thế là nhiều rồi. Về ngay.

Nhưng nàng đã gọi:

- Anh ơi! Chiều mai Ly sẽ về đến nhà và sẽ không bao giờ đi nữa. Ly tự nguyện về, không ai cưỡng bách. Anh và con ra đón Ly tại phi trường lúc sáu giờ, anh nhé.

Anh nghe rõ giọng nàng xúc động, sụt sùi. Và, anh nói:

- Đừng khóc, có anh đây.

Vi Khuê

Vũ Thị Như Hoa

Bút hiệu thường dùng: Nhân Sinh Như Mộng, Hoa Mộng,
Huyền Mộng Như Sương
Sinh năm Giáp Dần; Quê quán: Thái Bình

Đã tham gia các tuyển tập:
Góp Nhặt Hương Sen (Phụ Nữ Việt, 2007)
Bóng Thời Gian (2008), Văn Bút Châu Âu (2009)
Áo Trắng (Văn Thơ, 2009)

Tóc Tém

Em kém tôi sáu tuổi, bằng tuổi em trai tôi. Dáng mảnh khảnh, cao ráo cộng với khuôn mặt hơi vuông thành, sát cạnh và mái tóc tém được cắt ngắn cụt ngủn, cũn cỡn, em nhìn hao hao giống một thằng con trai. Nhưng bù lại em có đôi mắt ướt, một đôi mắt biết cười, to tròn, lúc nào cũng long lanh, rất tinh nghịch và thông minh. Quần áo em mặc thường độc nhất chỉ một kiểu, quần bò bạc phếch với áo sơ mi bỏ thùng, nhìn rất bụi nếu không muốn nói là rất "bặm trợn".

Tôi và em đều là đồng hương đồng khói với nhau, cùng sinh ra từ miền quê lúa Thái Bình, một tỉnh nằm ở ven biển của đồng bằng sông Hồng, một "hòn đảo cô đơn" ba mặt giáp sông, một mặt giáp biển, có thời từng là vựa lúa của miền Bắc.

Dân quê tôi nghèo lắm, có người cả đời chẳng bao giờ ra khỏi lũy tre làng. Cái nghèo cái khổ cứ đeo đuổi hoài. Tuổi thơ tôi, trôi qua trong sự thiếu thốn và vất vả nhưng thật êm đềm với những cánh diều no gió, những buổi chiều cùng lũ bạn trong xóm chăn trâu, cắt cỏ, những buổi tan trường ríu ra ríu rít, rủ nhau đi vặt trộm ổi, khế, nhót nhà hàng xóm, đi tỉa đòng đòng, trèo cây đa hái quả đa ăn cho đỡ đói, đi hái trộm lúa nếp về làm cốm v…v… Chính từ nơi đây tôi đã lớn lên, bằng tiếng ru ngọt ngào của bà, của mẹ, bằng hơi thở của quê hương.

Em khác tôi, tuổi thơ em nhàn hạ, no đủ và ấm êm hơn tôi nhiều.

Nhà tôi ở thôn Đoài, em thôn Đông. Hai thôn cách nhau chỉ một quãng đồng, một con mương nhỏ với hai hàng phi lao thẳng tắp và một cây đa cổ thụ đứng ở giữa đồng. Chẳng biết cây đa đó có tự bao giờ, chỉ biết nó đã đứng ở đấy từ khi em và tôi chưa ra đời cơ. Từ thời ông, bà, cha, mẹ và dân làng tôi đi làm về đã dừng chân dưới gốc đa ấy nghỉ trưa. Cây đa làng gắn bó với bao kỷ niệm về một thời tóc tém tôi luôn nhớ thương. Thủa nhỏ, ngày nào mà tôi chẳng cùng đám bạn tung tăng nhảy chân sáo trên con đường ấy để đến trường.

Ngày ấy, chẳng hiểu sao mà lũ trẻ con chúng tôi vô tư, hồn nhiên và yêu đời đến thế. Quần áo đứa nào cũng đều vá trước, vá sau, vá chằng, vá đụp. Có hôm đi học về, trời thì mưa phùn gió bấc, bụng thì đói run, đường thì trơn, hai hàm răng cứ va vào nhau cầm cập vì lạnh, vậy mà đứa nào đứa nấy vẫn mồm năm miệng mười. Miệng chưa kịp ăn da non đã lại ba hoa chích kịp ăn da non đã lại ba hoa chích choè, cười nói râm ran. Tim thì lúc nào cũng phơi phới niềm tin! Đến lạ.

Lại kể tiếp chuyện cô em tóc tém của tôi.

Họ hàng bên tôi và bên em đều dây mơ rễ má nên có thể nói là quen biết nhau cả. Thủa sinh thời, mẹ tôi và mẹ em là bạn đi chùa với nhau. Chị con bác em làm dâu xóm Đoài, là chị họ tôi. Dì Hiền, em gái mẹ tôi cũng có em chồng về làm dâu xóm Đông. Sau này khi mà hai gia đình cơ hồ "phải" làm thông gia với nhau, khi cần thông báo "tin mật" gì về hai đứa là gia đình tôi chỉ cần đánh tiếng với vợ anh trưởng họ, gia đình em chỉ cần đánh tiếng với em chồng của dì Hiền tôi là coi như xong xuôi.

Tôi có một cô bạn học rất thân thủa thiếu thời tên là Hà, cũng ở cạnh nhà em. Hồi tôi còn ở nhà, thật tình tôi chẳng nhớ em là con bé nào, chẳng biết em thấp hay cao, xinh hay xấu, mắt ngang mũi dọc ra làm sao. Lần tôi về thăm quê, không biết em thầm thì, nhỏ to gì với Hà mà bao nhiêu thành tích bất hủ của tôi thời đầu trần, chân đất, mắt toét và chắc là rất lắm chấy nữa, cô ấy đều khai ra với em hết. Hôm gặp tôi, em kể vanh vách. Nghe em nói mà người tôi muốn phát nóng lạnh, tai cứ ù đi, mắt tròn, mắt dẹt, chỉ muốn nhanh nhanh chóng chóng tìm cái lỗ nẻ nào mà chui xuống cho xong. Em nói, em cười rất thoải mái, tự nhiên, không câu nệ, không màu mè, săn đón. Nhìn em với mái tóc tém và nụ cười rất lém lỉnh, tôi lại nhớ đến một thời tóc tém của tôi, cũng rất ương bướng, ngang ngạnh và lì lợm.

Sau này khi chị em thân thiết rồi, tôi mới hỏi:

- Có đút lót gì không? Mà sao Hà nó khai báo với em hết thế?

Em cười giòn tan, giọng trong văn vắt:

Vũ Thị Như Hoa - 251

- Chị không nghe các cụ nhà mình nói hả? "Giặc bên Ngô, không bằng bà cô bên chồng".

- Em chồng, chị chồng gì cũng đều "quân Ngô" cả, mà chị lại là con Cọp, Cọp năm Giáp Dần mới khiếp chứ... Chỉ sợ lại không cùng chung chiến tuyến với em.

Em nháy mắt tinh nghịch:

- Lận lưng sẵn vài chiêu để... "phòng giặc Ngô", chắc không thừa, chị nhỉ.

Rồi lại khúc kha khúc khích cười, rất hồn nhiên.

Ở xóm Đông, em nổi tiếng là một đứa con gái hay phá phách, nghịch ngợm chẳng khác gì một thằng con trai. Sau này lớn lên, em mới có vài đứa bạn thuộc phái "kẹp tóc", chứ thủa còn đi học phổ thông, bạn em rặt một lũ tóc tém như em hoặc đám trẻ trâu trong làng. Chiều nào chúng cũng lẽo đẽo theo sau em như đệ tử theo chân sư phụ. Chơi đủ các trò, lăn lê, bò toài. Hết đánh đáo, chơi bi lại đến thả diều. Hết trèo cây khế, cây ổi, cây sung, lại đến cưỡi trâu hay phá làng, phá xóm. Trò nào em đầu têu ra cũng được đám trẻ trâu hưởng ứng lia lịa. Đám trẻ trong làng, đứa nào đứa nấy đều nghe lời em răm rắp và chắc cũng chỉ có em mới dám bắt nạt những đứa con trai khác, chứ lũ bạn em kể:

- "Trước giờ chưa có đứa nào dám động đến một sợi lông chân của nó!"

Thật khiếp đảm. Nghe cứ như là "rách giời rơi xuống" vậy.

Ngày xưa, thế hệ ông bà cha mẹ tôi, cha mẹ đặt đâu con ngồi đấy. Còn bây giờ, con cái có quyền tự do hôn nhân, tự do lựa chọn. Chẳng biết nguyên do từ đâu mà ở quê tôi chừng mười năm đổ lại đây nảy sinh ra cái phong trào "trai làng ta, quyết giữ gái làng ta". Quy luật rất oái oăm ấy đã dẫn đến cảnh khóc dở, mếu dở cho biết bao gia đình. Chuyện trai làng này sang tìm vợ ở làng khác dường như đã trở thành "điều không tưởng".

Dĩ nhiên vẫn có nhiều trường hợp ngoại lệ, có "happy ending" như chuyện của em trai tôi, dì tôi, thím tôi hay một số cô bạn học tôi quen chẳng hạn.

Trong làng, nhà nào có con gái xinh xinh một tí đều bị đám trai làng đứng án ngữ ngay trước cổng, canh phòng nghiêm ngặt từ chập tối. Có chàng đi thăm người yêu ở làng bên, lúc đi thì đi đường chính mà khi về phải về... đường tắt. Đường tắt ở đây có nghĩa: một là "bơi qua sông", hai là "lội qua cánh đồng" mà về. Ấy là chưa kể những trường hợp nhẹ thì bị treo xe đạp lên cây ruối đầu làng coi như "cảnh cáo", nặng thì bị đám trai làng xin mấy cái răng làm kỷ niệm hay bị sứt đầu, mẻ trán. Đến kinh hãi. Chàng nào gan "thỏ đế" thì bỏ cuộc ngay sau vài lần hò hẹn. Không ít những cô gái làng tôi rất hiền ngoan, xinh xắn, đành phải ngậm ngùi bước sang tuổi quá lứa, lỡ thì chỉ vì cái tư tưởng ích kỷ, hủ lậu và rất phi lý ấy. (Cỡ như tôi, nếu giờ còn ở quê, chắc cũng bị làm "bà cô" giữ nhà từ lâu rồi).

Tiện đây tôi mới kể:

Ông ngoại tôi ngày xưa có ba cô con gái. Mẹ tôi là con gái đầu lòng, lấy bố tôi cũng người cùng làng nên không tính. Nhưng hai dì tôi đều "trâu ta tắm nước ao làng khác". Dì Hiền tôi đi lấy chồng làng bên còn đỡ đỡ, đến phiên dì Hoài tôi, được chú Huy người xã bên để mắt tới thì chao ôi là khổ. Chú không những phải vượt qua cửa ải toàn những gậy với gộc của đám trai làng mà còn phải vượt qua một cửa ải khác, cũng không kém phần gian nan: Đó là ông ngoại tôi.

Tối nào đến chú cũng bị ông tôi (nói bóng, nói gió) đuổi tối nấy. Thế mà chú vẫn đến, vẫn trồng cây si to đùng trước cửa nhà ông tôi, quyết không bỏ cuộc. Tối nào chú cũng lúi húi dưới bếp, nấu ấm trà xanh với nước mưa trong văn vắt mời ông tôi, rồi lại khép nép ra ngoài hiên ngồi, rồi lại thưa bác cháu về. Còn dì Hoài tôi, có cho tiền cũng không dám ra ngoài hiên ngồi với chú! Yêu với đương kiểu gì mà sao khổ sở thế không biết. Cảnh ấy cứ được lặp đi, lặp lại và kéo dài từ ngày này qua tháng khác! Thật phục chú Huy tôi quá, chú cứ đến để rồi lại bị ông tôi nói bóng nói gió đuổi, lại pha trà mời, lại ra hiên ngồi, rồi lại thưa bác cháu về đến tội. Có hôm ông tôi thấy chú lì quá mới ngồi từ trong nhà nói vọng ra bảo:

- Có bình trà mà nay hâm, mai hâm, hâm đi, hâm lại nhạt thếch.

Thế mà chú ấy vẫn thi gan. Chắc cũng tại "lì" mà sau này chú mới được ông gả dì tôi cho. Mỗi khi chú về, ông còn cử các cậu tôi đưa chú ra tận ngoài đầu làng để khỏi bị đám trai làng... cho ăn no đòn.

Hồi em trai tôi sang làng bên chơi cũng vậy. Bà nội tôi đêm nào cũng ngồi chờ cửa, lo nơm nớp, sợ cháu mình xảy ra chuyện gì. Nhưng thật lạ lùng, dạo em tôi sang thôn Đông tán tỉnh em, ngoại trừ vài đêm đầu phải cuốc bộ về nhà, trừ vài lần các cậu tôi phải lên tận ủy ban xã nhận xe đạp về hộ thì hầu như không bị hề hấn hay sứt mẻ gì. Sau này, nghe em trai tôi kể lại, tôi mới vỡ nhẽ. Đa số đám trai làng Đông ở tuổi mới lớn, toàn là đám bạn đã từng một thời chơi bi, đánh đáo với em. Không đứa nào coi em là "con gái", nên cũng chẳng đứa nào tốn hơi mà canh với giữ em làm gì cho mệt. Em lại thẳng thừng tuyên bố:

"Đứa nào mà lớn xa lớn xớn, chặn đường chặn điếc, có ngày bị uống no nước mương... đừng trách sao đây không báo trước".

Nghe đâu hồi còn nhỏ, vài tên con trai có thân hình mảnh khảnh đã bị "phi thân xuống mương" vì em rồi! Thất kinh.

Em là con gái út trong một gia đình có bốn chị em

gái và ba anh em trai, đa số đều đã được dựng vợ gả chồng, chỉ còn em là vừa ra trường, mới ngấp nghé tuổi dậy thì. Mang tiếng con gái nhà nông mà hiếm khi nào em phải động chân động tay hay làm lụng việc gì. Suốt ngày chỉ biết có học với hành và... lông nhông chơi. Tuổi thơ em nhàn hạ, chứ không cực nhọc như đám bạn cùng lứa tuổi.

Em từ nhỏ đến lớn chân không lấm đất, nắng chẳng tới đầu. Chả thế mà dạo em trai tôi đến tán tỉnh em, các cậu, các dì tôi phản đối cật lực. Bố tôi dọa từ mặt con trai, nếu nó "tí tuổi đầu" đã yêu với đương nhăng nhít. Bố tôi muốn em sang bên Đức với tôi. Quả thật khi chưa biết em có người yêu, tôi cũng ước mong như vậy, cũng khát khao có em ở gần mình cho có chị có em. Nhà chỉ có hai chị em nên buồn, vui, thiếu, đủ gì tôi cũng muốn được cùng em san sẻ. Đàng này em tôi cứng đầu, cứng cổ (sao giống tôi ngày xưa thế) hay là ăn phải bùa mê thuốc lú gì thì tôi không biết, cứ khăng khăng: "Con cưới vẫn cưới, bố từ con đành chịu nhưng con không từ bố được".

Bỏ ngoài tai mọi sự phản đối của gia đình và họ hàng, em và em trai tôi vẫn đi về đón đưa, hẹn hò. Em tuyên bố với mấy cô bạn gái:

- Tớ thích anh ấy không vì của nả hay cái nhà mới, cũng chả phải vì anh ấy có bác hay chị gái đi nước ngoài, nước trong. Thích nhất vẫn là "nhà không có mẹ chồng, lại chẳng có giặc bên Ngô".

Thẳng thắn, khẳng khái và đốp chát đến thế là cùng. Thời bấy giờ, ngữ như tôi, nửa nhời cũng chả dám hé răng... chứ không lại chả bị mẹ tôi cho ăn đòn nhừ tử.

Tiếng lành đồn xa, tiếng dữ đồn xa. Chẳng có điều gì em nói mà không đến tai gia đình tôi. Bố mẹ em cũng đến muối mặt vì đứa con gái ngang ngạnh. Bố tôi quyết không nhìn mặt thằng con trời đánh. Các dì tôi lên "chiến dịch" mai mối, tìm cháu dâu tương lai: Nào là cô X làng Hạ, cô Y làng bên, cô Z người cùng làng, cô nào cũng đầy đặn, mặn mà, ngoan ngoãn, lễ phép lại thùy mị, nết na, hay lam hay làm, đúng mẫu một nàng dâu truyền thống ở nhà quê. Nhưng giới thiệu cô nào em trai tôi cũng tảng lờ, chẳng thèm ỏ ê tới. Anh trưởng họ tôi phải sang thưa chuyện với gia đình em:

- Hai cháu tính chuyện lập gia đình ở độ tuổi này là quá sớm ông ạ. Chúng có nhớn mà chả có khôn. Trẻ người, non dạ, siêng chơi, lười làm, lấy nhau về biết làm cái gì ra mà ăn.

- Vả lại cháu Hiệu trước sau gì cũng sang Đức với chị nó. Cháu nó là con giai, đi xa như vậy, tính tình lại đào hoa, "biết đâu chừng"...

Anh trưởng họ tôi nói "sớm" là sớm vậy thôi, sớm đây là sớm với em tôi vì nó là con trai, chứ ở nhà quê, con gái mười bảy, mười tám tuổi là đã ton ton đi lấy chồng. Nhà nào có con gái hăm ba, hăm tư tuổi mà vẫn chưa có ai "để mắt" tới thì y như rằng cha mẹ lại mất ăn, mất ngủ. Hễ thấy nhà ai trong làng có con gái trạc tuổi con mình được gả chồng, đám cưới, đám hỏi linh đình, pháo nổ đì đùng là đứng ngồi không yên. Con gái hăm nhăm, hăm bảy tuổi ở quê tôi đã bị coi là ế chồng, cha mẹ đã lo cuống cà kê lên. Bà con lối xóm đã "xì xầm" lời ra, tiếng vào.

"Chiến dịch mai mối" của các dì tôi bất thành. Ai nói gì, em trai tôi cũng dạ dạ dạ, cháu nghe rồi, cháu biết rồi, sau đó thì tảng lờ.

Cô X, Y, Z gì gì đó cũng bị nó tìm đủ mọi cách chê bai, viện đủ mọi lý do để biện bạch một cách rất khôi hài, nào là:

- Cô X thì đanh đá cá cầy, lấy về không chừng lại bị nó đè lên đầu, cưỡi lên cổ.

- Cô Y thì õng à, õng ẹo, lúc nào cũng phấn son lòe loẹt, quần áo thì hoa hòe hoa sói, nhìn cứ như chuẩn bị lên đồng… hay văn công đoàn chèo tỉnh Thái Bình về làng không bằng! Chịu không nổi.

Rồi lại nhe răng he he cười:

- Cô Z thì lùn quá. Đêm ngủ, nhỡ đâu đạp nhầm phải nó một cái, nhà lại xảy ra án mạng. Kinh hãi.

Lần nào cũng như lần nào, chưa nghe dì tôi nói hết câu chuyện, em tôi đã phát biểu vài câu xanh rờn, chốt thêm một câu chắc nịch. Cháu đã bảo "không duyệt là không duyệt", rồi hề hề hề cười, đứng lên phủi quần, tếch đi mất. Các mợ tôi thì dẽ dọt, nói ngon nói ngọt:

- Đàn ông lấy vợ, phải tìm đứa nào nó đầy đặn và có sức sống một tí cháu ạ. Lấy về còn phải sinh con đẻ cái nữa chứ. Đàng này con gái, con lứa gì mà "trước sau như một", nhìn chả khác gì cái "TiVi màn ảnh phẳng", lấy vậy khác gì lấy một thằng con giai! Rõ là dở hơi.

- Đấy là chưa kể đến việc con gái nông thôn mà không thông thạo công việc đồng áng. Ở nhà quê tay làm thì hàm nhai, chứ đoảng vị đến mức nấu cơm, cơm khét, kho cá, cá khê, lại thêm cái tính ăn xổi ở thì, suốt ngày nhởn nhơ với lũ con trai, chẳng biết giữ ý, giữ tứ. Mẹ người yêu mất nó lại bảo "nhà không có mẹ chồng", chị đi xa thì nó nói "nhà không có giặc bên Ngô" v…v...

Ôi thôi cứ gọi là hàng lô xích xông những tính xấu được các mợ tôi liệt kê ra. Em trai tôi vẫn tỉnh bơ:

- Cháu đã nói rồi, giờ nó hỗn đã có bố mẹ nó dạy nhưng bắt đầu từ ngày nó bước chân về làm dâu nhà mình, hễ nó dám hỗn hào một câu về "Mẹ" hay với chị cháu, thì cứ liệu cái thần hồn, có ngày lại chẳng còn răng mà húp cháo.

Thật khiếp đảm. Nó còn quả quyết:

- Cháu lấy vợ về là lấy cho cháu, nó ở với cháu. Nó hư ắt cháu có cách dạy, các dì, các mợ không cần phải lăn tăn làm gì cho mệt.

(Anh hùng rơm thế thôi, chứ bây giờ, nó lại bị liệt kê vào danh sách những đứa "sợ vợ nhất làng".)

Chỉ có bà nội tôi là chẳng cấm đoán gì em tôi cả. Bà đã hơn bảy mươi tuổi, cau thì mỗi ngày mỗi thẳng mà lưng bà mỗi ngày một còng hơn, thương lắm. Lưng bà cứ còng rạp xuống nên làng tôi ai ai cũng gọi bà là "bà còng". Lưng bà còng đi vì tuổi tác, còng đi vì suốt một thời con gái bà đã vì ông và bảy người con mà lam lũ và bươn chải. Giờ bên bà chỉ còn lại một cô con gái ngờ nghệch, đã quá lứa, lỡ thì. Cô con gái lớn đã theo chồng sang Đức, cứ vài năm mới mang cháu về thăm bà một lần. Người con trai duy nhất còn lại là bố tôi, mà bố tôi cũng chỉ năm thì, bảy họa mới về quê. Bốn người con khác của bà là các bác và chú tôi cũng đã hy sinh nơi chiến trường. Mất đi bằng ấy người con, bà mỗi ngày một héo hon đi. Rồi ông nội tôi và con dâu của bà (là mẹ tôi), cũng bỏ bà mà đi trước. Lưng bà đã còng, giờ dường như càng còng rạp xuống hơn bởi chị em tôi.

Sau này, tôi như chim đã đủ lông, đủ cánh rời xa vòng tay thương yêu của bà mà bay đến một khung trời xa lạ, tha hương nơi đất khách, quê người. Mỗi lần nhớ bà lại ngồi thừ người ra, mường tượng đến cái cảnh sớm, trưa, chiều, tối, vào ra bà cứ lủi thủi một mình, chỉ muốn òa lên khóc.

Biết mình chẳng còn ở được với con cháu bao nhiêu tháng ngày nên bà cũng mong đứa cháu trai của mình yên bề gia thất, bà mới yên lòng ra đi. Ngày mẹ tôi mất, bà đã thay mẹ tôi nuôi dạy chị em tôi khôn lớn. Tôi khi ấy tròn mười bảy tuổi, còn em tôi chỉ mới mười một tuổi đầu. Mẹ mất, em khờ khạo chẳng biết gì, vẫn cười, vẫn nói, vẫn chạy long nhong đầu làng cuối xóm chơi bi, đánh đáo, tới khi người ta sắp mang mẹ ra đồng em mới òa lên khóc. Nhìn em khi đó, tim gan tôi như bị xé ra trăm ngàn vạn mảnh. Cũng từ ngày ấy tôi không còn để tóc tém nữa. Chỉ ước ao mình cũng có một mái tóc mây thật đẹp giống như mẹ. Rồi mái tóc tém của tôi cũng theo tuổi mười bảy mà óng ả và dài dần theo năm tháng.

Ngày tôi về, em hỏi tôi, sao tôi không phản đối chuyện em cưới vợ, sao chẳng thấy tôi chê bai gì em dâu tương lai. Em nói, em đã lớn và muốn lập gia đình. Bà mình già lắm rồi, sẽ chẳng ở với chị em mình được bao ngày nữa. Nghe em nói, tim tôi như thắt lại. Lúc ấy chỉ ước gì em cứ bé nhỏ, cứ nghịch ngợm, cứ vô tư, hồn nhiên nô đùa như ngày nào. Nhưng em tôi đã không còn là đứa em nhỏ bé ngày xưa nữa, giờ nó đã trở thành một chàng trai rất cứng cỏi. Ngày ấy, lẽ ra hai chị em tôi đi đâu, làm gì cũng phải có nhau, nhưng tôi đã đi đến một xứ sở rất xa xôi và bỏ em ở lại chơ vơ một mình. Ngày ấy, em đã mất đi mẹ và hình như cũng mất cả đi tôi. Ngược lại tôi cũng vậy.

Em khẽ hỏi: "Chị thật không phản đối à? Em nghe lời chị đấy". Nghe em nói mà xót xa. Hóa ra em của tôi chỉ lớn về thân xác nhưng nó vẫn là đứa em khờ khạo, côi cút và rất tình cảm như ngày nào. Em tôi đòi lấy vợ. Miệng tôi thì cười cười, nói nói mà lo thắt ruột, thắt gan. Cả hai đứa còn rất rất trẻ, cả hai cũng còn rất ham chơi. Tôi không biết phải khuyên bảo em thế nào cho phải lẽ, đành lấy cái kinh nghiệm (cũng đắng hơn ngậm bồ hòn) mình đã trải qua mà phân tích cho em nghe. Rồi cuối cùng đành nói: "Thôi các em quyết định thế nào chị cũng ủng hộ".

Nói thì nói vậy mà lòng tôi khi ấy cứ rối tinh lên như mớ bòng bong không tìm ra cách gỡ. Chỉ nghe các dì và bà con lối xóm kể về em dâu thôi cũng đủ làm tôi

Vũ Thị Như Hoa - 259

choáng váng cả mặt mày. Thấy tụi trẻ bây giờ khác chúng tôi hồi xưa quá mặc dù em chỉ kém tôi có sáu tuổi chứ chẳng nhiều nhặn gì. Ngày xưa, mấy đứa con gái trạc tuổi tôi cho tiền cũng không dám hé nửa câu động chạm đến "phụ huynh". Hình như cái gọi là "đất lề, quê thói" ở làng quê bây giờ cũng mai một đi nhiều rồi. Kẻ tha hương thì cố giữ chẳng, giữ rịt lấy cái gốc rất chân quê của mình, người ở quê lại muốn giũ bỏ nó đi. Thời thế, thế thời, chẳng hiểu ra làm sao nữa.

Thế rồi giời chẳng chịu đất thì đất phải chịu giời. Ngăn cản có, cấm đoán có, nói nặng cũng có mà nói nhẹ cũng có, cuối cùng gia đình hai bên đành để cho tụi trẻ tự quyết định lấy hạnh phúc của mình. Hai đứa trẻ con lấy nhau, ra điều "dám làm, dám chịu", sướng em hưởng, khổ em chịu. Thế đấy.

Hôm đám cưới, em dâu tôi nhìn dịu dàng hơn, nữ tính hơn rất nhiều trong tà áo cưới. Còn em trai tôi nhìn đẹp trai khủng khiếp luôn. Nó cao gần một mét tám mươi, mắt to, mũi cao, miệng rộng, rất đàn ông. Nhìn hai đứa hôm ấy sao đẹp đôi thế không biết. Đôi khi tôi hay trêu chọc nó và bảo:

- Ổng giời thật bất công, có bao nhiêu chiều cao em giành hết của chị rồi.

Bà con lối xóm gần xa và bạn bè cũ của mẹ tôi, ai ai cũng đến dự. Người thì vào ngồi với bà ngoại tôi, người thì nắm tay tôi rơm rớm nước mắt bảo:

- H về rồi hở cháu? Thế cháu còn nhớ bà là ai không? Gặp lại các cháu bà lại nhớ mẹ cháu ngày xưa.

Bà nội tôi, lưng vẫn còng rạp đi như mọi khi. Tôi chạy lại ôm vai bà, trêu:

- Bà có cháu dâu rồi nhé… giờ cháu gái bị ra rìa... hu hu hu… Hôm nay nhìn bà đẹp lão ơi là đẹp lão hi hi…

Bà cười, mắng yêu tôi:

- Bố mày con ạ, còn trêu cả bà nữa.

Khi ấy nhìn bà, trái tim tôi thấy ấm áp và hạnh phúc biết nhường nào.

Từ ngày mẹ tôi mất đi, ông ngoại tôi âm thầm khóc, bà ngoại tôi thương nhớ con khóc ngày, khóc đêm, đến gần mù cả hai mắt. Hôm đám cưới em tôi, bà nhớ mẹ tôi quá nên vào buồng ngồi nức nở khóc:

"Con ơi, sao con nỡ bỏ mẹ, bỏ con, bỏ cái côi cút mà đi nằm dưới đồng sâu, đất lạnh hả con. Con có linh thiêng thì về mà xem hai đứa chúng nó giờ đã trưởng thành cả rồi".

Nhìn bà mà ruột gan tôi nát tan, chẳng biết trốn đi đâu, chẳng muốn mọi người nhìn thấy nên chạy ra sau vườn, trốn dưới gốc bưởi òa lên khóc. Lúc ấy tôi chỉ ước gì có thể ôm hết được từng nắm đất nâu ấm áp, từng gốc cau, từng gốc bưởi, gốc khế vào lòng.

Các dì, các mợ tôi cũng tranh nhau ra cầu ao rửa bát chén. Ai cũng giấu mặt, nước mắt lã chã rơi. Em trai tôi được đám bạn đến chúc mừng, nó bị xoay cứ như chong chóng. Tôi biết hôm ấy nó rất vui, rất hạnh phúc nhưng tim gan cả chị lẫn em cũng đều nát tan vì nhớ mẹ. Một đám cưới như bao nhiêu đám cưới khác ở thôn quê, luôn đầy ắp tình yêu thương gia đình ruột thịt, tình làng nghĩa xóm, tình bạn bè thiết thân. Một đám cưới có thật nhiều những nụ cười và có cả những giọt nước mắt âm thầm rơi. Và từ đó nhà tôi đã có thêm một thành viên mới. Còn tôi có một cô em dâu và một cô em gái. Ngoài cái tính tình rất nông nổi, vì tuổi còn quá trẻ ra (cũng giông giống tôi ngày xưa thôi), thì em rất dễ thương.

Thường ở nông thôn các bà mẹ chồng rất khó khăn và xét nét, hơn những bà mẹ chồng ở thành thị rất nhiều. Gia đình tôi thì khác, từ gia đình bên nội đến bên ngoại cũng vậy, dâu con về nhà luôn được gia đình nhà chồng và anh chị em chồng hết mực thương mến và đùm bọc. Mặc dù khi em về làm dâu nhà tôi, có những việc rất nông nổi mà một người phụ nữ không nên làm, thì em cũng đã làm. Tôi giận em thì ít, thương em và xót em trai mình thì nhiều. Có lần, tôi và các dì phải giấu bố tôi, giấu em trai tôi mà nhỏ to với em. Tôi thì nhẹ nhàng thủ thỉ với em để em hiểu rằng, với tôi, em không chỉ là một đứa em dâu mà còn như một cô em gái, trẻ người, non dạ mà tôi rất mực thương nữa. Những khi em gây ra chuyện, tôi chỉ sợ bố tôi biết, nhà cửa sẽ ồm tỏi lên, hay em trai tôi mà biết được, với cái tính nóng như Trương Phi của nó, chắc nó đuổi vợ nó ra đường mất. Chỉ mong em dâu tôi sẽ ngày một trưởng thành hơn và biết nâng niu, gìn giữ hạnh phúc của mình.

Ngày em gọi điện báo tin vui cho tôi cũng là lúc em báo thêm tin buồn. Khi chuẩn bị sinh cháu đầu lòng, mới phát hiện ra em bị viêm gan B. Tôi chỉ biết đó là căn bệnh mà rất nhiều người Việt Nam mắc phải và có thể lây cho chồng, lây cho con. Cả gia đình và cả tôi nữa đều nài nỉ em trai tôi đi xét nghiệm máu. Nhưng nó thương vợ, sợ kết quả cũng dương tính sẽ làm vợ nó buồn nên nhất quyết không đi, làm tôi càng lo thắt ruột, thắt gan. Hàng xóm thì xì xào, người bàn ra, kẻ tán vào. Nhưng cả những lúc như vậy, mấy chị em vẫn thương yêu, đùm bọc nhau. Em trai tôi vẫn một lòng, một dạ với vợ con, ngay cả những khi nó ham chơi nhất.

Hình như chỉ có tôi mới hiểu được tại sao nó luôn muốn trở thành một người đàn ông như vậy. Một người chồng, người cha có trách nhiệm và dám làm, dám chịu. Em dâu tôi phải chịu áp lực từ mọi phía, sinh ra buồn lo, người cứ xanh rớt, nhìn chỉ còn thấy cái bụng kềnh càng và đôi mắt tròn to hốc hác, chẳng còn long lanh như khi trước. Bé Điệp Nhi ra đời thiếu tháng, suốt ngày ốm đau quặt quẹo, rất khó nuôi. Sau đó mấy năm, em lại liều lĩnh, bỏ ngoài tai lời khuyên của bác sĩ, nhất định cố sinh thêm một đứa con trai cho có nếp, có tẻ. Và em đã trở thành mẹ của hai đứa con, một trai, một gái. Tạ ơn giời đất, sức khỏe mấy mẹ con em và của em trai tôi cũng ngày một khả dĩ hơn.

Giờ đây, em cũng như tôi ngày ấy, không còn để tóc tém nữa, cũng ước ao có một mái tóc mây thật đẹp giống như mẹ của mình.

Đời người, chẳng biết đo được cả thảy là mấy gang tay. Đôi khi sự sống, cái chết chỉ cách nhau có một làn hơi thở hay một nhịp tim đập, vậy mà ước mơ mỗi người mỗi khác. Có người, suốt đời chỉ ước mơ được làm một người thà thiếu thốn về vật chất mà giàu có về tinh thần. Có người thì thà chối bỏ tất cả, để giữ được sự thành công trong nhiều lĩnh vực khác nhau hay đổi lấy sự yên ổn và một cuộc đời ít giông bão hơn.

Hạnh phúc: với tôi, là khi trái tim luôn đầy ắp lòng nhân từ và tình thương yêu, là khi đón nhận một người dưng nước lã, làm một người thân thiết trong cuộc đời mình và thương yêu nhau như ruột thịt. Khi ấy vô hình tôi đã trở thành người giàu có và thấy lòng mình thật ấm áp biết bao.

Em và tôi cũng từng có một thời con gái, rất vô tư và hồn nhiên, rất dại khờ và nông nổi, rất lì lợm và bướng ngang.

Em và tôi cùng uống chung nước ở một giòng sông quê, cùng rất yêu thương một người đàn ông. Đó là em trai tôi.

Mỗi lần tôi có dịp về thăm nhà, tối tối hai chị em lại ra ngoài hiên ngồi ngắm trăng quê với nhau, ngồi nghe tiếng côn trùng kêu râm ran, nhè nhẹ, nghe tiếng ộp ộp của những chú ếch đồng, nhìn những con đom đóm đang lập lòe bay trong đêm và huyên thuyên đủ mọi thứ chuyện trên trời, dưới biển, đến khuya lắc khuya lơ mới đi ngủ. Cùng chia nhau một nồi nước lá gội đầu, ngạt ngào hương thơm của lá hương nhu, của lá sả, lá bưởi, lá chanh mà cô tôi nấu cho. Giờ đây, em cũng như tôi, mỗi lần chải chuốt mái tóc mây óng ả, lại thấy mắt mình sao không khóc mà cứ đỏ. Lại nghe trái tim mình thổn thức, rưng rưng, quắt quay nhớ về một thời tóc tém… rất xa xôi.

Ngày ấy... cả em và tôi... vẫn còn có Mẹ!

Vũ Thị Như Hoa

Vũ Thị Thiên Thư

Tên thật: Võ Thị Xuân Đào
Sinh quán Cần Thơ, Việt Nam
Hoạt động thanh niên: Phong Trào Du Ca Việt Nam
Hiện cư trú tại Ngũ Đại Hồ, Hoa Kỳ

Cộng Tác Tạp Chí Nguồn, Thế Kỷ 21, Giao Mùa
Tác phẩm in chung:
Giao Mùa (Thơ)
Tuyển tập Văn Học Thời Nay
Tuyển tập Phụ Nữ Việt
Hoa Nắng (Thơ, Phụ Nữ Việt)

Bên Kia
Khung Cửa Lớp Học

1

Tôi bước vào lớp học, đây là nơi dành riêng cho những học sinh ngoài lứa tuổi trung học, đã ra đời làm việc hay tự lực mưu sinh. Học trò của tôi gồm nhiều sắc dân. Một số di cư từ phương nam, vùng đất nông trại nơi phát sinh nguồn gốc cuộc tranh đấu để giải phóng nô lệ ngày xưa, dẫn đến cuộc nội chiến Nam Bắc tương tàn. Con số khác từ bên kia bờ đại dương, trốn thoát bằng những chiếc thuyền con sau khi đã sức cùng lực kiệt ở các nơi tập trung có tên rất hoa mỹ: Trại Cải tạo. Số khác nữa thì sinh trưởng vùng đất hứa nhưng lạc lối, sai đường, theo băng đảng vui chơi, bỏ dở học hành. Tất cả đã được ưu đãi cho một cơ hội để làm lại cuộc đời, được ngồi chung hôm nay, cố gắng ghi nhận vào trí nhớ, thu thập kiến thức cơ bản để giật lấy mảnh bằng tốt nghiệp trung học phổ thông.

Hàng ngày, ngoài giờ học hành, những lúc ngồi chuyện trò thân mật với nhau, tôi mới thấy cuộc sống chung quanh muôn màu vạn sắc. Mỗi kiếp người có một an bài, dù muốn hay không cũng đeo đẳng từ lúc cất tiếng khóc chào đời.

Rosalyn, bà có màu da ngăm ngăm của người vùng hải đảo, mái tóc dầy dợn sóng, đôi mắt dài như hạt hạnh nhân, đôi mi cong vút, cái vẻ đẹp thầm kín quyến rũ, ít nói, ánh mắt sắc sảo nhìn chung quanh không bỏ sót chuyện gì xảy ra. Nhưng điều làm tôi ngạc nhiên bằng cách nói rất thẳng thắn, chân tình, không che đậy giấu giếm của bà.

- Nói thật, bà giáo đừng chê, tôi đã kết hôn ba lần rồi đó, không lần nào chung sống đến năm năm.

- Tại sao vậy? Không chọn đúng mẫu người lý tưởng hay còn có lý do nào khác?

- Tôi cũng không biết nên nói thế nào? Không bên nào có lỗi, chán sinh sống với nhau, chúng tôi đồng ý ký đơn ly dị, ra toà xin hủy hôn thú. Sau khi chia tay vui vẻ, mỗi người đi một phương làm lại cuộc đời.

- Cả ba anh chồng đều đồng ý như vậy sao?

- Không thích thì cũng phải ký mà, giữ người ở chứ ai lại giữ người đi.

- Tôi hỏi có hơi tò mò nhưng tại sao bà phải ly dị nhiều lần như vậy? Cuộc sống hôn nhân không thích hợp với bà?

- Kể ra thì cũng buồn vì người phụ nữ nào lại không mong muốn có một cuộc sống êm đềm hạnh phúc. Nhưng không sao, tôi cũng quen rồi. Đời người rất ngắn ngủi, tôi không muốn phải sống chịu đựng những gì mình không yêu thích. Tôi lấy chồng sớm, lần đầu tiên lúc tuổi tròn mười tám, mơ mộng, đầy viễn ảnh hạnh phúc, một phần vì tôi mong muốn được sang xứ sở nầy, vượt thoát vùng hải đảo hoang dã với cuộc sống hàng ngày không thấy tương lai. Khi tôi gặp anh ấy, giống như tìm được Hoàng tử trong mộng, như chiếc phao cứu người chết đuối. Anh rất đẹp trai, chuyện trò hòa nhã, phải nói là tôi mê anh ngay, cho dù *papa* tôi không chấp thuận, tôi cũng nhất quyết theo anh sang Hoa Kỳ.

- Roselyn can đảm quá, bà dám bỏ xứ sở đi một mình sao?

- Bà giáo ơi! Thuở mới mười tám, mình thấy đời toàn màu hồng, tưởng rằng được yêu chiều, là đã hạnh phúc lắm. Nhưng thật ra thì không như vậy, tôi học bài học nầy không lâu sau ngày đám cưới.

- Khi sang đến Hoa Kỳ thì cuộc sống của bà ra sao?

- Không tệ, vì anh ấy giàu có lắm, nhà cửa cao đẹp, phòng ốc thật lộng lẫy do chuyên viên trang trí nội thất chưng bày, thật đúng như trong ước mơ của tôi.

- Như vậy, tôi tưởng là bà đã đạt được ước nguyện rồi?

- Vâng, chuyện đó không chối cãi được, nếu tôi cam tâm an hưởng các tiện nghi, những tặng vật mà anh ấy luôn mang về. Anh luôn ghi nhớ từng ngày tháng, sinh nhật, kỷ niệm ngày gặp nhau, ngày cưới, từng chi tiết cá nhân, bà có tin là anh biết cả hiệu quần áo lót mà tôi yêu thích để mua tặng không?

- Thật là hoàn hảo, tôi chưa biết một người đàn ông nào cẩn trọng chi ly từng chi tiết nhỏ và hào hoa đến thế.

- Đấy, điều đó làm chúng tôi xa nhau.

- Sao lạ vậy?

- Thì chính vì sự cẩn trọng đó làm cho tôi choáng ngộp, có cảm tưởng mình bị bao bọc bốn bề như một đứa bé, con búp bê trong tủ kính, là bức tranh quý treo trên tường hay pho tượng cẩm thạch vô tri. Tôi không hề được quyết định hay chủ động trong bất cứ việc gì, nhất nhất đã có sự xếp đặt. Hàng ngày, khi anh bận bịu công việc, tôi chỉ lang thang trong thương xá, nhìn ngắm hay mua sắm linh tinh nhưng thứ gì tôi mang về anh cũng bảo mang trả lại đi.

- Lạ vậy? Anh không cho phép bà mua sắm sao?

- Không, anh cho tôi số tiền tiêu vặt rất lớn mà, không hề tiết kiệm trong vấn đề nầy, hàng tháng tôi tiêu không hết. Nhưng anh chê tôi không biết mua sắm, thứ gì anh cũng cho là quê mùa. Tôi muốn mua một bình hoa, anh cũng bảo thứ đó chưng bày không hợp với căn phòng, tôi mua một chiếc áo hoa, anh cũng không vừa ý, lại đi sắm cho tôi chiếc khác.

- Anh ấy khó tính quá?

- Không phải đâu, anh chỉ khác thường thôi, anh là nghệ sĩ mà. Cuộc sống của chúng tôi kéo dài như vậy, chắc tôi điên lên mất, bạn bè của anh, họ như những pho tượng, tôi thật không hiểu được họ, bao giờ cũng đăm chiêu, nói năng nhẹ nhàng, cười không nghe tiếng. Tôi thèm tiếng cười nói như chuông ngân, tiếng nô đùa như nhã nhạc, tôi nhớ điên cuồng thứ ngôn ngữ thân thiết, tôi tưởng mình đã bỏ lại phía sau cùng với những khốn khó của cuộc sống hàng ngày. Nhưng tất cả những điều nầy chưa đủ làm cho tôi phải xa anh. Tôi nói ra chắc bà càng ngạc nhiên hơn nữa.

- Ô! Tôi không thể hình dung điều gì có thể làm cho tôi ngạc nhiên hơn những lời tâm sự của bà.

- Vâng, trong suốt thời gian đi dạy học, chắc hẳn bà đã gặp nhiều trường hợp khác thường nhưng tôi không biết có nên thú thật với bà điều nầy không?

- Roselyn, tôi cũng là người di dân, được may mắn có cơ hội học hành và làm việc, tôi cũng từng trải qua rất nhiều khó khăn, tôi tin mình có đủ sức chịu đựng

- Trái nổ phá tung niềm hạnh phúc của tôi khi tôi khám phá ra chồng tôi là một người đồng tính luyến ái.

- Chúa tôi.

Tôi sững người, nhìn suốt trong đôi mắt Roselyn xuyên qua nỗi đau phảng phất trên đôi môi mà nụ cười không che đậy được. Tôi thật lòng không thể hình dung những gì tôi trải qua, không đủ chuẩn bị. Những gì học hỏi trong cuộc sống hàng ngày, chuyện công khai trước dư luận, hàng năm, những cuộc biểu tình, xuống đường của nhóm người "Đồng tính luyến ái" [Gay Right] nầy, vào dịp các lễ hội nhưng tôi chưa thật sự hiểu được họ. Phía bên kia khung cửa sổ, nhìn trong lớp học và khoảng trời bao la, cuộc sống biến đổi không thể đo lường, con người muôn mặt, làm sao tôi có thể thấy hết? Những tia sáng hy vọng, màu nắng hồng hạnh phúc, học trò của tôi, không là tuổi thanh niên, với vóc dáng của người thiếu phụ với thân hình căng đầy sức sống, mặn mà quyến rũ, ánh mắt đong đưa, mấy ai nhìn xuyên thấu qua để thấy, trong tận cùng còn có những bí ẩn khôn lường?

- Tại sao lại có thể như vậy?

- Chính tôi cũng không hiểu được, tôi ngắm mình bao nhiêu lần trong gương, tự hỏi mình đã làm điều gì lầm lỗi, tại sao anh phải đi tìm niềm vui ái ân với người khác, mà lại là người cùng phái tính? Tôi khổ sở gào thét trong lòng, tôi điêu đứng tìm hiểu, khẩn khoản xin anh nhưng cũng như tôi, anh không thể tìm ra câu trả lời.

- Anh có nghĩ mình bị bệnh không?

- Anh ấy biết nhưng tự dối mình và thú nhận là anh mê tôi khi mới gặp nhau. Anh hy vọng là sau khi kết hôn, anh sẽ biến thành người bình thường. Điều nầy không xảy ra, anh vẫn có những thèm muốn khác, anh khẩn khoản năn nỉ tôi tha thứ cho anh sự lừa dối, anh sẽ đền bù, sắm sửa tất cả thứ gì tôi muốn. Bây giờ tôi mới hiểu được sự cắn rứt, ý tưởng phạm tội, những chăm sóc, quà cáp, sự chi li… Chúa ơi! Tôi thật là ngây thơ, tưởng rằng anh thật tình yêu tôi, chỉ quá bận công việc, đi xa thường xuyên, luôn luôn mua quà tặng đắt giá khi về nhà. Càng nghĩ, tôi càng đau, càng nhớ tôi càng ghê tởm. Ái ân của chúng tôi chỉ là sự gượng ép, ấm nồng không do yêu thương mà là gượng gạo làm bổn phận, là sự dối lừa chính mình của anh.

- Bao giờ thì bà mới có quyết định ly hôn?

- Tôi trăn trở, mềm lòng vì sự cầu khẩn của anh, tôi hứa sẽ cố gắng giúp anh nhưng tôi không thể dối mình, cuối cùng tôi phải thú thật, nếu tiếp tục cuộc sống như vậy tôi sẽ chết mòn vì đánh mất tôi. Tôi không thể ân ái cùng anh và tôi biết anh vẫn còn đam mê, ham muốn. Anh ấy tự trọng, không đòi hỏi quyền làm chồng, chúng tôi sống gần cả năm trong tình trạng chay lạt gối chăn. Cuối cùng, tôi xin anh ly hôn, tôi hứa sẽ giữ sự bí mật của anh, chỉ xin anh trả tự do cho tôi.

- Rosalyn, bà hãy còn quá trẻ.

- Vâng, anh ấy rất tử tế với tôi, chu cấp tiền bạc để tôi làm lại cuộc đời. Tôi cũng không còn hận anh đã lừa dối tôi. Bây giờ tôi đã hiểu, anh cũng là nạn nhân, chúng ta không thể thay đổi được những gì đã cấu tạo nên con người của mình. Tôi chỉ trách sao số phần nghiệt ngã, rơi vào cảnh huống dở khóc dở cười. Dù sao cũng cảm ơn anh, đã cưu mang tôi sang đây, cho tôi có cơ hội chọn cuộc sống tự do riêng mình. Bà giáo thấy tôi nghĩ có đúng không?

2

Người thanh niên cường tráng, thân hình như một lực sĩ, màu da rám nắng hồng. Sức cuốn hút mãnh liệt như ngọn sóng, như thủy triều dâng cao, năng lực thật bất tận. Anh khơi dậy trong tôi những ham muốn tưởng chừng như đã nguội lạnh từ lâu.

Sau cuộc hôn nhân đổ vỡ, tôi lang thang trở về hải đảo, tưởng có thể tìm lại tuổi thanh xuân, cùng chúng bạn vô tư chơi đùa, tưởng có thể an lành vào ra trong ngôi nhà thân quen, bãi cát trắng, con đường mòn in dấu tuổi thơ. Bạn bè của tôi, những con người mộc mạc đơn giản, chúng nó không bận bịu kiếm sống thì cũng an phận chồng con. Chúng đón mừng tôi vồn vã nhưng rồi cũng trở lại cuộc sống thường nhật, để tôi trăn trở với những hoang mang, kiếm tìm vô vọng.

Không tìm lại được chính mình, tôi như con thiêu thân nhớ ánh đèn, nhớ Hoa Kỳ, nhớ thành phố và những cuộc vui, nhớ cả những con người thầm lặng mà tôi chán ghét trước đây. Tôi rời hải đảo, lần nầy như con chim xổ lồng. Tôi cư trú trong cái cộng đồng có cùng tiếng nói nhưng họ vẫn coi tôi như người xa lạ. Tôi không chịu được những tia nhìn, những thị phi có cùng ngôn ngữ, như con chim lạc bầy, đang bơi ngược dòng sông phong tục tập quán. Thoát ra những vòng dây vô hình trói buộc, tôi lao đầu vào cuộc sống cuồng nhiệt, các cuộc vui bất tận thâu đêm.

Ánh sáng mù mờ, tiếng nhạc Mambo thôi thúc, ly rượu ngọt đã cạn, tôi ra hiệu cho anh chuyên viên pha rượu mang thêm một ly nữa.

- Nầy anh bạn, ly đó cho vào hóa đơn của tôi.

- Cảm ơn ông, tôi có thể tự trả tiền cho mình.

- Tôi chỉ muốn mời cô ly rượu để làm quen.

- Không cần đâu, tôi cho phép ông ngồi chung bàn đó.

- Rất hân hạnh, người đẹp như cô không nên ngồi một mình.

- Càng không nên sống một mình?

- Đúng vậy.

Cuộc gặp gỡ chớp nhoáng, anh ta không tán tỉnh, không hoa mỹ. Tôi kết hôn lần thứ nhì với pho tượng lực sĩ, cuộc hôn nhân nầy không vướng bận tình cảm, chúng tôi ký tờ hôn thú như ký vào khế ước buôn bán, lạnh căm của hai người cần nhau, như sự kết hợp âm dương để sinh sản và truyền giống, tiếc là tôi chưa có ý định sinh con. Vết thương gây ra từ lần kết hôn đầu tiên, vẫn âm ỉ, niềm ao ước ôm trong tay đứa hài nhi không thành hình, tôi mang nỗi lo sợ, ám ảnh, không biết mình sinh ra đứa con bình thường đẹp đẽ hay dị tính tật nguyền?

Anh là người trái ngược với anh chồng thứ nhất, từ hành động cho đến cách cư xử hàng ngày. Con người anh đầy tràn sinh lực, thân thể cường tráng, chúng tôi luôn đón nhận những tiếng huýt sáo, ánh mắt trêu chọc ngưỡng mộ, từ các quán rượu ven biển, cho đến bãi tắm, nơi nào cũng thế. Bên ngoài, chúng tôi giống như đôi uyên ương líu lo hạnh phúc nhưng trong lòng tôi vẫn khao khát, vẫn kiếm tìm. Cùng nhau lang thang khắp các thành phố lớn, qua bao nhiêu cuộc vui, từ ánh đèn muôn màu của Las Vegas, sang vùng đảo thần tiên Hawaii. Khi chán chuyện xách hành trang du lịch, cơm hàng cháo chợ, khách sạn tưng bừng hay là khu nhà dành riêng... tôi quay trở lại Miami, vùng biển cát trắng gần nhất hướng về quê nhà, nghe lại tiếng Mẹ đầy nhạc tính, ăn những thức ăn hương vị đậm đà, uống ly cà phê đậm đặc, cuộc sống tưởng chừng như niềm vui bất tận, mãi mãi lạc hoan.

Nhưng cuộc hôn nhân tính dục nầy tồn tại hơn một năm, tôi chán ngấy thái độ cùng lối sống ồ ạt của anh. Những gì tôi thèm khát trước đây lại biến thành thứ cùm gông khóa kín. Tôi không thể lấp được khoảng trống trong tâm hồn bằng những thú vui nhục thể, những vuốt ve không xoá được đòi hỏi khát khao. Càng bơi trong biển hoan lạc thể xác tôi càng thấy hụt hẫng trong tâm hồn.

Tôi xin ly hôn lần thứ nhì vì không thể sống dối mình, không thể tự giam mình. Cuộc hôn nhân nầy đến và đi nhẹ nhàng không quyến luyến.

3

- Nguyên nhân nào lại khiến bà về định cư ở thành phố nầy, nếu bà không ngại trả lời câu hỏi của tôi.

- Bà giáo à, như mọi người bình thường thì sau hai lần kết hôn, chắc không có can đảm bước thêm. Nhưng phiền thay, lá số tử vi của tôi có ngôi sao truân chuyên chiếu mệnh. Tôi ly dị anh chồng thứ nhì xong, chán nản cảnh sống ở Miami, có người bạn rủ tôi về thành phố gió Chicago nầy. Ban đầu tôi rất ngại ngần vì không quen biết một ai nhưng dòng máu phiêu lưu trong tôi vẫn chảy mạnh. Khi tôi rời hải đảo khi chưa đầy hai mươi tuổi, đã viếng thăm bao nhiêu thành phố lớn nhưng khi đến Chicago, tôi bị quyến rũ với màu hồ xanh bát ngát, in bóng những tòa nhà chọc trời vút cao, mùa thu lá vàng rực rỡ quyện dưới gót chân. Bên cạnh thành phố rộn rịp, xe cộ như mắc cửi, con đường dọc bờ hồ uốn cong, ôm sát công viên xanh cùng bãi cát trắng lấp lánh ánh nắng vàng. Thoạt đầu, tôi chỉ nghĩ là mình tạm trú một thời gian, vậy mà tôi đã trú ngụ nơi nầy, số năm đếm hơn hai bàn tay rồi đó.

Bà cười nhẹ, ánh mắt dịu dàng ẩn chứa chút đớn đau còn vương vất lại. Tôi lặng lẽ chờ, chưa hình dung được những gì xảy ra cho người phụ nữ xinh đẹp nầy? Mỗi con người như một vì sao vận hành trong vũ trụ, theo một chu kỳ bất biến, sinh lão bệnh tử, sinh hữu hạn, tử vô kỳ. Chưa sống hết một đời người, đã bao lần gẫy gánh. Có điều gì chưa viên mãn, trên bề mặt bình an đó không thể che được nỗi khát khao thèm sống trong tâm hồn. Điều tôi chờ đợi không lâu. Bà xoay ly nước mát, vẽ những vòng tròn chồng lên nhau, trong đó chứa những băn khoăn không lối thoát.

- Tôi mở một cửa hàng bán các thứ quà lưu niệm nhỏ trong thương xá. Khi tôi gặp ông ấy, cũng như những người khách hàng, tôi luôn luôn đón tiếp vui vẻ giới thiệu các món quà thích hợp. Ông có đôi mắt sắc sảo, là người từng trải, đã chu du nhiều nơi. Chuyện trò với ông dễ dàng, bất cứ đề tài khoa học hay mỹ thuật, ôn lại những nơi chúng tôi đã từng đi qua. Những gì ông giải bày cùng cảm nhận, với tôi thật tương đắc. Chúng tôi nương tựa nhau trong tình yêu thương chân thành.

- Ông bạn nầy, xem ra thì quả là mẫu người lý tưởng. Bà thật là hạnh phúc.

- Vâng, nhưng là thứ hạnh phúc mong manh. Tôi thú thật với ông những gì tôi đã trải qua, những gì tôi ao ước. Ông là người bao dung, không hề đòi hỏi bất cứ điều gì nơi tôi, chúng tôi chung sống với nhau, như vợ chồng nhưng không ràng buộc. Ông hứa sẽ hoàn toàn tôn trọng tự do cá nhân và sẵn sàng chờ đợi cho đến khi tôi đồng ý kết hôn.

- Tôi tưởng là bà đã tìm được tình yêu chân thành, sao còn ngại chuyện kết hôn mà lại chọn cách sống chung nhau?

- Ông lớn tuổi hơn tôi, từng trải, tôi sợ những lập lại, tôi sợ cái bóng ma của các cuộc hôn nhân thất bại trước đây, sợ những ám ảnh đổ vỡ. Nếu tôi kết hôn với ông, rồi lại mất ông, chắc tôi không còn lý do để tồn tại trên cõi đời nầy.

- Tôi cảm thấy bà là người có sức sống dạt dào tiềm ẩn, luôn can đảm đối đầu, bà làm tôi ngạc nhiên vô cùng.

- Tôi biết, nhưng tôi yêu ông hơn cả. Tôi không hiểu được điều nầy, tôi chưa từng sợ hãi chuyện gì nhưng tôi lại sợ mất ông. Có điều gì mong manh trong hạnh phúc, tôi không tin dị đoan, bà bạn người Đài Loan giải thích với tôi là "Nhất quá tam", lần thứ ba sẽ là hạnh phúc viên mãn. Nhưng với giác quan của phụ nữ vẫn như mũi tên xuyên qua trái tim, cơn đau buốt thường xuyên, tri giác tê liệt. Tôi linh cảm sự bất tường, không biết từ đâu, như bóng tối luôn chực chờ, đe doạ.

- Điều gì làm cho bà thay đổi ý định và kết hôn với ông?

- Rất khó giải thích, do duyên hay là nghiệp? Khi bác sĩ chứng nhận ông mắc bệnh ung thư bạo phát, thời gian sống không còn bao lâu nên ông lẳng lặng xa tôi và ngấm ngầm thu xếp chuyện hậu sự. Vắng ông, tôi nhớ nhung quay quắt, buồn rầu khổ sở, không còn thiết tha cuộc sống, nghĩ rằng ông đã chán chê mình. Sau khi hiểu rõ nguyên nhân, tôi cảm nhận cuộc sống thật phù du, không có gì tồn tại mãi. Tôi quyết định kết hôn với ông dù chỉ còn có sáu tháng phù du. Trong lúc ông chống chọi cơn đau thường xuyên, tôi vẫn luôn luôn kề cận. Dù cho sức khỏe hao mòn nhưng ý chí vẫn còn mãnh liệt, ông an nhiên chấp nhận số mệnh, con đường tử sinh. Chúng tôi có những ngày tháng rất hạnh phúc và đếm từng phút giây mong manh đó.

- Cuộc đời bà có nhiều biến chuyển quá.

- Vâng, giống như truyện tiểu thuyết phải không? Thú thật, nhiều khi chính tôi cũng không hiểu tại sao, tôi sinh ra cung mệnh thế nào? Tôi luôn thiết tha yêu cuộc sống, tôi thèm thứ hạnh phúc giản dị nhưng hình như lúc tôi tìm được cũng là lúc tôi vuột mất. Tôi nhìn những người phụ nữ êm ấm với chồng con, tôi nhìn đứa trẻ ngây thơ tung tăng theo chân bố mẹ, trong thương xá, trong công viên. Đôi khi, thèm khát được ôm đứa hài nhi do thịt xương mình tạo dựng, hình ảnh đó như kim châm muối xát trong lòng.

- Bà hãy còn trẻ, còn có cơ hội mà.

- Vâng, với đà tiến triển của y khoa hiện nay, phụ nữ vào tuổi tri thiên mệnh vẫn còn có thể mang thai được mà, nhưng đó là điều tôi không muốn nghĩ đến. Tôi không tin vào sự may mắn tái diễn nữa, tôi chấp nhận số mệnh của mình, coi như không có duyên vậy.

- Tôi cầu mong sự may mắn sẽ đến với bà. Bà đã vượt qua con đường khó khăn đó.

- Cảm ơn bà giáo, sau khi an táng ông ấy, tôi bị khủng hoảng tinh thần, luôn u uất, không còn tha thiết đến sự sống nữa.

- Điều gì giúp cho bà vượt qua?

- Số tôi chưa tuyệt hay còn nặng nợ trần gian, như bà bạn người Đài Loan thường nói "Hồng nhan đa truân" hay là "Trời xanh ghen thói". Trong lúc tôi tuyệt vọng chán chường thì lại được phương thuốc hồi sinh. Nghĩ có lạ không, tôi vốn không tin vào định mệnh, tôn giáo không có một ý nghĩa gì trong cuộc sống ồn ào sinh động của tôi. Khi bà bạn rủ tôi theo bà đi nghe một vị Sư thuyết giảng, cũng không biết do sự thúc đẩy nào, tôi nhận lời. Không ngờ đó là chiếc phao cứu tôi qua mê đắm. Tôi nhận biết nhân duyên của mình. Thiền tập giúp tôi lấy lại được an bình, dần dà tôi chiêm nghiệm ra, trong cuộc sống nầy, vạn nhất do duyên. Tôi yêu đời và tiếp tục sống cho nốt khoảng đời còn lại, thử xem duyên phần mình phiêu bạt về đâu.

Vũ Thị Thiên Thư - 275

- Tôi thật không ngờ cuộc đời Rosalyn trải qua nhiều sóng gió quá, bây giờ cuộc sống của bà ra sao?

- Tôi mới chia tay cùng anh bạn trai nhưng lần nầy không buồn nữa. Tôi biết an phận và suy nghĩ rồi bà giáo à. Tôi không thể thản nhiên sống với một người đã có gia đình, mặc dù chúng tôi rất hạnh phúc. Anh ấy có trách nhiệm cùng vợ con, nếu tiếp tục như vậy mặc cảm tội lỗi như cường toan, sẽ ăn mòn tiêu hủy chính tôi.

- Tôi chưa thấu hiểu hết câu chuyện của bà.

- Tôi kể nhanh quá! Vâng, nếu như trước đây, tôi sẽ không ngại ngần đâu vì tôi biết, anh rất yêu tôi. Chúng tôi đi du lịch thật nhiều nơi, gặp gỡ các nhân vật tiếng tăm, dự các buổi tiếp tân, chung vai cùng nhiều tài tử minh tinh rất nổi tiếng. Tôi không nói ngoa đâu bà giáo, tôi còn cả xấp hình ảnh lưu niệm đó. Nhưng bây giờ tôi hiểu duyên nghiệp của một đời người, gieo nhân lành, sẽ gặt quả tốt. Tôi yêu anh lắm, nên càng thấy mình phải xa anh ngay, kéo dài thời gian chỉ thêm khó khăn hơn. Tôi khuyên anh trở lại với gia đình, hai con còn nhỏ, tôi không thể cướp lấy hạnh phúc của hai đứa bé, cho dù tôi có táng tận thì cũng phải có chút thiên lương chứ, bà giáo có đồng ý không?

- Nhưng bà nghĩ là anh ấy có hạnh phúc không?

- Anh phải chấp nhận và gánh trách nhiệm của mình thôi.

Tôi nắm lấy bàn tay của người phụ nữ xinh đẹp nầy, đọc trong ánh mắt nỗi niềm đớn đau. Siết nhẹ tay bà, đôi mắt long lanh đó nhìn tôi thay cho đôi lời cảm ơn.

Vũ Thị Thiên Thư

Vương Hồng-Ngọc

Tên thật: Vương Hồng-Ngọc
Sinh quán: Biên Hòa
Hiện cư ngụ và làm việc tại Washington, Tây Bắc Hoa Kỳ

Thơ văn đăng rải rác trên vài tạp chí
Văn Học Nghệ Thuật và liên mạng
Tác phẩm in chung:
Hoa Nắng (Thơ, Phụ Nữ Việt, 2007)

Biển và Nàng

Món tráng miệng được đưa lên thì đề tài trên bàn tiệc cũng chuyển sang phần du lịch. Họ nói về những cái đẹp của một đất nước có ngọn núi Phú Sĩ tuyết phủ quanh năm, nơi sản sanh những người đàn ông can đảm với những lưỡi kiếm tiết trung nghĩa khí; về một xứ sở đã một thời có những người đàn bà kiểu mẫu, đầu bới cao vắt trâm, áo kimono phủ dài truyền thống, chân khép nép bước lui, cùng tấm lòng nhẫn nại, đức tính vâng phục đối với các đấng phu quân dũng cảm của họ. Buổi họp cho chuyến đi thăm xứ Phù Tang của nhóm, được chủ nhà giới thiệu, rồi những tấm phim nhỏ được chiếu lên.

Hình ảnh các đền đài, cung điện mang nét đẹp cổ xưa, di tích của một lịch sử mấy ngàn năm. Những hình tượng điêu khắc sắc sảo từ mảnh gỗ nhỏ, khối đá xanh rắn chắc, hay cả đến những khối băng tuyết nằm ngay trên đường phố. Khu rừng trải ngút mắt sắc hoa anh đào kiêu sa của miền đất Phù Tang. Ngọn núi Phú Sĩ sừng sững, ngạo nghễ với chiếc vương miện bạc như thách thức các từng mây lững lờ trôi ngang đỉnh. Tất cả hình ảnh, đời sống của một chủng tộc, nói lên nét đặc thù, óc thẩm mỹ, sự giàu mạnh, phong phú của một đất nước có nền văn hoá Đông Phương lâu đời, đang đứng vào hàng tên tuổi đáng hãnh diện với thế giới ngày nay.

Song những hình ảnh đẹp đẽ hấp dẫn kia vẫn không đủ sức thu hút được nàng. Mắt và hồn nàng đang chập chờn trôi nổi với những ngọn sóng ngoài kia.

Từ phòng khách nhìn ra, cách một con lộ, mặt biển đang trải rộng với hằng triệu hoa nắng lăn tăn nhấp nhô theo triều sóng. Dưới nắng chiều, mặt nước trông xa như biển bạc. Nắng ấm, trời trong xanh, hứa hẹn một bức tranh hoàng hôn tuyệt đẹp. Nàng phải đi thôi!

Hướng về biển, quanh co theo con đường nhỏ quen thuộc của khu nhà đầy cửa kính, qua khuất xa những căn biệt thự xinh xắn có những vuông sân xanh mượt cỏ non cắt tỉa gọn gàng, chiếc xe chậm lại rồi dừng bên mé nước, cạnh một cây liễu già. Nơi đây là chỗ hẹn hò của nàng với biển.

Trời hôm nay ấm một cách dễ chịu. Giữa mùa hạ ở vùng Tây Bắc này, hiếm khi có được một nơi chốn im vắng như góc biển chiều nay. Mây ngọc bích, lộng soi bóng mình trên mặt biển, xanh ngát một khung trời. Những con sóng lăn tăn miệt mài chạy đuổi nhau không mệt mỏi, chạm vào bờ cát, sủi lên những bọt nước phù du, rồi lại thong thả trở về, nối nhịp lên nhau, bắt đầu những đợt sóng kế. Rộn ràng, lao xao, ồ ạt, khỏa lấp, rồi tan vỡ, rồi lại bắt đầu. Trong một đời người, có bao nhiêu lần ta lại bắt đầu sau những lần đổ vỡ?!!... Rộn ràng với những lao xao, rồi ra tất cả đi vào hư không...

Cây liễu già trơ một nhánh cong như vòng tay mời mọc. Nàng bước đến, ngồi tựa lên thân cây, đầu ngả vào nhánh. Dang rộng hai tay, khép hờ đôi mắt, nàng nhẹ hít thật sâu cái không khí tươi mát của đất trời vào khắp châu thân. Những mệt mỏi, căng thẳng của một ngày làm việc như đang tan dần, trôi đi. Bao nhiêu phiền toái về cuộc sống, những luật lệ máy móc, những sáo ngôn phong cách, những lo lắng muộn phiền, dường như được làn gió tươi mát và những tiếng sóng nước rì rào kéo theo ra biển khơi. Một làn gió nhẹ, lao xao sóng nước, lay động những tàng cây. Vài mảng nắng nhỏ xuyên qua kẽ lá, chập chờn trên mắt môi nàng như những nụ hôn mê đắm của người tình sau bao ngày xa cách. Nàng như thả trôi bao vướng bận, bồng bềnh trong âm thanh sóng vỗ, lênh đênh trong cái bao la tươi mát của thiên nhiên.

Không biết từ lúc nào, biển đã trở thành thân thiết với nàng. Màu xanh đẹp ngàn đời của biển mang sự mênh mông, dịu dàng, nhân ái như tấm lòng của mẹ. Bà mẹ biển bao dung và độ lượng. Hy sinh và ban phát. Từng giờ khắc trong đời sống, biển nhận vào lòng mình vô số rác rưởi, cặn bã, mọi phế thải, từ trăm nhánh sông muôn ngả đổ về. Biển lại gạn lọc, làm tươi mới, hồi sinh những mầm sống. Rồi lại cho đi, ban phát sức sống mới cho đời, cho người. Ôi biển huyền nhiệm, bao la! Bao giờ thì biển ngừng thở? Bao giờ thì biển cạn? Bao giờ thì biển hết mặn? Bao giờ thì lòng một bà mẹ hết thương con?

Bên biển, nàng còn nghe âm thanh sóng vỗ rì rào, như tiếng vỗ về tình tự đầy yêu thương của người

Dương Hồng Ngọc - 279

bạn đời yêu dấu. Biển mang nét chở che, bền bỉ, vững chãi, thủy chung và mầu nhiệm, cho nàng cảm giác muốn tìm đến, sau những giờ phút mệt nhọc vì những chụp giựt xôn xao của cuộc sống. Nhiều lúc trong vô thức, nàng lái xe đến bờ biển như những bước mộng du, như những hẹn hò phải có cho người tình.

Trong những ngày nắng đẹp gió êm, biển mang nàng trở về những buổi chiều hạnh phúc với người chồng mới cưới, bên đồi dương thơ mộng, ở một vùng biển đẹp trên quê hương yêu dấu đã ngàn trùng xa cách.

Cũng trong những ngày lặng gió, biển trông thật êm đềm, hiền hòa, bình an như giòng sông Đồng Nai ở quê nàng. Giòng sông chở đầy phù sa, mang sức sống đến từng cây cỏ lá hoa, đẫm thấm tình người, để trở thành hương vị ngọt ngào của một quê hương yêu dấu còn vương mãi bên lòng.

Nhưng trong những lúc thiên nhiên trở mình, biển thét gào, cuồng nộ, ném tung những ngọn sóng vào bờ, biển lại mang nàng trở về cảm giác hãi hùng của những đêm ngày đói khát trên chiếc tàu vượt biên nhỏ nhoi, lênh đênh trên biển cả năm nào. Trong tiếng sóng vỗ vang động đó, nàng nghe như vẫn còn lẫn vào tiếng thét thất thanh của bốn cô gái xấu số, dưới bàn tay thô bạo của đám hải tặc vô nhân, và những tiếng la khóc kinh hoàng của đám thuyền nhân bị buộc phải nhảy vào lòng biển cả, giữa màn đêm dày đặc của một đêm tối oan nghiệt nào.

Có khi trên mặt biển còn mờ hơi sương của buổi sớm mai, nàng như nhìn thấy lại hình ảnh của người thiếu nữ với đôi mắt trắng dã, thân thể trần trụi đầy vết cá rỉa, trong nỗi sống chết dật dờ, hai cánh tay vẫn còn bấu chặt chiếc thùng gỗ như phải ôm lấy một định mệnh cho đời mình. Ôi cô gái Việt Nam, muốn đi tìm tự do, cô đã phải đi qua cửa địa ngục của những con người không có trái tim. Thỏa mãn thú tính trong giây phút để rồi họ thả cô trên sóng biển nổi trôi theo mệnh số. Một mệnh số cho một đời con gái còn lại của cô. Mỗi khi nhớ về người thiếu nữ xấu số trên bãi biển SongKhla trong buổi sáng năm nào, nàng ngậm ngùi tự hỏi, cô đang sống ra sao, có bình yên không, hay cô cứ phải sống trong nỗi chết dật dờ trên đất khách? Cô và còn biết bao nhiêu cô gái nữa, đã phải trả một giá quá cao cho hai chữ TỰ DO mà bản thân không còn gì để sống!

Âm vang tiếng búa đập của đám hải tặc, tiếng thét kinh hoàng của bốn cô gái xấu số năm xưa, đôi mắt trắng dã với thân thể trần trụi của người con gái trên bãi biển sáng nào, tiếng la khóc của đám thuyền nhân trong đêm bão tố đó, và hơn hết là cái cảm giác hãi hùng khi nàng phải ôm con nhảy vào lòng biển trong bóng đêm, đã là những hình ảnh cứ lãng đãng hiện về trong những giấc ngủ đầy trở trăn mộng mị. Những lúc thức giấc trong thảng thốt đó, giữa bóng tối vây quanh, nàng vẫn tưởng mình còn sống trong những giây phút địa ngục đêm nào.

Chiều xuống chậm. Không gian cô đọng, ấm nồng. Ánh tà dương đang buông thả những gam màu lộng lẫy cuối ngày. Màu hoàng kim chiếm ngự trong đám mây rực rỡ như một tấm thảm hoàng cung, trải tiễn đưa vầng thái dương về núi. Mặt trời đi về phía chân mây, dần xuống thấp, đến lúc chỉ còn lại một vệt sáng nhỏ, rồi mất hẳn, mang theo cái hào quang rực rỡ của nó về bên kia đỉnh núi. Ánh sáng trở nên dịu dàng hơn. Tấm lụa mây ngũ sắc nhạt dần rồi đổi sang gam màu tím lam kỳ ảo. Thiên nhiên đang vẽ một bức tranh tuyệt tác! Nàng thường trầm ngâm, tận hưởng cái đẹp quyến rũ của buổi chiều tàn. Những buổi chiều ngắm hoàng hôn, nhìn vầng thái dương dần chìm khuất nơi chân trời, thường để lại sự suy nghĩ trong lòng nàng về định luật tuần hoàn, về sự thay đổi của vũ trụ, của thiên nhiên, của lòng người...

Một thi sĩ nào đó đã nói: "Hoa nở để rồi tàn. Trăng tròn để rồi khuyết. Bèo hợp để rồi tan. Người gần để ly biệt". Đời sống thay đổi trên từng thời khắc của thời gian. Sự đẹp đẽ của buổi chiều nay rồi sẽ qua đi như một hạnh phúc đầm ấm nào đã đến trong đời nàng và đã ra đi vĩnh viễn. Có điều gì tồn tại, chắc chắn, trong cõi vô thường nầy!

Ánh sáng nhạt dần, không gian rơi nhẹ theo những vạt nắng cuối cùng. Một bóng chim lẻ loi đang dang cánh trên bầu trời xám thẫm. Tiếng kêu chừng như nhớ bạn, phân vân ngập ngừng trong cánh đập như lạc nẻo đường về. Cánh chim lẻ loi kia đang tìm đường về tổ ấm, hay đang giống như nàng, không có một tổ ấm để trở về?!

Hoàng hôn đang nhạt nhòa, chìm đắm. Một làn gió nhẹ thổi qua, mang theo hơi lạnh của buổi chiều tà, nhắc nàng, trời đã tối. Nghĩ đến ngôi nhà vắng lặng, quạnh hiu, nàng cảm thấy muốn ngồi lại, thêm chút nữa, với biển của nàng. Dường như, một lần nữa, nàng nghe mình đang thì thầm kể cho biển nghe, về... một tuổi thơ hụt hẫng thiếu vắng môi hôn và bàn tay ấm của mẹ hiền. Về... một khoảng trời của quê hương khốn khổ, có tiếng súng và đại bác ru đêm, có hoả châu thắp sáng đêm buồn, những năm tháng làm chinh phụ tím mắt đợi mong. Về... nỗi buồn của một đời cô phụ. Về... những chuỗi ngày lận đận trên đất lạ với bóng lẻ đi, về. Về... những giọt nước mắt thầm lặng và những ước mơ đã mỏi mòn theo năm tháng. Về... những trống vắng rộng dài và mênh mông như biển.

Gió ngoài biển vẫn tiếp tục đùa vào bờ những đợt sóng phù du. Mặt nước đã cao hơn, lấp xấp vỗ dưới chân nàng. Một làn gió lạnh lùa đến. Mái tóc quá vai thả lơi phiền muộn hất tung theo hướng gió. Đôi vai trần chợt nghe lạnh. Nàng choàng chéo hai tay ôm lấy vai mình. Bất giác nghe thoảng quanh hương da thịt của một thời xưa cũ.

Vòng tay choàng lấy vai mình
Ôm cô đơn trọn bóng hình vào trong

Tiếng sóng vỗ nghe buồn và xa vắng hơn. Màn đêm nối liền bầu trời và mặt biển. Bóng đêm trải rộng, ngập tràn, mênh mông. Mặt biển như tấm nhung đen mượt, lấp lánh muôn ngàn vì sao bạc đang soi mình từ trên cao. Biển giờ đây lại trở về với sắc màu bí ẩn, lung linh, huyền ảo…

Vương Hồng-Ngọc

húc hạ buồn

Ngọc Thể

Xuân Vinh

Tham gia: Tuyển Tập Phụ Nữ Việt 2007, 2008
Góp Nhặt Hương Sen (Phụ Nữ Việt, 2007)

Trăng Trên Half Moon Bay

Như những mùa xuân trước, khi nắng hanh vàng đọng lại rất lâu trên những ngọn thùy dương và mặt biển êm đềm, long lanh như dát bạc, Tâm nhận được tấm thiệp mừng xuân của Huấn. Cùng với một lời chúc ngắn ngủi, đôi ba dòng thăm hỏi của mọi khi, lần này còn có thêm một lời nhắc nhở, rằng anh vẫn chờ đợi một lá thơ. Cầm tấm thiệp trên tay, Tâm bước vào phòng của đứa con, dựa lưng vào cánh cửa khép kín sau lưng, nàng từ từ thả người rớt ngồi xuống sàn nhà và từ đó ngó mông ra ngoài khung cửa sổ.

Ở đó, Tâm có thể nhìn thấy bên kia bờ đá cuội là bãi cát dài với những rặng thùy dương chao nghiêng theo gió. Xa xa một chút, bên kia khúc quanh là nhà ga nhỏ bé, nằm im lìm dưới bóng những cây sồi. Ở đó, nàng hình dung ra những buổi chiều dịu êm, đứa con gái nhỏ của nàng thường lang thang nhặt những viên đá cuội tròn tròn trắng trắng. Lần nào cũng vậy, đứa bé rất kiên nhẫn, cố giữ cho những viên đá bướng bỉnh khỏi rơi qua những kẽ ngón tay. Đến gần mép nước, nó lấy từng viên đá một xếp chồng lên nhau làm thành một cái đập nước nhỏ xíu. Nó lại kiên nhẫn đi men theo ghềnh đá, tìm bắt những con cua đá màu nâu đen, đem đến thả vào cái đập tí hon ngộ nghĩnh. Nhưng rồi những con cua bé tí khôn lanh chui rất nhanh xuống cát ngay khi nó vừa thả vào đập. Trò chơi này không bao giờ kết thúc như một cuộc đuổi tìm không thôi.

Xuân Vinh - 285

Khi mặt trời chuyển sang một màu hồng thắm, cái màu hồng rất dịu ngọt của hoàng hôn trên biển, Tâm thả bộ ra bãi gọi con về. Thường khi, đứa bé nắm tay nàng, hai con mắt trong veo, bảo với mẹ rằng nó đã không muốn chơi một mình. Tâm biết nó sẽ nói tiếp theo:

- Rồi ba sẽ về thăm con chứ…

Tâm cúi nhìn con rất dịu dàng và đứa bé cũng dừng lại ở đó. Đã qua lâu rồi những ngày đứa bé vòi mẹ kể về ba của nó, nó đã quen thôi không vòi vĩnh nữa.

Tâm nhớ thuở con vừa chập chững tập đi, tập nói cũng là khi nàng được cho biết con mắc bệnh nan y, nàng bắt đầu viết những tờ thư nhỏ âu yếm gởi cho con như là của người cha vắng mặt, dù đứa bé vẫn chưa hiểu gì. Những lá thư cứ dài thêm theo số tuổi của đứa con. Nàng ru con qua những ngày tuổi thơ bão táp với tường vôi bệnh viện, những viên thuốc đủ màu bằng huyền thoại của một người thủy thủ xa nhà, lênh đênh theo sóng nước trùng dương. Câu chuyện như trong cổ tích cho một người lớn là nàng và cho đứa trẻ là con, ươm trong lòng đứa bé những giấc mơ rất đẹp. Cứ vậy, đứa bé sống hồn nhiên chờ đợi những lá thư màu xanh của "ba" và khi nó đủ lớn để nắn nót những dòng chữ bé xíu, nó kể với "ba" về mẹ, về biển xanh và những con cua đá tinh quái. Nó kể với "ba" về những ngày nắng đẹp, nó và mẹ đi bộ vòng qua khúc quanh phía bên kia triền dốc về phía nhà ga. Nó vẫn mong một ngày được đón "ba" từ nhà ga ấy.

Nhưng những lá thư "ba" viết cho nó lại còn hay hơn nhiều. "Ba" kể với nó về những vùng đất lạ mà tàu của "ba" đã đi qua, kể với nó những câu chuyện hay ho về những bà tiên, những nàng công chúa và những ngôi sao. "Ba" kể với nó về Sandy, một thiên thần nhỏ xíu như ngón tay, ở một mình trên một hoang đảo nhỏ xa tít tắp ngoài biển khơi. Sandy ở đó, vui chơi với sóng gió mây nước, đùa giỡn với những bầy cá heo vào lúc hoàng hôn. Những đêm trăng sáng, khi ánh trăng trải một màu trắng huyền diệu trên mặt đại dương mênh mông, Sandy thường ngồi trên các triền đá, hòa giọng ca với các nàng tiên cá. Sandy hát hay hơn bất cứ nàng tiên cá nào, giọng hát của nó cao vút, thánh thót như tiếng những chiếc chuông con bằng bạc, ngân nga cao vút đến tận chỗ của những vì sao. Vào những đêm trăng huyền ảo như thế, những ngôi sao thường tụ lại trên biển để nghe Sandy hát và chúng sáng lấp lánh một cách diệu kỳ.

Con bé say mê câu chuyện của Sandy đến nỗi có những lúc nó đã mơ thấy mình là Sandy và nó cảm thấy sung sướng lắm. Con bé cất những lá thư màu xanh đó vào chiếc hộp cũng màu xanh, có in hình những con sao biển. Những đêm khó ngủ, nó mang chiếc hộp qua giường mẹ và Tâm ru con bằng những câu chuyện của chính nàng viết trong thư.

Cứ vậy, câu chuyện cổ tích ban đầu mà Tâm dựng lên dần dần đã trở thành hơi thở của đời sống của nàng, của con, cho đến hôm nàng được cho biết bệnh tình của đứa con đã chuyển sang giai đoạn rất xấu. Một buổi sáng biển êm như mặt gương soi, nàng thấy đứa con ngồi ngó mông ra ngoài khung cửa mưa, đôi mắt buồn rượi và tay cầm hai chiếc tàu thủy đồ chơi, cái món đồ chơi mà nhiều lần đứa bé đã viết trong thư là nó dành để tặng cho "ba" cái ngày "ba" về thăm nó. Tâm cảm thấy trái tim nàng vỡ vụn và nàng chợt hiểu ra rằng nàng và con sẽ chẳng còn bao nhiêu thời gian nữa. Đêm hôm ấy, khi đứa con đã ngủ yên, Tâm ngồi viết một lá thư.

Huấn mân mê trên tay lá thư chưa mở với dòng chữ nhỏ nhắn đề tên anh. Anh thoáng cảm thấy bâng khuâng. Giờ đã là cuối mùa thu. Cụm cúc vàng nhà hàng xóm đã rộ những đốm vàng tươi cuối cùng, cái màu vàng luôn làm lòng anh bồi hồi lắm. Hàng cây phong hai bên đường đã chuyển sang màu đỏ cam và

Xuân Đinh - 287

lác đác đâu đó trên thềm cỏ đã có những chiếc lá rơi rớt đêm qua theo ngọn gió đổi mùa. Anh bỗng hát nho nhỏ… *Đôi khi thấy trong gió bay lời em nói, đôi khi thấy trên lá cây ngày em đã xa tôi *…* Ừ, vậy mà từ bấy đến nay anh vẫn chưa có thêm mối tình nào nữa. Mối tình ngắn ngủi dâng hiến thuở đầu đời đã qua từ lâu lắm, vậy mà trong những khoảnh khắc bất chợt vẫn làm tim anh nhói lên rất nhẹ. Nhưng một lá thư đến trái mùa như hôm nay, anh chưa từng mong đợi nên anh cầm nó một hồi trên tay. Đứng tần ngần nơi cổng, anh phóng mắt nhìn đến tận cuối con đường, nơi những hàng cây lặng yên trong một buổi chiều sắp tắt.

Anh đã có thói quen hàng năm gởi cho nàng một cánh thiệp mừng xuân và chờ đợi một cánh thiệp hồi đáp. Chỉ có vậy. Anh không kể gì, nàng cũng không kể gì, một vài lời dặn dò thăm hỏi, chỉ có vậy. Nhưng anh vẫn nhủ thầm rằng nàng hẳn đang hạnh phúc nơi ấy, bên một người khác. Rồi anh cảm thấy bằng lòng với ý nghĩ ấy. Lá thư cuối mùa thu này nói với anh vài lời rất ngắn… Em chưa từng xin anh điều gì, chỉ xin anh giúp em lần này…

Chỉ có vậy mà anh lên đường về Half Moon Bay, về cái nơi tưởng như rất quen vì anh đã thuộc nằm lòng địa chỉ của nàng mà hàng năm anh vẫn một lần ghi xuống. Tâm trao cho anh những lá thư màu xanh, nàng nói khẽ khàng:

- Con của em không được gần cha. Con bé chỉ ước mong được gặp ba của nó một lần. Em xin anh giúp em lần này… e rằng không còn bao nhiêu cơ hội nữa…

Anh nhìn nàng. "Người đàn bà trẻ con" đã một lần là của anh vẫn đang nhìn anh. Anh nhìn sâu vào mắt nàng. Nhưng rồi anh cảm thấy bối rối vì anh không thể nào đọc được gì trong đôi mắt ấy. Tay anh lật qua những bao thư mỏng. Nàng lại nói:

- Con bé vẫn viết thư cho ba của nó và em trả lời…

Trong bao thư đầu tiên, Huấn nhìn thấy tấm ảnh bán thân của đứa bé, ánh mắt trong veo, nó mỉm cười với anh đằm thắm. Anh thấy nó thân quen với anh quá, ừ, quen lắm, ánh mắt trong veo đó là của Tâm nhiều năm về trước.

Tâm dẫn con ra đường tàu một buổi sáng nắng vàng thật đẹp. Trời vào cuối thu chỉ hơi se lạnh và bầu trời mở rộng mênh mang. Dọc hai bên đường tàu, những cây sồi già đã bắt đầu trụi lá nhưng màu trời vẫn rất xanh. Hai mẹ con đi trong không gian êm ả, nghe tiếng lá khô lạo xạo dưới chân. Con bé níu tay mẹ, thỉnh thoảng ngước nhìn nàng cười thật tươi. Tâm nghe lòng bình thản, không còn những lo lắng bồn chồn của mấy ngày qua. Hai mẹ con đi thong thả, ánh nắng dịu dàng xuyên qua kẽ lá, rơi trên tóc, trên áo nàng và con, lung linh như những vì sao. Có hay không những vì sao giữa ban ngày? Tâm nghĩ thầm.

Đi một đỗi gần đến ga thì đứa con cảm thấy mệt. Nàng và con ngồi xuống bên vệ đường, dưới bóng một cây sồi lớn. Từ khoảng cách này, nàng và con có thể nghe tiếng tàu đến và dừng lại. Đứa bé nắm tay nàng, dợm đứng lên nhưng Tâm dịu dàng ôm vai con giữ lại. Đoàn tàu chuyển bánh chạy qua sau lưng hai mẹ con, còn để lại tiếng còi tan loãng vào buổi sáng êm ả. Đứa bé nhìn nàng như thúc hối. Tâm xoay con nhìn về phía cuối con đường nơi Huấn vừa xuống tàu và đứa bé khẽ níu tay mẹ, bật cười sung sướng.

Từ giây phút đầu tiên khi đứa bé bước tới ôm chầm lấy Huấn, áp một bên đầu vào bụng anh mà anh lại vụng về đứng im, hai tay buông thõng, ngượng nghịu cho đến lúc anh ngập ngừng cúi xuống và ôm lấy nó, anh chỉ có một ý nghĩ... Đứa con của Tâm, đây là đứa con của Tâm và một người nào khác...

Xuân Vinh - 289

Nhưng anh đã đóng vai trò của mình rất hoàn hảo trong hai hôm ấy và đứa bé quyến luyến anh một cách kỳ lạ.

Khi anh lên tàu rời khỏi Half Moon Bay, tay cầm chiếc tàu thủy đồ chơi của đứa bé và bên tai vẳng lời đứa bé hứa sẽ viết thư cho anh, Huấn chợt nhớ ra là Tâm đã không hề kể gì về những năm tháng đã qua của nàng. Tàu chạy một đỗi lâu, Huấn vẫn mân mê món đồ chơi trong tay, tư lự. Hay tại anh đã không hỏi? Cũng có lúc anh đã nhìn vào mắt nàng, những mong tìm lại những tia sáng lấp lánh, vô tư lự ngày xưa nhưng anh chỉ nhìn thấy một đôi mắt rất khác, bao dung, dịu dàng, đôi khi thoáng chút bóng tối. Đôi mắt ấy như đã thôi không chuyện trò với anh, làm anh ngại ngần.

Mà có phải anh ngại ngần vì điều đó không? Hai ngày trôi qua nhanh quá với những bữa ăn rộn tiếng cười của đứa bé, của anh. Anh nhớ ra là Tâm rất ít cười. Nàng chỉ ngồi nhìn anh và đứa con, vành môi khả ái khẽ nhếch lên rất dịu dàng. Rồi bờ biển, những con cua đá, những món đồ chơi, chiếc tàu thủy đứa bé tặng cho anh… Nó dặn dò anh… *"Ba ơi, hai chiếc tàu này là hai chiếc tàu cha con, ba giữ một chiếc, con giữ một chiếc. Khi nào ba đi biển, ở trên tàu mà nhớ con, ba nhớ đến đứng ở chỗ này, chỗ này nha ba, để nói chuyện với con"*… Anh nhíu mày cố nhớ xem đứa bé đã dặn anh đứng ở chỗ nào trên chiếc tàu của nó… *"Để khi con nhớ ba, con cũng sẽ nhìn vào chiếc tàu của con, chỗ này, chỗ ba đứng để nói chuyện với ba"*… Anh cố nhớ…

Tàu vẫn chạy, cố bắt kịp những tia sáng cuối cùng trong ngày. Người khách ngồi ghế cạnh bên Huấn trở về sau khi dùng bữa chiều ở toa hàng ăn, chào anh thân thiện. Anh lại cố nhớ xem đứa bé đã dặn anh phải đứng ở đâu, nhưng anh đành chịu thua, anh không sao nhớ được. Tuy vậy, anh lại nhớ rất rõ sự im lặng ngọt ngào của buổi hoàng hôn hôm qua, nơi bậc thềm trước ngôi nhà nhỏ hướng mặt về phía biển, đứa bé ngồi trên đùi anh, Tâm ngồi cạnh bên anh, rất gần, gần đến nỗi anh có thể ngửi thấy mùi hương rất nhẹ từ mái tóc của nàng. Khi những sợi tóc của Tâm mơn man rất nhẹ lên má anh, đã hơn một lần anh muốn quay sang hôn nàng nhưng không hiểu sao anh cảm thấy e ngại. Ừ, anh e ngại rằng hành động của mình sẽ phá vỡ đi cái khoảnh khắc dịu êm này.

Đứa bé bỗng dưng lả đi trong tay anh. Anh vẫn nghĩ là nó ngủ vùi sau buổi chiều chơi đùa với anh nhưng Tâm hốt hoảng, anh cảm thấy nàng thốt nhiên hốt hoảng giằng lại đứa con trong tay anh và vội vàng bế vào nhà. Cái khoảnh khắc dịu êm bỗng nhiên bị khuấy động, vỡ tan. Không hiểu sao anh thấy tim thắt lại. Từ đâu, cái ý nghĩ... nó là con của Tâm và một người đàn ông khác, hẳn là nàng yêu anh ta lắm, cứ nhìn cái cách nàng dành lại đứa con từ tay anh... cứ luẩn quẩn với anh. Anh giận dỗi ngồi lại nơi bậc thềm. Anh nghe văng vẳng tiếng Tâm gọi điện thoại cho ai đó, thầm thì, gấp gáp, bất an. Tiếng chân nàng chạy qua lại các phòng trong nhà. Anh vẫn cảm thấy giận dỗi quá và ngồi thừ nơi bậc thềm. Khá lâu sau, anh lại nghe tiếng chuông điện thoại reo, tiếng nàng bắt máy. Cuộc điện đàm lần này rất ngắn và giọng nói của nàng nhỏ, bình tĩnh hơn. Anh vô nhà khi trời đã gần khuya. Tâm đang dọn chỗ ngủ cho anh trên chiếc sô-pha ở phòng ngoài. Anh thấy nơi góc phòng có chiếc xách tay hành lý như nàng muốn sửa soạn đi đâu đó nhưng nhìn thấy nàng có vẻ bình thản nên anh không hỏi. Thật ra, cái vẻ bình thản của Tâm như không màng đến sự giận dỗi của anh làm anh xụ mặt bất bình. Anh chìm vào giấc ngủ rất nhanh, vẳng bên tai tiếng rì rầm của sóng biển và hình như còn có tiếng chân của Tâm suốt đêm đi ra đi vào, tiếng nàng rót nước, tiếng muỗng lanh canh khuấy trong ly thủy tinh.

Anh thức giấc khi trời đã sáng bừng. Bình minh ở xứ biển thường đến sớm hơn phố núi nơi anh ở, anh thầm nghĩ. Đứa bé ngồi bệt trên nền nhà, dựa đầu trên mép chiếc sô-pha đang nhìn anh chăm chú bằng đôi con mắt trong veo. Nó cười với anh, nụ cười quen lắm nhưng anh không nhớ mình đã gặp ở đâu. Thấy anh thức giấc, nó đưa tay vuốt nhẹ lên má anh. Bàn tay nhỏ xíu, mát lạnh. Anh hôn lên má nó rồi nhắm mắt lại, tận hưởng cái cảm giác dễ chịu, mới mẻ mà anh chưa bao giờ cảm thấy.

Tàu vẫn chạy trên triền núi dọc theo eo biển của Half Moon Bay. Trăng sáng vằng vặc, treo lơ lửng trên mặt nước huyền ảo. Cũng như biển, trăng chạy song song với đoàn tàu xuyên vào bóng đêm.

Đứa bé con không dấu vẻ sung sướng được anh và Tâm dẫn đi ăn điểm tâm ngoài thị trấn. Những con phố nhỏ, buồn một cách ngọt ngào làm anh bồi hồi xúc động. Anh nhìn Tâm. Nàng nhìn lại anh đằm thắm. Rồi nàng cười với anh. Anh với tay qua mặt bàn nắm lấy tay nàng, bàn tay đang mân mê chiếc muỗng nhỏ dùng để khuấy cà phê. Bàn tay nàng mát dịu. Giờ đây ngồi một mình trên tàu nhớ lại, anh đã cảm thấy bàn tay của Tâm không còn mềm mại như xưa, nó mạnh mẽ hơn, cứng cáp hơn ngày xưa nhiều quá. Anh và nàng nói chuyện mưa nắng bâng quơ. Anh và nàng còn nói đôi chút về bạn bè, trường lớp cũ. Vậy mà anh vẫn không hỏi nàng chút gì về cuộc sống của nàng trong suốt những năm qua. Giờ ngồi đây nhớ lại, anh đã hiểu nàng không được hạnh phúc như trước đây anh vẫn nghĩ. Vậy mà anh vẫn nhất định không hỏi. Hay vì anh đã không cảm thấy mình còn hiện diện trong đời sống của nàng nên anh ngại ngùng chăng? Ừ, anh đã sợ hỏi đến đời sống của nàng, anh sẽ phải nghe về người đàn ông ấy. Chắc anh sẽ cảm thấy bị tổn thương. Nên thôi, anh không hỏi.

Buổi chiều nay, khi anh chuẩn bị ra ga, đứa bé quấn quýt theo anh, còn Tâm chỉ im lặng quan sát anh và con. Trước khi lên tàu, anh choàng tay ôm nàng, anh cảm thấy nàng như dựa hẳn vào anh, yếu đuối, nhỏ bé, lả đi như một chiếc lá. Nhưng rồi nàng đứng thẳng lên, cứng cỏi trở lại, vỗ tay vào lưng anh nhắc anh đã đến giờ lên tàu. Đứa bé vẫy tay với anh trong khi nàng đứng im nhìn anh khi tàu lăn bánh. Và tại sao ánh mắt của nàng nhìn anh thất vọng làm vậy?

Huấn nhắm mắt, hạ lưng chiếc ghế ngả về phía sau. Khuya lắm, ánh trăng giờ chếch về phía sau đuôi tàu. Người đàn ông cạnh bên anh ngáy đều đều làm anh cảm thấy như bị quấy rầy. Đôi mắt nửa như thất vọng, nửa như trách móc của Tâm vẫn đeo đuổi anh, xoáy vào tim anh trong đêm tối. Anh cựa mình, sửa lại thế nằm cho thoải mái. Một vật cứng cồm cộm dưới lưng, anh thò tay lấy ra chiếc tàu thủy đồ chơi mà đứa bé đã tặng cho anh lúc ban chiều. Anh vẫn không sao nhớ ra được nó đã tha thiết dặn dò anh hãy đứng chỗ nào trên chiếc tàu của nó.

Chẳng biết nghĩ sao anh lại ngồi lên, với tay bật chiếc đèn nhỏ trên đầu. Anh lấy ra tấm hình của đứa bé mà Tâm đưa cho anh hôm trước. Đứa bé có đôi mắt trong veo của Tâm ngày xưa, đang nhìn anh trìu mến. Nhưng còn vầng trán và chiếc cằm, cả nụ cười, sao anh lại thấy mình ở đó.

Bỗng dưng anh hiểu ra. Anh hiểu ra cái điều mà bao năm qua anh vẫn vô tình không nghĩ đến. Bao năm qua anh vẫn dửng dưng với sự ra đi của một mối tình son trẻ, cho đó chỉ là sự bồng bột, dại dột thủa đầu đời. Anh bỗng nhớ cái điều mà anh chưa bao giờ nhớ đến trong suốt những năm qua, một lần nàng nhìn anh đằm thắm:

- Nếu như chúng mình có con... Anh sẽ thích làm ba chứ hả...

- Anh chưa bao giờ nghĩ đến điều ngu ngốc đó đâu, cưng ơi.

Anh trả lời dửng dưng, cái dửng dưng của tuổi trẻ bồng bột. Giờ đây, anh bỗng thấy rõ cái giây phút ấy, cái giây phút mà đôi mắt của Tâm vụt tắt, cái giây phút mà đôi mắt của nàng thôi hết chuyện trò với anh. Và nàng bắt đầu lảng xa anh. Còn anh, anh dửng dưng

Xuân Đinh - 293

chấp nhận một tình yêu đã hết, anh vẫn tin như thế. Cho đến giờ đây anh mới hiểu ra.

Vậy mà anh đã đóng vai trò của mình một cách thuần thục như một người nghệ sĩ không hơn không kém. Xong vai trò được giao phó, anh đã dửng dưng ra đi như một người đứng bên lề cuộc sống của mẹ con nàng, những người thân yêu nhất cuộc đời của anh.

Đã quá nửa khuya, tàu đã chạy vòng qua bên kia núi từ lâu, để lại ánh trăng và Half Moon Bay ở lại phía sau. Còn anh, anh ngồi lặng lẽ một mình với bóng đêm.

Những ngày sau cùng khi đứa bé yếu lắm, Tâm đem chiếc ghế dựa ra trước hiên nhà, nàng với con cùng ngồi ở đó. Cái mùi ngai ngái dịu dàng của biển ôm ấp hai mẹ con và Tâm nhìn ngắm ánh trăng dừng lại rất lâu trên những ngọn thùy dương. Cho đến khi chỉ còn lại một mình trong ngôi nhà bên bờ Half Moon Bay, vào những đêm bầu trời ngập ánh sao, Tâm thường thu mình trong chiếc ghế dựa ấy, đợi chờ nhưng chưa bao giờ nghe được tiếng hát của Sandy, một thiên thần nhỏ bé với tiếng hát cao vút đến tận những vì sao. Thay vào đó, Tâm lắng nghe tiếng vỗ về ru êm của biển và trong cái mùi mằn mặn, dịu dàng đó, nàng vẫn thường lắng nghe những giấc mơ đã hết. Rất nhiều lần nàng thức giấc, khi trăng đã nhạt vào mây và nhận ra là mình đang khóc rất lặng lẽ.

Một hôm, Tâm mơ thấy mình đã chết. Nàng thấy mình nhẹ nhàng bay bổng lên cao. Nàng thấy mình thanh thoát và tinh khiết như một ánh trăng. Nàng thấy mình không còn quá khứ, cũng chẳng có tương lai, cứ bay bổng vô tư theo gió. Từ trên cao, nàng quay nhìn lại cái dáng ngồi co ro của người đàn bà cô đơn trên chiếc ghế dài, hai đầu gối thu lên ngực và hai cánh tay ôm vòng trước gối, đầu tựa vào một bên thành ghế, những sợi tóc mai bay lòa xòa một bên má. Nàng mỉm cười bay đi, bay đi...

Dẫu thấy rằng mình đã chết, Tâm vẫn biết đó là một giấc mơ. Nàng thấy mình sung sướng quá, nhẹ nhõm quá, rũ bỏ hết mọi thứ. Nàng bay đi thong dong, nhẹ nhàng, xa dần Half Moon Bay, xa nữa, xa lắm. Tâm thấy mình dừng lại ở một nơi không hề có biển xanh, mây trắng, cũng chẳng có gió lành, sóng êm. Chỉ có những con đường dài hun hút bụi trong nắng, sỏi đá khô khốc theo mỗi bước chân người. Nàng thấy những đứa trẻ đen đủi, bủng vàng, cặp mắt đờ đẫn đang nhay vú mẹ mong tìm giọt sữa lạt đã cạn từ lâu. Nàng thấy những bà mẹ kiệt sức vì đói và bệnh tật, cặp mắt vô hồn chợt sáng lên, mừng rỡ nhìn với theo khi nàng bay qua.

Tâm choàng thức giấc. Phải mất một lúc lâu Tâm mới nhớ ra là nàng đang ở đâu. Nhưng giấc mơ đeo đẳng theo nàng một khoảng thời gian dài cho đến khi Tâm hiểu ra đó chính là nơi nàng muốn đến.

Khi mùa xuân qua, Tâm rời đi theo đoàn quân thiện nguyện Hồng Thập Tự đến miền lục địa xa xăm cháy bỏng mà nàng đã thấy trong mơ. Tâm lặng lẽ thu xếp quá khứ, cất vào chiếc hộp màu xanh có in hình những con sao biển, đem theo với mình. Trước khi tàu rời thị trấn vào một đêm mùa hè, Tâm gởi lá thư cuối cùng của đứa con đến với người vẫn còn mong đợi. Hôn lên lá thư lần cuối, người đàn bà bé nhỏ rời đi, mang theo với mình ánh trăng dịu dàng trên Half Moon Bay.

Xuân Vinh
(Melbourne, Australia
Tháng Năm, 2008)

* *Rồi Như Đá Ngây Ngô – Trịnh Công Sơn*

Xuân Vinh - 295

Mục Lục

Đã Xuất Bản

In tại nhà in Papyrus 1002 Second Street San Jose, CA 95112
(408) 971-8843 Email: papyruspt@yahoo.com